Miền Nhớ

ĐOÀN BẢO CHÂU

MIỀN NHỚ

Tiểu thuyết

GIAO CHỈ, 2016

MIỀN NHỚ
Tiểu thuyết của Đoàn Bảo Châu
Xuất bản lần thứ nhất tại Hoa Kỳ, 2016
Tranh: Trần Vinh
Bìa và trình bày: Uyên Nguyên
ISBN: 978-1530830091
© Tác giả và nhà xuất bản giữ bản quyền, 201

Chương 1

Cơn đau đánh thức Quý dậy. Anh buột miệng rên thành tiếng.

"Ôi, anh tỉnh rồi!" Giọng nữ reo vui, nghe thoang thoảng như từ một nơi rất xa vọng lại.

Một nữ y tá đang cúi người bên anh. Anh cố nhìn rõ nhưng hình cô cứ mờ mờ ẩn hiện, lúc gần lúc xa… Về sau anh mới biết là do mắt anh lồi, thị giác và thính giác chưa trở lại bình thường. Anh bị sức ép B52 hất tung ra khỏi hầm, đầu bị kẹp giữa đống đất đá và một thanh tre của chiếc hầm chữ A.

"Tôi đang ở đâu?"

"Anh đang ở trạm quân y 112 Quảng Bình." Phải cố lắm anh mới nghe được tiếng cô y tá.

"Quảng Bi… ình?" Cơn đau bỗng nhói mạnh nơi vùng bụng khiến âm cuối của anh méo đi.

"Vâng, anh mới tới mấy tiếng."

1

"Ôi, bụng tôi sao thế?" Anh cố nhìn xuống nhưng chuyển động khiến đầu và cổ anh đau nhói, anh bất lực nằm xuống. Cả khoang bụng cứng đơ như gỗ. Anh nghĩ ruột mình có thể đang lòi ra ngoài, hình ảnh ấy anh đã gặp quá nhiều mấy năm qua.

"Anh nằm im, đừng cử động. Anh không bị thương ở bụng đâu. Chắc do sức ép khiến ruột bị xáo trộn thôi!"

"Vậy sao đau thế? Có thể làm gì cho đỡ đau không?"

"Anh chịu khó vậy nhé!" Giọng cô thanh thanh. "Bác sỹ dặn phải theo dõi, chưa được phép dùng giảm đau anh ạ!"

Giờ, anh đã nghe rõ hơn một chút. Cô y tá đang băng đầu gối của anh. Thị lực kì lạ khiến cái băng thành một dải trắng mờ mờ, kéo dài như một dòng suối tuôn ra từ tay cô. Đầu gối đau nhưng không ăn nhằm gì so với những cơn xoắn ở bụng.

Cuối lán vọng lại tiếng hét kêu đau. Anh xoay sang hướng ấy nhưng mắt anh như bị phủ một lớp kính tráng ẩu, mọi thứ nhoè nhoẹt, mầu sắc, đường nét bết vào nhau.

"Em tới đây anh ơi!" Cô y tá kêu to, vội đi lại cuối lán.

Quý nghiến răng chịu đau. Đầu óc anh mù mịt y như thị lực của anh. Chuyện gì đã xảy ra? Sao anh không thể nhớ gì cả? Như vậy là anh còn sống. Anh thử cử động chân tay, hình như lành lặn cả. Anh đưa tay chạm vào mặt mình. Mặt anh không bị thương. Như thế là ổn rồi. Thính giác của anh trở lại dần. Tiếng nói chuyện, tiếng lanh canh dụng cụ đặt vào khay nhôm, tiếng rên la của thương binh trở nên rõ hơn nhưng cơn đau ở bụng cũng mỗi lúc một sắc nhọn hơn. Một lúc anh mới nhận ra mình cũng đóng góp vào những tiếng rên trong lán, rồi anh lạc vào những giấc mơ bồng bềnh không đầu không cuối, hình ảnh, mầu sắc lộn xộn mơ hồ.

Chương 2

Cả sáng cu Quý chơi đùa với lũ bạn ngoài sông
ở làng nổi, gọi là làng Dềnh, nằm bên kia đê.
Tối qua nó năn nỉ mãi, tức đến phát khóc rồi phải nhờ
mẹ nói thêm vào thì anh Chiến mới đồng ý cho nó ra
đây. Chẳng là thầy đã cấm tắm sông nếu không có
người nhớn đi cùng. Anh Chiến mới mười lăm nhưng
đã được thầy mẹ coi là nhớn. Như vậy chỉ còn dăm
năm nữa thôi, nó cũng sẽ là người nhớn. Lúc ấy chắc
sướng lắm. Như anh Chiến, nó có thể tắm sông tuỳ
thích không cần ai canh chừng, được tự đi câu cá,
được đi chơi cùng lũ bạn sang tận chân núi Cóc xa tít
bên kia sông, lại còn được tự giữ tiền mừng tuổi,
không phải gửi mẹ nữa. Ấy vậy mà anh Chiến sướng
lại không biết đường sướng, mặt mũi lúc nào cũng lì
lì rất chán. Cái gì nó cũng phải xin xỏ hết hơi anh mới
chịu. Nhà chỉ có hai anh em mà anh chẳng bao giờ
chiều nó. Phải lằng nhằng xách cần câu, lụi cụi đào
giun làm mồi, phục dịch chán mới được anh cho đọc

ké cuốn Tây Du Ký đã ố vàng, rách nát mượn ở đâu về.

Thường thì thầy đưa nó ra sông tắm nhưng thầy đang đi mấy tỉnh miền núi để mua ngựa. Đã hơn mười ngày mà thầy vẫn chưa về, nó mong ghê lắm. Chả nhẽ ngựa lại khó tìm đến thế!

Thầy kể trước kia ông nội có mua một con ngựa cho thầy. Thầy đã cưỡi từ lúc con ngựa mới bốn tuổi cho tới khi nó già yếu rồi chết. Nhiều người muốn mua bộ xương của nó để nấu cao nhưng ông nội và thầy đã chôn con ngựa cạnh cây mít trong vườn. Vì chuyện ấy mà thằng Quý và anh Chiến đã thủ thỉ xin thầy mua cho một con ngựa. Lúc đầu thầy lưỡng lự, không nói có mà cũng chẳng nói không, thằng Quý và anh Chiến phải nhờ tới ông nội nói vào thầy mới đồng ý. Ông nội bảo khi con ngựa chết, thầy thẫn thờ bao lâu. Ông nội an ủi rằng sẽ đi mua một con ngựa khác cho thầy nhưng thầy dứt khoát không. Thầy yêu con ngựa ấy lắm. Vào mùa đông đầu tiên có ngựa, có đêm thầy ra thăm ngựa mấy lần. Lo chuồng không đủ kín gió, thầy đã đưa ngựa vào kho thóc. Hôm sau, ông nội giải thích giống ngựa bạch Tây Tạng chịu lạnh rất tốt, thầy mới yên tâm.

Nó nhớ thầy lắm. Thầy ở nhà thì nó được đi chơi với thầy suốt, nhất là vào dịp hè như thế này. Đi đâu thầy cũng cho nó theo. Đi nghe hát ca trù, bình thơ, thăm vườn cây cảnh ở những làng bên thầy cũng cho

nó theo. Chẳng thế mà mẹ gọi nó là cái đuôi của thầy.
Nghe thế, thầy cười bảo vậy thì mẹ phải lo đẻ thêm
em bé đi thôi, chứ không mấy năm nữa cu Quý nhớn
rồi, thầy sẽ bị mất đuôi, đi chơi không có đuôi buồn
lắm.

Việc mua ngựa, thầy đã hứa với anh em nó lâu rồi.
Cứ tưởng tượng được cưỡi ngựa trên con đê, trước sự
chứng kiến của bọn trẻ con làng Đại An và làng Dềnh,
lòng cu Quý lại rộn lên. Nó đã khoe việc này với lũ
bạn, thằng nào cũng háo hức, bảo cho chúng cưỡi
ngựa với. Làng Đại An ngày nào cũng có ngựa đi trên
đê, nhưng đấy là những con ngựa gầy gò, luôn cúi
đầu kéo những xe chất đầy nông sản. Con ngựa cu
Quý và lũ bạn mong đợi là một con tuấn mã cao to,
đẹp đẽ. Đẹp tới mức thằng nào được cưỡi thì sẽ trông
như một hiệp sỹ phong sương, kiêu hùng.

Cu Quý mong quá. Nó phải luôn tự nhủ thầy đi
lâu thế chắc hẳn do thầy kỳ công chọn một con ngựa
thật oách, nó phải cố chờ thôi.

Thầy thường ngồi trên thuyền nhà cô Sương khi
trông nó tắm sông. Mẹ quý hai mẹ con cô lắm, có gì
ngon mẹ cũng bảo cu Quý mang cho em Vi, con gái
cô. Thuyền của hai mẹ con cô Sương nhỏ nhất làng
nổi. Ban ngày cô Sương đi lái đò hay đi cấy, đi gặt cho
mẹ thì thuyền bỏ không, bọn trẻ con chẳng cần hỏi,
cứ lên thuyền nhà cô chơi. Em Vi mới lên năm, không
ở nhà một mình được nên đi đâu cô cũng cho em

theo. Cuộc sống sông nước, cứ vài năm lại có một em nhỏ hay người già bị chết đuối, cẩn thận như cô là phải thôi.

Lần đầu gặp cô Sương trên đường đê khi cu Quý và mẹ đi chợ huyện về. Đám bụi mù mịt theo sau chiếc xe ngựa vừa lắng xuống, hai mẹ con liền thấy một người phụ nữ đang lê bước nặng nhọc, một tay đỡ bụng, một tay khoác tay nải. Giữa nắng chang chang mà cô không đội nón, chiếc khăn đen như sắp tuột khỏi đầu. Mẹ hỏi cô đi đâu, cô chỉ lắc đầu, mặt như sắp khóc. Mẹ bảo cô ngồi nghỉ, rồi mẹ mời nước và lấy nón quạt cho cô. Cu Quý lúc ấy chỉ mải ngắm rặng núi Cóc xa xa, không để ý lắm. Nó chỉ biết là cuối cùng, mẹ thuyết phục được cô Sương về nhà nó ở. Nửa tháng sau, cô sinh em Vi. Một em bé xinh xắn rất giống cô.

Lúc đầu cô Sương xưng chị với anh em nó và gọi thầy mẹ là ông bà xưng con, cũng theo kiểu những thanh niên khác trong làng. Ngày em Vi được sáu tháng tuổi, cô Sương xin ra sống ở làng nổi. Mẹ bảo chờ em Vi hơn một tuổi rồi hẳng tính nhưng cô nhất mực đòi đi. Cô thiếu tiền mua thuyền, mẹ cho cô vay. Mẹ lại mua một cái đò tặng cô, để cô có thể tự kiếm sống được. Mỗi lần mưa to gió lớn, mẹ sốt ruột, cứ chép miệng bảo không biết mẹ con cô xoay xở thế nào. Thầy bảo mẹ yên tâm vì người làng nổi sống chu đáo tử tế với nhau lắm, mỗi lần gió to, thuyền của cô được buộc giữa những thuyền lớn và mẹ con cô được mời sang thuyền lớn cho an toàn.

Mãi sau này mẹ mới kể cho cu Quý nghe. Cô Sương quê Tuyên Quang. Bố mẹ mất cả, cô sống cùng vợ chồng anh trai. Cô có thai với người yêu nhưng người ấy bỏ cô đi lấy người khác. Vợ chồng người anh sợ xấu hổ với hàng xóm nên giấu cô trong nhà. Gần tới ngày sinh, họ dằn vặt cô nhiều hơn. Họ lo tiếng khóc của em bé sẽ lộ chuyện. Cô bỏ đi, định tâm sẽ không quay lại nhà nữa.

Cu Quý thích được thầy đưa ra sông hơn là anh Chiến. Thầy có thể ngồi cả buổi chơi cờ với chú Ân, người bơi lội, đánh bắt cá giỏi nhất làng Dềnh. Chú Ân là bố thằng Bảo, bạn thân của cu Quý và cũng là thầy dạy võ của anh Chiến. Hồi trước, thấy anh Chiến dậy sớm đi ra ngoài, hỏi không nói, cu Quý phải hỏi mẹ. Hoá ra là anh ra bãi ngô tập võ cùng chú Ân. Cu Quý xin đi cùng nhưng anh Chiến quát: "Không được! Mày còn nhỏ, chú Ân không dạy đâu!" Nói vậy chứ tờ mờ sáng như thế, chắc gì nó đã dậy được.

Những lúc đánh cờ với thầy, chú Ân thường đặt vó gần đấy. Chốc chốc chú lại đi nhấc vó. Chú Ân trông già hơn thầy nhưng lúc nào cũng gọi cậu, xưng em với thầy. Cu Quý hỏi mẹ, chú Ân cỡ tuổi thầy, hai người là bạn cờ của nhau mà sao chú cứ xưng hô như thế. Mẹ cười, bảo:

"Chắc vì thầy là con của ông nội."

"Thế ông nội làm gì hả mẹ?"

"À, vì ông nội trước kia làm Hương Chủ làng mình."

Cu Quý không hỏi thêm, nó thấy ông nội quan hệ với những ông ăn mặc đẹp, mỗi lần làng có hội thì nhiều người hỏi ý kiến ông đủ mọi việc. Năm ngoái khi lính Pháp còn đứng gác ở lô cốt trên đê, thỉnh thoảng có mấy ông cai qua nhà cu Quý chơi bài. Mấy ông ấy oai vệ là thế, đi đâu cũng có cả toán lính đi cùng, dân làng gặp mấy ông là khúm núm chắp tay chào, vậy mà khi gặp ông nội thì mấy ông ấy lại có vẻ cung kính khác hẳn. Nó không biết rõ cái chức Hương Chủ của ông là làm gì nhưng nó cảm thấy oai oai khi có ông nội như vậy. Mà nó cũng oai thật, mấy lần nó lên thuyền nhà chú Ân chơi, thằng Bảo mày tao với nó, chú Ân quát bảo phải gọi cu Quý là cậu, xưng em. Thằng Bảo lờ đi, tránh gọi cu Quý lúc ấy, lúc vắng mặt chú Ân, nó lại mày tao với cu Quý như thường.

Hôm nào chú Ân đi đánh cá nơi khác thì thầy đọc sách hay ngồi nhìn cu Quý đùa nghịch với lũ bạn. Thầy không hay giục về như anh Chiến mà có vẻ như thầy thích đưa nó ra sông tắm. Có lần thầy còn làm thơ về việc ấy nữa. Nó chỉ nhớ mấy ý là ngày xưa ông nội cũng từng đưa thầy ra sông và việc nhìn trẻ con tắm sông khiến thầy tưởng như chính mình đang vẫy đùa trong dòng nước, bao năm đã trôi qua mà dòng nước chẳng đổi màu và cuộc sống của dân làng nổi vẫn thế.

Cu Quý quấn thầy nhất nhà. Thầy chiều trẻ con và thầy cũng biết nhiều thứ hay. Nó có thể hỏi thầy về các loài chim, những cuộc chiến ở nước mình và trên thế giới. Nó thích mê khi thầy kể chuyện Tam Quốc, Thuỷ Hử, Tây Du Ký... Có những tối hè nóng bức, thầy nằm ở hiên cùng anh Chiến và nó. Những tối như thế, anh em nó xin thầy kể chuyện ma. Thích, nhưng có lúc sợ quá, nó nằm sát vào thầy. Có lúc muốn đi tiểu, nó phải nằn nì anh Chiến đưa đi. Mẹ ngồi khâu vá gần đấy cứ nhắc cu cậu nằm xa ra kẻo thầy nóng.

Quấn thầy nhưng lúc nào nó cũng yêu mẹ nhất nhà. Chẳng thế mà những năm nó còn nhỏ, trước khi ngủ mẹ thường hỏi con yêu ai nhất thì nó bảo luôn đấy là mẹ, yêu ai nhì thì là thầy, nhưng hỏi tới anh Chiến thì nó bảo không yêu. Mẹ phì cười hỏi tại sao, nó im lặng, chẳng muốn giải thích với mẹ là anh Chiến không ra dáng đàn anh, hơi tí là bắt chẹt nó chuyện này, chuyện kia. Nhưng thực ra, nghĩ lại thấy có anh Chiến cũng thích, nó chẳng bao giờ bị bắt nạt cả, kể cả bọn lớn hơn nó nhiều tuổi. Anh Chiến có tiếng lì đòn. Anh ít nói nhưng được các anh trong làng nể lắm.

Đúng là nó yêu mẹ rất nhiều. Có lần được thầy cho đi chơi hội Lim mấy ngày, vui là thế mà tới ngày thứ ba, nó đã nhớ mẹ ghê lắm. Tất nhiên là nó không nói việc ấy với thầy. Nói ra, lần sau thầy không cho đi cùng thì thiệt. Mẹ hiền dịu và ngọt ngào, nụ cười của mẹ rạng rỡ mà êm đềm. Nó thích được ôm mẹ, được bàn tay mềm mại như nhung của mẹ xoa lưng, xoa đầu nó trước khi ngủ.

Mẹ không bao giờ đi chơi xa nhiều ngày như thầy. Chợ huyện, mẹ cũng chỉ đi trong ngày. Lúc đầu nó đòi đi theo, nhưng mẹ bận rộn mua bán hết thứ này, thứ kia, nó theo mãi cũng mệt, vài lần thì chán. Mẹ thường ở nhà hay chỉ ở đâu đó rất gần. Đi đâu về không thấy mẹ, nó chạy sang hàng xóm hay ra chợ đầu làng là tìm thấy ngay. Mẹ khác với thầy lắm. Mẹ tất bật lo việc nhà, thầy lúc nào cũng nho nhã phong lưu giống ông nội. Thầy và ông nội đã bước ra đường là khăn xếp áo the xúng xính, bóng loáng cả một góc làng. Trước khi thầy và ông nội đi đâu, mẹ và mấy người ở phải xúm vào chăm lo áo xống, khăn, giày cho hai người.

Cu Quý suốt ngày bêu nắng, chân tay lấm lem nên mẹ không cho gần thầy. Điều duy nhất nó không thích mỗi lần được đi chơi với thầy là mẹ luôn bảo người ở tắm táp sạch sẽ, mặc quần áo mới cho nó. Dù sao nó cũng đã lên mười rồi chứ ít gì đâu. Mẹ luôn dặn là phải nghe lời thầy, không được để thầy phải bận tâm tới nó khi thầy giao đãi bạn bè, thấy thầy nóng thì nhớ quạt cho thầy, mang nước cho thầy, mang tăm cho thầy khi thầy dùng bữa xong... Trời ơi,

mẹ cứ làm như thầy là một đứa trẻ cần nâng niu lắm
không bằng. Nó đã thuộc lòng những lời dặn dò ấy
của mẹ nhưng lần nào cũng phải nghe lại. Cu Quý
vâng dạ cho mẹ yên tâm chứ trong bụng biết tỏng có
bao giờ nó phải làm mấy việc ấy đâu. Các bác bạn
thầy nhà nào chẳng có người ở, thầy đi một bước là
xe đưa xe đón, đâu chẳng có cơm bưng nước rót,
người hầu, kẻ hạ ở đó. Mẹ chỉ suốt ngày ở nhà lo
buôn bán, sổ sách, việc hiếu hỷ của họ hàng, làng xóm
nên mẹ không biết, cứ lo xa không cần thiết.

Nhưng có lẽ chính sự lo xa, tháo vát ấy mà mẹ
được bà con lối xóm quý mến, nể trọng lắm. Kể cả các
ông, các bà lớn tuổi ở làng hễ nói tới mẹ là một điều
bà Phú hai điều bà Phú. Mẹ còn chu đáo với cả những
người làm. Tết đến, cu Quý thấy mẹ chuẩn bị rất
nhiều phần quà, mẹ cho người làm mang tới cho
những gia đình thuê ruộng của nhà. Ông nội luôn hài
lòng về mẹ. Bà nội mất sớm, mẹ là dâu cả. Một tay mẹ
quán xuyến mọi chuyện lớn nhỏ của dòng họ. Các cô,
các chú tín nhiệm mẹ lắm, việc gì cũng nhất nhất hỏi
mẹ, từ mùa màng, giống má, cúng giỗ tới việc làm
nhà, dựng vợ, gả chồng.

Cu Quý chẳng bao giờ thấy ai hỏi thầy những việc
ấy. Có lẽ mọi người hiểu có hỏi thì thầy cũng không
biết mà trả lời. Thầy khác với mọi người lắm, lúc nào
cũng như đang trong cái thế giới xa xôi nào đấy của
riêng mình. Thầy chỉ thích làm thơ, đọc sách, đi nghe
hát, chăm cây cảnh, chim cảnh hay giao lưu bạn bè.

Nhưng một thứ thầy không thích là chơi bài. Ở nhà thường có hội tổ tôm của ông nội. Nhiều lần các cụ mời thầy vào ngồi chơi bài cùng nhưng thầy chắp tay xin các ông kiểu cho. Cu Quý thích hội tổ tôm ở nhà vì nó được giao nhiệm vụ chia bài hầu các ông, chịu khó một chút, cuối buổi các ông ai cũng cho nó cả mớ tiền lẻ.

Bản thân cu Quý cũng cảm thấy mình được người làng nể nang hơn những đứa trẻ khác. Khi bọn chúng leo trèo ở cây đa đình làng, hay chơi trò đuổi bắt, trốn tìm trong những luống ngô cao ngập đầu, mọi người có thể quát mắng những đứa khác, còn nó thì không sao. Hơn nữa, cả đám trẻ con cũng thích cu Quý. Nhờ tiền thưởng trong những lần chia bài mà nó có thể đãi lũ bạn ăn quà vặt.

Có những đứa nhà nghèo, nhất là bọn làng Dềnh, vốn chỉ được bố mẹ mua cho kẹo kéo, kẹo vừng, kẹo lạc, nhờ cu Quý mà mới biết được thế nào là bánh chín tầng mây, lục tầu xá, chí mà phù. Không chỉ có thế, cu Quý luôn là thằng có nhiều ý tưởng cho những trò chơi. Cuộc tắm sông nào, trận đá bóng, hay đánh trận giả nào mà không có cu Quý là kém vui ngay.

Sáng nay, anh Chiến có cuốn truyện mới nên nó được chơi thoả thích. Anh lấy sào đẩy thuyền cô Sương ra chỗ nước nông gần bến đò. Anh cắm sào cách mép nước khoảng ba mét rồi buộc thuyền vào sào. Xong anh buộc một cái sào khác chĩa ra khỏi thuyền, song song với bờ. Anh quy định không đứa nào được bơi quá cái sào ấy.

Mới biết bơi vụ hè này nên cu Quý khoái lắm, giờ thì nó không chịu lép vế với lũ bạn khi chơi trò đuổi bắt dưới nước nữa. Biết lặn rồi nên nó có thể lừa thằng đang làm ma bằng cách giả vờ ngụp theo một hướng nhưng lại quẫy người lặn theo hướng khác. Nước sông Nhành có màu đỏ đục nên chẳng thằng nào có thể nhìn thấy nó dưới nước. Mấy hôm nay, bọn nó có trò thi bơi bằng chậu. Mỗi thằng ngồi trên một chậu, thò tay xuống chèo. Xuất phát từ cái sào của anh Chiến, thằng trọng tài hô "bắt đầu" là cả bọn bơi vào bờ. Lúc đầu không quen, ối thằng lật nhào. Cả bọn cười đau bụng. Xong lại mất công mò chậu. Thằng nào về bét phải chui qua háng những thằng khác. Hôm nay, cu Quý nghĩ ra trò úp ngược chậu nhôm lên nước, vài thằng cùng dìm cái chậu xuống để cho một thằng lặn chui đầu vào lòng chậu lấy hơi. Một cái chậu to bằng cái rổ to là đủ cho chục lần lấy hơi. Trò này, mới nhìn tưởng đơn giản nhưng thực ra rất khó. Cả mấy thằng phải bặm môi, mỗi thằng một góc chậu cùng ấn xuống nước. Ấn lệch chậu sẽ bật ngửa, khí thoát ra và cái chậu chìm nghỉm ngay. Cả bọn khoái lắm, gọi đấy là trò "tàu ngầm". Cu Quý lặn xuống đúng lúc anh Chiến rời mắt khỏi quyển sách. Tìm mãi không thấy nó đâu, lại thấy mấy thằng đang đỏ mặt, bặm môi, châu đầu dìm dìm cái gì đó dưới

15

nước, anh hoảng hồn quát tướng lên "thằng Quý đâu?" Rồi anh vứt sách, để nguyên quần áo định nhảy xuống đúng lúc thằng Quý thò đầu lên. Cả bọn được phen khoái chí cười ngặt nghẽo. Anh Chiến cũng cười, nụ cười hiếm hoi trên cái mặt vốn lì lì kiểu kỳ. Cu Quý lúc đầu không hiểu, được thằng Bảo giải thích, nó cười ha ha như điên, khoái chí vì chơi được ông anh một vố, nhưng nó cứ tiếc mãi, giá như chậm một tích tắc nữa, để anh nhảy xuống ướt hết quần áo thì còn hay biết bao. Được vậy nó sẽ có chuyện để nói với cả nhà. Thầy mẹ và thậm chí cả ông nội chắc được một mẻ cười đau bụng.

Lúc chơi không mệt nhưng ăn trưa xong thì người nó rũ xuống. Nó định ngồi nghỉ một chút cho tiêu cơm rồi sẽ lại rủ thằng Đảo chơi bi. Thằng Đảo cũng bằng tuổi cu Quý, con cô Điêu hàng xóm gần nhà. Cô Điêu là người thuê ruộng nhà cu Quý lâu năm rồi. Thời tiết tháng Sáu oi nồng, nắng chiếu qua giàn thiên lý tạo những mảng sáng lấm râm xao động trên mặt sân. Gió hây hẩy khiến những thân tre ngoài ngõ cọ vào nhau ken két, ken két, tiếng lá tre lao xao, tiếng gù gù êm ái của mấy đôi chim câu dưới tán cây nhãn… Hoà âm yên bình ấy ru ngủ cu Quý. Ngồi dựa lưng vào cái cột lim, cu cậu díp mắt vào rồi nằm xoài xuống hè, ngay cạnh con Vện, cẳng chân đen nhẻm thò ra khỏi mép hè. Giấc ngủ đằm đượm hương vị thôn quê đã dịu dàng phủ lên thằng bé.

*

Đang ngủ thì cu Quý nghe giọng thầy gọi ngoài ngõ: "Quý ơi, ra xem ngựa này!"

Cu cậu dụi mắt, ngơ ngác một thoáng rồi lao phốc ra ngõ. Một đám trẻ con lít nhít làng nhàng đang vây lấy thầy và một con ngựa trắng. Thầy khoác vai anh Chiến, ngắm nhìn lũ trẻ tranh nhau vuốt ve con ngựa. Đúng là con tuấn mã nó mong đợi, thậm chí còn đẹp hơn cả sức tưởng tượng của nó. Nó reo to chào thầy, chẳng ngại làm bẩn quần áo thầy như mọi khi mà ôm riết lấy thầy. Chắc thầy cũng nhớ "cái đuôi" của mình nên mới áp chặt nó như vậy. Tim cu Quý như chực nhảy ra ngoài vì quá đỗi sung sướng. Nó thấy yêu thầy hơn bao giờ hết. Thầy đã thực hiện lời hứa với anh em nó. Chắc hẳn không có thằng bé nào trên thế giới lại được cha tặng một món quà quý giá lộng lẫy thế này. Con ngựa trắng muốt, khoẻ mạnh. Lưng của nó cao quá đầu cu Quý. Thằng bé choáng ngợp, chưa bao giờ nó đứng ngay sát một con vật to lớn và đẹp đến thế. Bờm con ngựa dài, mềm mại buông xuống loà xoà chạm cặp mắt hồng hồng. Cu Quý rụt rè chạm tay vào lưng ngựa. Lông của con ngựa bóng mượt nhưng không mềm như cu Quý nghĩ mà khá cứng. Thầy chăm chú nhìn nó, dường như thầy đang sung sướng đón nhận từng cảm xúc trên khuôn mặt con trẻ, có lẽ thầy cũng đang nhớ lại thủa ông nội mang con ngựa về cho thầy.

"Cho con cưỡi nhé?" Cu Quý ngước mắt hỏi, mặt đỏ bừng phấn khích.

"Nó mới ba tuổi, còn chưa lớn hết, con phải chờ một năm nữa cho xương gân nó đủ cứng đã!"

Thấy vẻ mặt nó hơi chùng xuống, thầy vội dỗ: "Nhưng con có thể ngồi một chút lên lưng nó cũng được!" Thầy nhấc bổng nó lên mình ngựa rồi cầm lấy dây cương từ tay anh Chiến, có lẽ thầy sợ con ngựa chạy mất. Giây phút ấy cu Quý nhớ cả đời. Nó bỗng thấy mình cao hơn tất cả mọi người, bọn bạn nó ở tít dưới, thậm chí nó còn cao hơn thầy rất nhiều, nó được nhìn các ngôi nhà hàng xóm từ trên cao, vượt qua tầm của những dãy hàng rào, ánh mắt nó trải rộng bao quát cả một góc làng. Thằng Quý cười rạng rỡ, mắt sáng rực nhìn chúng bạn. Thằng Bảo, thằng Đảo ngước nhìn như thể nó là một hiệp sỹ thật rồi. Anh Quý nói nhỏ với thầy điều gì đó. Thầy xoa đầu anh, bảo:

"Con nặng rồi, phải đợi một năm nữa, cho nó cứng cáp đã!"

Nghe vậy tâm trí cu Quý loé lên lấp lánh. Hoá là vậy, đâu cứ phải nhớn là lúc nào cũng thích. Nó được ngồi trên lưng ngựa còn anh Chiến phải chờ hẳn một năm nữa. Nó kín đáo liếc nhìn anh Chiến. Anh ấy đang cố tỏ ra bình thản nhưng sự thất vọng vẫn thoáng trên mặt.

Sau đấy, thầy lần lượt cho từng đứa ngồi lên lưng ngựa, bọn choai choai biết điều, ngồi một chút là xuống còn bọn lít nhít thì khóc ầm ĩ đòi được ngồi thêm. Con ngựa gõ móng lộp cộp xuống đường, rõ ràng là nó sốt ruột do đứng lâu một chỗ. Thầy nói to, vui vẻ:

"Thôi, thế đã nhé, ngựa đi đường xa, cần nghỉ rồi!"

Nói rồi thầy dắt ngựa vào sân. Bọn trẻ con định đi theo nhưng ông Thọ, người ở nhiều tuổi nhất đã xua tay, kêu:

"Không được vào, không được vào!" Nói rồi ông khép hờ hai cánh cổng gỗ lại rồi chạy theo cầm lấy cương ngựa từ tay thầy. Thầy quàng tay qua vai anh Chiến và cu Quý, hỏi:

"Hai cái đuôi của thầy ở nhà thế nào? Có nhớ thầy không?"

"Con nhớ thầy lắm ạ!" Cu Quý hào hứng trả lời ngay, còn anh Chiến nói nhỏ: "Dạ, có chứ ạ!"

Ông nội đi chơi đâu về, thầy vội đi ra cổng chào: "Ông ạ, con đã mua được ngựa về rồi ạ! Ông xem có được không?"

Ông nội cười khà khà, kiểu cười chỉ lúc ông rất vui.

"Đẹp quá, còn đẹp hơn con ngựa ngày xưa ông mua cho thầy thằng Chiến nhỉ. Chọn giỏi đấy!"

"Vâng, con phải đi mấy tỉnh mới tìm được đấy ạ!"

"Ông ơi!" Cu Quý chạy ra khoe. "Con được cưỡi rồi nhưng anh Chiến thì phải chờ một năm nữa mới được cưỡi ông ạ!"

"Vậy à?" Ông nội bảo. "Thôi, cho anh Chiến ngồi một chút cũng chẳng sao, đừng bắt nó đi là được!"

"Mày đã được cưỡi đâu, đúng là không biết gì!" Anh Chiến quay sang nói. "Cưỡi là phải đi lại, mày mới được ngồi lên lưng ngựa thôi!"

"Ừ, còn hơn anh không được ngồi!" Cu Quý vênh mặt.

"Để hôm nào ngựa đỡ mệt, thầy cho con ngồi lên một chút nhé!" Anh Chiến xin, sợ thầy từ chối, anh thêm: "Một thoáng thôi, con sẽ xuống ngay!"

"Ừ, để mấy hôm nữa xem thế nào đã, trèo lên cũng phải để ý, thấy ngựa khó chịu, có biểu hiện gắng sức là phải xuống ngay."

"Thấy chưa?" Anh Chiến cười hỏi cu Quý, khuôn mặt tươi tỉnh hẳn lên.

Chương 3

Thị lực đã trở lại bình thường, đầu cũng đỡ đau hơn trước nhưng bụng của anh vẫn cứng đanh, đau xoắn lại. Anh không đi tiểu được. Chị bác sỹ ở trạm nói anh bị xoắn đường tiết niệu chứ không phải bị rối ruột, có khả năng phải mổ để gỡ ra. Trời đã sang thu, khá mát nhưng người anh toát mồ hôi như tắm, một thứ mồ hôi khai như nước đái. Chiều hôm trước, anh đã ký giấy để hôm sau mổ. Anh không kêu to, sợ ảnh hưởng tới các y tá và anh em thương binh khác. Anh cố mím chặt môi, gừ gừ trong cổ họng. Chị bác sỹ bảo anh cứ kêu thoải mái, làm thế hỏng thanh quản. Đêm ấy đau quá, anh chỉ mong trời sáng để được mổ. Nỗi sợ dao kéo bỗng chẳng là gì.

Sáng ra, có đoàn bác sỹ từ bệnh viện quân y 108 đi tăng cường cho chiến dịch tới thăm. Một ông bác sỹ tóc hoa râm, đeo kính trắng dẫn đầu một nhóm mấy bác sỹ trẻ tới giường Quý.

"Xin giáo sư cho ý kiến về trường hợp này," Chị bác sỹ ở trạm nói. "Đồng chí này bị sức ép bom B52, bị mảnh bom găm ở đầu gối, người lành lặn cả nhưng bụng thì cứng đơ, không tiểu được, chắc xoắn đường tiết niệu, rất đau."

"À, quê Bắc Giang," vị giáo sư reo lên. "Đồng chí là đồng hương của tôi đấy. Thấy đau ở đâu thì đồng chí nói nhé." Nói rồi ông nắn nắn bụng Quý. Cả ổ bụng, chỗ nào anh cũng thấy đau.

"Đồng chí yên tâm, không có gì nghiêm trọng đâu nhưng đau lắm đấy, đồng chí cố chịu nhé!"

Anh gật gật đầu, đau tới mức không thể thưa gửi được nữa. Vị giáo sư quay sang chị bác sỹ bảo: "Chuẩn bị thông tiểu. Tôi sẽ làm!"

Quý mừng lắm, như vậy là anh không phải mổ nhưng lúc ấy anh vẫn chưa hiểu vị giáo sư nói đau lắm là như thế nào. Đến khi mấy y tá trói chân, trói tay anh vào giường, anh mới hiểu mình sắp phải chịu một cơn đau ghê gớm lắm, nhưng không sao, anh tự động viên mình. Đau dữ dội một lúc còn hơn, chứ đau triền miên như mấy ngày qua thì chắc anh không chịu được.

Đấy là tình huống dở sống, dở chết, dở khóc, dở cười anh nhớ mãi. Một kẻ nhát gái như anh bỗng dưng phải nằm tênh hênh trước mấy y tá và bác sỹ nữ. Họ cạo phần ấy của anh. Sát trùng rồi vị giáo sư tới. Một cô y tá cầm tay anh hỏi quê anh ở đâu, nhà anh có bao nhiêu anh chị em. Đang cố trả lời, anh bỗng oằn mình, cả người căng cứng, tưởng chừng anh có thể giật đứt được các dây buộc ở chân tay. Tay anh siết chặt tay cô y tá. Một cơn buốt xối tận óc khi cái ống được luồn vào trong.

"Chịu khó đi anh, chịu khó đi anh!" Cô y tá luôn mồm động viên anh, giọng cô méo đi. Sau anh mới biết là cô cũng đau do tay anh. Khi họ xịt xịt hơi vào để sắp xếp lại đường tiết niệu và đẩy nước tiểu ra thì anh ngất đi.

Chính cơn đau lại làm anh tỉnh lại, vẫn tiếng xịt xịt chết người ấy. Trời ơi, thà ngất còn hơn! Vẫn chưa xong! Anh gừ gừ trong cổ họng, cố chịu đau. Đau quá, có lúc anh quên cả thở, để rồi anh phải thở dốc để lấy lại hơi.

"Đồng chí cứ kêu đi!" Vị giáo sư vừa làm vừa động viên. "Một lát là xong thôi, đồng chí chịu đau giỏi thật đấy!"

Thời gian lúc ấy sao dài thế. Mồ hôi của anh đầm đìa do cơ bắp căng cứng vật vã trong cơn đau. Mãi thì vị giáo sư mới thốt lên:

"Xong rồi! Cảm ơn đồng chí!"

Chị bác sỹ ở trạm chỉ cho anh thấy cả một khay đầy nước tiểu và máu.

"Đồng chí kiên cường lắm!" Chị bảo.

"Anh ơi, anh bỏ tay em ra được rồi!" Cô y tá khẽ nhắc anh. Lúc ấy anh mới nhớ mà buông tay mình ra. Bàn tay nhỏ nhắn của cô dính chặt vào nhau dúm dó. Lúc ấy, anh vẫn còn đau quá nên không nhớ ra phải xin lỗi cô.

Lần ấy là lần đầu tiên Quý mới cảm nhận được cái sức mạnh thực sự của kiến thức. Giả sử không có ông giáo sư trong chuyến đi công tác ấy thì không biết anh sẽ ra sao. Mổ chưa chắc đã giải quyết được vấn đề mà động dao kéo sẽ rất phiền phức.

Thông xong, anh đi tiểu được thật, chỉ tội đấy ra được một chút nước tiểu, anh cũng xót chảy nước mắt, mỗi giọt như là một giọt a xít. Suốt mấy tiếng anh vận lộn với cực hình ấy. Xón ra được một ít, buốt quá anh phải nghỉ, rồi lại tiếp tục…

Sau đấy, cơn đau âm âm giảm dần. Anh mừng lắm. Vậy là ổn rồi. Vị giáo sư tóc hoa râm giờ đối với anh giống như một ông tiên, anh cũng không kịp hỏi tên ông.

Cô y tá đưa tay cho anh nắm tên Thôn. Cô có cái vẻ xinh xắn của một thiếu nữ nông thôn. Da cô ngăm ngăm, khi cười bên trái thoáng có lúm đồng tiền, trông rất duyên. Hôm sau, Thôn bảo anh:

"Hôm qua, mấy tiếng sau các ngón tay của em mới cử động được đấy!"

Chương 4

"Mẹ ơi, hôm nay con được ông Phú cho cưỡi ngựa!" Bé Vi khoe, khi Sương vừa kéo ván lên để tắt đèn đi ngủ.

"Ngựa ở đâu hả con?" Sương nằm nghiêng người sang con bé. Chị thích cảm giác vòng tay mình ôm trọn lấy con bé, áp má vào cái má bầu bầu mềm mại của nó.

"Ngựa ông Phú mua cho cậu Chiến và cậu Quý mẹ ạ!"

"Thế cưỡi ngựa có thích không?"

"Ôi, thích lắm mẹ ơi," giọng con bé ngân lên vui sướng. "Nó cao ghê! Vừa mới ngồi lên, con sợ lắm, lông của nó ram ráp cọ vào chân con buồn buồn là. Nó nghểnh cổ, phà một cái vào mặt con, hơi thở của nó nóng lắm. May mà có ông Phú nắm tay con chứ không thì con ngã vì sợ mất…"

Con bé líu ríu kể được vài câu thì giọng nó rời rạc, nó ngáp rất dài rồi nhắm mắt, rúc mặt vào ngực mẹ, ngủ ngay. Sương dụi dụi má vào đầu con. Những giây phút cuối ngày như thế này khiến chị thấy mọi nhọc nhằn suốt một ngày chèo đò dường như tan biến. Giọng nói thủ thỉ đáng yêu của con bé như lời ru đưa Sương chìm vào giấc ngủ, để quên đi quá khứ buồn.

Quả thực Sương chẳng muốn nghĩ về những gì đã qua, chị chỉ muốn sống cho hiện tại, kiếm tiền để nuôi bé Vi được tốt. Nhưng tâm hồn con người ta lại thường không dễ bảo. Nó cứ tự lần mò về tất cả những kỉ niệm buồn vui bất kể lúc nào. Có khi chỉ một câu nói, một nét mặt của một người xa lại lại khiến Sương nhớ tới điều gì đó xa thẳm của dĩ vãng.

Chiều nay, khách qua sông có hai ông bà già từ nơi khác tới làng Đại An thăm họ hàng. Cách ăn mặc, dáng người và độ tuổi của họ khiến Sương bỗng nhớ bố mẹ da diết, làm chị ngẩn ngơ cả chiều. Bố mẹ đã mất gần mười năm rồi. Cuộc đời Sương đã thay đổi biết bao từ cái ngày hai người đi ăn giỗ làng bên. Ngày ấy, bố mẹ trông giống y như cảnh hai ông bà già ban chiều, cũng quần áo thâm nón lá, cũng tay nải khoác vai, ông dáng xương xương dong dỏng, bà nho nhỏ người. Một con lũ ống đã đổ từ trên núi xuống, cuốn bố mẹ cùng bao người trong phiên chợ buổi sáng. Họ hàng nội ngoại cùng xúm vào tìm bao ngày không thấy.

Sương chột dạ. Bố mẹ đã bị nạn nước, vậy mà chị quanh năm ngày tháng sống với nước. Nhưng chị tự trấn an, con người có số phận, lo sợ cũng chẳng giúp gì. Ai mà biết được cuộc đời Sương lại có lúc buồn khổ, cô đơn đến thế, người miền núi lại có lúc phải sống đời lênh đênh thế này. Kệ thôi. Ni sư trên chùa chẳng bảo mọi khổ nạn của kiếp này là quả báo của những kiếp trước đấy sao. Nhưng sao cuộc đời buồn thế. Sương đã tin vào con người nhưng chỉ nhận lại sự phụ bạc nhẫn tâm.

Giấc ngủ mãi chưa đến. Mấy hôm trước, Sương giật mình vì một khách đi đò giống người ấy quá chừng. Cũng quần áo tây sáng màu, cũng giày da, mũ giấy ép, dáng phong lưu trẻ trung. Giống đến nỗi Sương không dám nhìn lâu. Chỉ khác là người khách có gương mặt đượm buồn chứ không vui vẻ linh lợi như con người kia.

À, do chén trà tàu chị Chiêm mời lúc chiều đây mà. Chị Chiêm bán trà và vá quần áo thuê trên bến. Chị chịu khó lắm, rót một chén trà, lấy một cái kẹo cho khách xong, lại cắm cúi khâu khâu vá vá, mồm vẫn hỏi thăm: ông, bà, anh, chị dạo này có khoẻ không, lúa có tốt không, thằng cu, cái hĩm có ngoan không, lớn đến đâu rồi… Chị Chiêm như vậy nên ai cũng quý. Mấy bà đi đò cứ chép miệng khen chị đẹp người, đẹp nết, rồi lại bảo hồng nhan bạc phận. Ý họ nói tới anh Phiêu, chồng chị. Anh là một tay nghiện rượu có tiếng ở làng Đại An. Mới bảnh mắt đã lè nhè ngồi

xổm cạnh vợ ngoài bến đò uống rượu, chị Chiêm bảo
thế nào cũng không chịu về để lo lợn gà, cám bã ở
nhà. Chị Chiêm bán rượu đắt khách, vì chồng mà
phải bỏ không bán rượu nữa, chỉ bán nước trà, kẹo,
bánh lặt vặt thôi. Nhưng cách ấy cũng không ăn thua.
Anh Phiêu đi mua rượu, xong vẫn ra ngồi cạnh vợ
uống như thường. Ai cũng trêu chị Chiêm được
chồng yêu đến thế là cùng, nửa bước cũng không rời.

Chị Chiêm quý Sương lắm, thỉnh thoảng chị lại dúi
cho con Vi cái kẹo lạc, kẹo vừng. Chị Chiêm bảo trà
ướp sen ngon lắm, nhất định em phải thưởng thức
mới được. Trà đúng là thơm ngon thật. Đi mấy
chuyến đò mà Sương vẫn thấy ngọt giọng.

Có tiếng móng tay cào nhẹ vào liếp. Anh Ân đấy
mà. Kệ anh, một lúc chán, anh sẽ thôi. Sương biết, anh
Ân có cảm tình với mình. Trong lòng Sương cũng
công nhận anh là một người đàn ông được nhiều mặt.
Anh rất tốt với bà con hàng xóm, như con dao pha,
nhà nào cần là anh giúp ngay. Làm thuyền mới, đóng
bè mới, kéo thuyền bè lên bờ để sửa, lợp lại mui
thuyền, tát ao bắt cá, buộc thuyền lớn, bè lớn lại
thành mảng to khi có ma chay, cưới xin, đau ốm lúc
nửa đêm hôm sớm cần đi ông lang… tất tật việc gì
anh cũng có mặt. Chẳng thế mà người làng Dềnh có
chén rượu ngon, có con mực khô là sẽ nhớ tới anh Ân
đầu tiên. Dân sông nước, đàn ông nhà nào khi chiều
về chẳng thích uống một vài chén rượu, thành thử
ngày nào anh Ân cũng uống, không nhà này thì nhà

khác. Vậy nên nhiều hôm, mới sáng ra đã có ông hàng xóm đi qua, gõ vào thuyền nhà anh để xí phần được ngồi uống rượu với anh vào chiều hôm đó. Có hôm ngại quá, anh phải tạt qua hai, ba thuyền, mỗi nhà uống một, hai chén cốt để đẹp lòng hàng xóm.

Tiếng móng tay vẫn rột roạt lướt dài trên vách liếp. Mặc anh thôi. Sao đời Sương cứ dang dở thế nhỉ. Gặp được người đáng quý thì người ấy lại có nơi có chốn rồi. Sương không thể làm cái việc thất đức ấy được. Chị Lan, vợ anh Ân bị liệt nằm hai năm nay.

Chị Lan hầu như không nói được, chỉ ú ớ đồng ý hay không thôi. Đã là con người, ai chẳng có nhu cầu bầu bạn. Nhiều khi Sương thèm có một người đàn ông để được nhờ cậy, để lúc sóng to gió lớn không thấy mình trơ trụi như con chim nhỏ ướt cánh, run rẩy trước biển nước mênh mông, để mỗi đêm, trong giấc ngủ bập bềnh, có một cánh tay chắc chắn ôm lấy chị, để chị yên lòng trong hơi ấm con người.

Sương biết mình có nhan sắc nhưng nhan sắc đã không mang lại cho chị hạnh phúc. Nhiều khách đi đò nhả lời ong bướm nhưng chị sợ tuýp người đàn ông ấy lắm rồi. Chị đã phải trả giá vì một con người như thế, loại người ăn nói ngọt ngào nhưng tâm địa lạnh lùng. Họ giống những con bướm sặc sỡ chuyên dập dờn hút mật ăn phấn rồi bay đi dửng dưng vô tình.

Anh Ân thì khác, anh chu đáo với gia đình và với hàng xóm. Vợ nằm một chỗ, một tay anh kiếm sống nuôi gia đình, giặt giũ, chăm bón chẳng nề hà điều gì. Bà con làng nổi thương lắm. Những lúc anh đi đánh lưới xa, Sương và mấy chị em ở gần thường qua chăm sóc chị Lan, giặt giũ dọn dẹp giúp anh một tay.

Chắc cu Bảo ngủ rồi nên anh Ân mới dám làm vậy. Nhiều khi Sương muốn vứt bỏ mọi e ngại để đến với anh, để thấy mình nằm trọn trong vòng tay của một người đàn ông... Nhưng làng nổi là nơi bấu víu cuối cùng của chị. Nếu làm thế, mọi người sẽ nghĩ thế nào? Vài lần, Sương thấy mình đang mơ màng về một ngày anh Ân được tự do... nhưng chị tự trách mình, chị ở gần chùa, là người tìm trong Phật pháp sự an ủi cho cuộc đời thiếu may mắn của mình, sao có thể mang ý nghĩ ấy được.

Sương biết anh có ý lâu rồi. Điều ấy phần nào sưởi ấm lòng chị nhưng chị không thể bước qua cái ranh giới kia được. Biết vậy nhưng Sương vẫn không khỏi xao xuyến. Nỗi xao xuyến tích tụ, có những lúc bùng lên thành khao khát. Đấy là tâm trạng của một người đàn bà trẻ cô đơn quá lâu, lâu đến nỗi mà cả cơ thể và tâm hồn khát cháy như sa mạc lâu không mưa. Sương thèm tình yêu, thèm một hơi ấm đàn ông, chị mới hai mươi lăm tuổi, sức sống trong chị đang cháy mãnh liệt. Chẳng thà cái miền sa mạc ấy cứ ngủ yên, cứ an phận để ngày ngày chèo đò, đến vụ thì cấy gặt thêm, yên phận nuôi bé Vi cho đỡ khổ. Nhưng miền sa mạc ấy bỗng bị đánh thức bởi hình bóng một người đàn ông khoẻ mạnh với nụ cười khoáng đạt trên môi, để rồi miền sa mạc ấy nhận ra sự thiếu hụt lâu ngày trong mình. Đến nỗi mà tận cùng từng hạt cát bé nhỏ bỗng quặn đau thèm khát những giọt nước thánh thần mát rượi tưởng chừng chỉ còn trong kí ức xa xôi.

Một lúc lâu, Sương tưởng anh đã bỏ cuộc nhưng rồi lại có một tiếng chầm chậm buồn bã lướt dài trên liếp. Có thể anh tưởng chị ngủ thật rồi và anh chỉ vô tình thể hiện tâm trạng của mình. Sương bật khóc, áp chặt gối vào mặt, chị không muốn tiếng nức nở của mình tới anh. Biết làm gì đây?

Chả lẽ chị phải bỏ đi lần nữa để được bình yên? Nhưng đi đâu? Làng nổi hội tụ những số phận thiệt thòi, nơi con người biết thương xót những người cùng cảnh ngộ. Không sống được ở đây thì ở đâu?

Sương như cánh chim lẻ sau một chặng bay dài, giờ tìm được bến đậu nên ngại bay tiếp. Chị sẽ ở nơi này tới chết thôi, chị thấm mệt rồi, mặc anh. Chị cũng cần phải vượt qua nỗi khao khát của mình. Nếu không, chị sẽ không thể nhìn mặt ai trong cái cộng đồng nhỏ bé này. Ra đi lần trước là để khẳng định mình, để anh trai và chị dâu biết rằng chỉ vì sĩ diện viển vông với người ngoài mà họ đạp lên lòng tự trọng của người nhà, sự ra đi ấy cũng giống hành động trả thù, một sự phản kháng để bảo vệ lòng tự trọng. Chị cần nói hết ngọn ngành để anh hiểu. Như

31

vậy cả hai người sẽ thoát khỏi cái trạng thái chập chững khổ sở.

Chương 5

Lần ấy Quý nằm viện mười sáu ngày. Đoàn bác sỹ viện quân y 108 sau đấy về Hà nội. Anh nhờ họ mang thư cho mẹ. Thư từ thời chiến gửi theo đường quân bưu có tính may rủi nhiều. May thì nhanh, không may thì bức thư sẽ bị nằm ở đâu đó hàng tháng trời hay thất lạc. Thời chiến cũng có những kiểu gửi thư đặc biệt. Có những chiến dịch dài, hành quân đẳng đẳng, có những đêm không hiểu sao cả đơn vị khó ngủ, bọn anh kê ba lô, bật đèn pin viết thư. Sáng hôm sau, xe chạy qua một cung đường khô ráo, các anh ném thư xuống đường. Những lá thư có địa chỉ, không tem bay như bươm bướm. Thế mà tới được đấy. Người dân, hay một đơn vị thanh niên xung phong sẽ nhặt lên, dán tem gửi giúp cho. Chỉ một chi tiết thế thôi mà nói lên nhiều điều. Chiến tranh khiến con người ta gần nhau hơn, sẵn sàng giúp một người lính xa lạ. Ai cũng hiểu những dòng chữ nguệch ngoạc ấy là những dòng tâm tình của người

33

lính. Giúp những người lính không biết mặt ấy, cũng như giúp những người anh, người em của họ thôi.

Anh đoán thư gửi cùng đoàn bác sỹ sẽ đi rất nhanh nhưng không ngờ lại nhanh đến thế. Sau này, khi đã trở lại đơn vị, nhận được thư mẹ, anh mới biết mẹ đã đi nhờ ô tô đoàn văn công để vào Quảng Bình, tới trạm quân y 112. Anh đi được năm ngày, mẹ vào tới nơi. Trong thư mẹ bảo cả trạm quân y đều ồ lên khi mẹ hỏi về anh. "Đồng chí Hoàng Thanh Quý hả bác, trời ơi, anh ấy vừa đẹp trai, vừa kể chuyện giỏi ghê lắm, chúng cháu thích mê đi được ấy!" Mẹ hỏi thế Quý tự về đơn vị à, mọi người cười bảo: "Vâng, tất nhiên rồi bác ơi, thời chiến thì ai đưa anh ấy đi được?"

Mẹ ra về với tâm trạng nặng trĩu mà chẳng dám nói với ai. Mẹ sợ anh đã hy sinh nhưng mọi người ở trạm quân y nói tránh đi. Về việc kể chuyện cho mọi người thì đúng rồi. Thông tiểu xong, cơn đau dịu dần, anh bắt đầu đi lại trong lán, trong giao thông hào nối giữa các lán, giữa lán với cái hầm chữ A sâu xuống lòng đất để tránh bom B52. Anh không được ra ngoài vì nguyên tắc bí mật.

Anh hỏi chuyện mọi người rồi chẳng biết tự lúc nào, anh bỗng trở thành trung tâm của mấy cái lán. Cứ rảnh là mọi người yêu cầu anh kể chuyện. Có sáng anh ngủ muộn, anh chàng bị bỏng bom na-pan nằm tít cuối lán gọi với sang:

"Thế hôm nay đồng chí Hoàng Thanh Quý không kể chuyện cho anh em nghe à?"

Người lính ấy bị bỏng nặng, thường ngày la hét ầm ầm vì đau nhưng khi anh kể chuyện thì im thin thít. Anh không kể chuyện chiến trường. Chuyện chiến trường thì thương binh, y bác sỹ ở đây còn lạ gì mà kể. Anh kể những bộ phim Liên Xô anh xem thời sinh viên. Cánh Buồm Đỏ Thắm, Yêu Không Dám Nói, Khi Đàn Sếu Bay Qua, Sông Đông Êm Đềm và phim của ta như Nổi Gió, Hai Trận Tuyến...

Rồi anh kể truyện Bỉ Vỏ, Thép Đã Tôi Thế Đấy, Những Người Khốn Khổ... Anh kể từ từ, nhởn nhơ. Sông Đông Êm Đềm là cuốn anh thích và nhớ nhất. Anh mê hình ảnh chàng Gregory, râu ria xồm xoàm lao trên lưng ngựa giữa thảo nguyên rộng lớn. Chuyện này, anh tha hồ vẽ hươu vẽ vượn, tha hồ dông dài thêm thắt rồi khoái chí liếc nhìn những khuôn mặt háo hức xung quanh.

Quả thực, anh rất vui thấy mình làm trung tâm giải trí cho anh em thương binh, anh nuôi, y bác sỹ của cái trạm quân y ấy. Có lần mọi người phải ăn cơm khê vì anh nuôi mải nghe quá, cơm cạn không bớt lửa. Anh cũng kể về Hà Nội. Anh em lính tráng phần nhiều chưa biết Hà Nội. Anh tả tỉ mỉ nơi hẹn hò đôi lứa, hồ Gươm, hồ Tây, ghế đá công viên, bách thảo, những con đường rợp bóng cây to. Những con phố yên ả được tô điểm bởi những thiếu nữ Hà Nội xinh đẹp.

Lần ấy, khi chia tay, cả trạm quân y quyến luyến. Cô y tá có má lúm đồng tiền tên Thôn xin phép bác sỹ ra ngoài, để tiễn anh một quãng đường. Anh biết cô có cảm tình với mình. Anh khó xử, không muốn Thôn hy vọng nhưng anh cũng sợ cô buồn. Đến nỗi khi kể chuyện, anh không dám nhìn lâu vào mắt cô. Khi chia tay, cô tần ngần, ngẩng nhìn anh rồi lại cúi xuống, mặt cô ửng lên trông vừa đáng yêu, vừa tội nghiệp. Anh hứa sẽ viết thư cho cô và nói những ngày ở trạm quân y đã cho anh một thời gian yên bình, ấm áp tình cảm, anh sẽ không bao giờ quên. Anh có người yêu trạc tuổi cô và anh thích được coi cô như người em gái của mình. Nét mặt cô lặng đi buồn bã hồi lâu nhưng rồi cô mỉm cười trong hàng nước mắt, chúc anh lên đường may mắn, cô sẽ mong thư anh. Cô đã ghi lại tên những bộ phim, những cuốn truyện anh kể, nhứt định cô sẽ tìm xem, tìm đọc để cô được sống lại những giây phút nghe anh kể chuyện. Quý xúc động, anh bỗng muốn ôm lấy cô trìu mến như ôm một người em gái nhưng anh không dám. Anh chỉ cười, bắt tay cô. Bàn tay con gái mà cũng chai sạn chẳng khác tay của anh.

Quý đi được một quãng xa, quay lại vẫn thấy cô đứng yên một chỗ, anh vẫy tay, cô vẫy lại nhưng rồi hình như cô lau nước mắt. Trong nắng sớm dịu dàng nơi bìa rừng, hình ảnh ấy khiến anh nao nao, niềm thương cảm dâng trong lòng. Anh hiểu, tình cảm ấy của cô sẽ thoảng qua như một làn gió heo may, anh nói ra như vậy là tốt. Chiến tranh, có nhiều thương binh qua lại trạm quân y. Cô sẽ sớm có nơi gửi gắm tình cảm thơ mộng của một người con gái mới lớn. Anh thấy yêu cô, đúng hơn là thương mến, cũng giống sự thương mến anh dành cho hàng trăm nữ thanh niên xung phong anh gặp thoáng qua trong cuộc chiến này.

Chương 6

Từ ngày có con ngựa, chị Phú thấy hai thằng con trai thân nhau hơn. Ngày nào chúng cũng cho ngựa ra sông tắm, về nhà thằng Quý ríu rít kể con ngựa đã quen với nước ra sao, đã bơi thế nào, thích ăn gì... Chúng hỏi thầy về cách chăm sóc ngựa, những giống ngựa... Thấy cha con có thứ để chia sẻ, chị Phú mừng lắm. Chị luôn tự hào có người chồng hiểu biết, luôn yêu chiều vợ con như anh. Biết nhau từ nhỏ, hôn nhân của anh chị được gia đình hai bên có ý hướng từ trước. Ông nội và ông ngoại bọn trẻ là bạn lâu năm của nhau, anh Phú lại là học trò yêu của bố chị, một ông đồ có tiếng ở làng bên.

Gần đây chị Phú thấy thầy và ông nội bọn trẻ hay ngồi bàn chuyện gì đó với vẻ rất nghiêm trọng. Hai cha con bỏ hẳn những hoạt động giao lưu và ít ra khỏi nhà, thỉnh thoảng có vài bạn chồng chị tới nhà, tác phong không sôi nổi như xưa, nét mặt lo lắng. Chị hỏi thì anh bảo tình hình không tốt lắm, anh nghe mấy người bạn nói phong trào cải cách ruộng đất ở mấy tỉnh khác đang rầm rộ và sắp tới sẽ tới nơi này. Làng nào, xã nào cũng có địa chủ bị đấu tố. Chị bảo nhà mình đã ủng hộ Việt Minh nhiều vàng, nhiều ruộng nhất trong tổng, có gì mà phải lo. Anh kể chuyện một địa chủ, cũng là một thương gia buôn thép và tơ lụa ở Thái Nguyên đã từng đón tiếp, nuôi dưỡng nhiều cán bộ trong kháng chiến, trước cách mạng tháng Tám đã ủng hộ Việt Minh hai mươi nghìn đồng bạc Đông Dương, tương đương với bảy trăm cây vàng cùng nhiều nhà cửa, ruộng vườn. Trong phong trào Tuần Lễ Vàng bà đóng góp thêm cho chính quyền mới thành lập một trăm cây vàng. Con trai bà là trung đoàn trưởng một trung đoàn của Quân Đội Nhân Dân Việt Nam. Ấy vậy mà năm ngoái bà vẫn bị xử bắn trong đợt đầu cải cách ruộng đất. Nhiều bạn bè của anh vì sợ quá nên đã bỏ nhà cửa, đất đai, xuống Hải Phòng lên tầu há mồm vào Nam. Một người đang làm thư ký trong uỷ ban cải cách ruộng đất dặn anh phải nghe ngóng tình hình. Anh và ông nội bọn trẻ đã bàn nhiều là có nên đi vào Nam hay không. Ông bảo, quê hương ở đây, mồ mả ông bà bao đời ở đây, nếu chỉ vì sợ mà bỏ đi thì mang tội bất hiếu với tổ tiên. Hơn nữa, ông cũng già rồi, có sao cũng được, vợ chồng con cái anh chị nên đi. Vật đổi sao rời, thể nào chẳng có ngày quay về thờ phụng tổ tiên. Nhưng anh bảo, anh là con trưởng trong nhà, anh không thể để cha già ở lại một mình được. Gia đình vắng con trưởng, việc giỗ lạt thờ phụng tổ tiên sẽ mất đi nề nếp.

Nghe vậy, chị Phú bấn lên. So với bà người Thái Nguyên thì đóng góp của nhà chị quá ít. Nhưng chị vẫn hy vọng, từ xưa đến nay nhà chị được cả làng quý mến, không lẽ tự nhiên người ta lôi mình ra buộc tội. Bà địa chủ ấy chắc có vấn đề gì nữa. Nhà chị luôn một lòng ủng hộ Việt Minh cơ mà. Có lẽ do thông tin mập mờ nên chồng chị và các bạn anh mới lo lắng đến vậy. Đến giờ, những người nông dân ở làng vẫn thân thiện bình thường, nhưng liệu có thể dựa vào đấy để đánh giá tình hình được không? Họ là những người cả đời chỉ loanh quanh trong luỹ tre làng, có thể họ chưa biết tới cái phong trào chồng chị nói, biết rồi thái độ của họ sẽ thế nào? Càng nghĩ, lòng chị càng rối bời.

Hai thằng bé cũng cảm thấy có điều không bình thường. Chúng hỏi, chị bảo không biết. Không hỏi thêm nhưng chúng không dám nói cười hồn nhiên như trước, chơi với con ngựa chúng cũng chỉ thầm thì khi ông nội và cha chúng đang nói chuyện trong nhà.

Phải rồi, chiều nay chị sẽ qua thăm chùa, nhân thể chị cũng muốn mang cho con bé Vi mấy bắp ngô và ít kẹo lạc nhà nấu. Dễ đến một tuần rồi chị không gặp mẹ con nhà ấy, chị nhớ con bé. Chị đã từng ao ước một mụn con gái nhưng trời phật không cho. Con trai thì thích rồi nhưng chị cũng yêu cái vẻ xinh xắn của con gái. Con gái lớn lên, có mẹ có con thủ thỉ chuyện phụ nữ, thích chứ. Năm nay chị đã ba mươi lăm. Tuổi xuân lướt qua như gió, ước muốn ấy của chị chắc không thực hiện được. Con cái âu là duyên trời cho, đành chịu thôi. Mấy nhà em chồng chị, mới ít tuổi mà cứ sòn sòn hai năm đôi cho ra cả đàn con, một lũ lít nhít như đàn chó con nhìn rất đáng yêu.

Chùa Linh Vọng Giang nằm phía bên kia đê, nhìn xuống làng nổi. Ông nội bọn trẻ kể làng Dềnh hình thành từ khi chùa Linh Vọng Giang được xây dựng mấy trăm năm trước. Chị tự hỏi điều ấy là ngẫu nhiên hay những số phận khốn khổ đã muốn được nương náu gần mảnh đất Phật. Phải chăng tiếng kinh Phật đã mang lại cho họ niềm thanh thản và giáo lý của ngài đã phần nào giúp họ vượt qua nỗi khổ của kiếp sống nhân gian. So với người làng Đại An thì người làng Dềnh chăm đi chùa hơn nhiều. Có lẽ vì vậy mà những người có kiếp sống lênh đênh, nghèo túng ở làng Dềnh vẫn giữ được vẻ an bình trên gương mặt họ.

Ni sư trụ trì chùa Linh Vọng Giang chừng ngoài bốn mươi, pháp danh Thích Lãng Vân. Chị không biết tên thật của ni sư và cũng không định hỏi. Ni sư tiếp quản chùa Linh Vọng Giang chừng một năm, sau khi sư cụ trụ trì viên tịch được vài tháng. Mới về nhưng ni sư được dân làng Đại An và làng Dềnh rất quý trọng. Ngoài những giờ tụng kinh, chăm lo việc chùa, ni sư thường đi thăm làng, hỏi han mọi người, vào nhà người ốm để bắt mạch, bốc thuốc giúp người bệnh. Trong mảnh vườn chạy van vát từ sân chùa xuống bãi ngô bên sông, ni sư kiếm những cây thuốc Nam về trồng.

Chị Phú thường qua chùa, lau chùi dọn dẹp và chăm tưới vườn thuốc. Ni sư đã góp phần làm dân hai làng hoà thuận với nhau hơn, làm bớt đi phần nào sự phân biệt giàu nghèo.

Người làng Đại An nghèo đến đâu cũng vẫn có mảnh đất cha ông để lại, vẫn được ngủ trên mặt đất chắc chắn, mưa to gió lớn không bị lắc lư bất an, không lo ngôi nhà của mình bị dìm xuống dòng nước. Cư dân làng nổi là những người lưu lạc từ nơi khác đến, cùng tham gia vào cuộc sống sông nước, cuộc sống bập bềnh theo dòng nước, chao lắc theo từng cơn gió, bữa no bữa đói theo từng ngày đánh bắt trên sông. Họ cũng lên bờ cấy gặt thuê. Chị Phú để ý thấy người làng Dềnh làm việc tận tụy hơn hẳn nông dân làng Đại An. Phải chăng họ thích được đặt chân lên mặt đất vững chắc, để được nhìn lúa gạo, hoa trái mọc lên từ đất.

Người làng nổi ai cũng mơ ước có một mảnh đất dựng nhà. Chị Phú thông cảm với nỗi khổ của họ, khi trả công người làng nổi, chị thường cho thêm chút hoa quả trong vườn, lít rượu nhà nấu hay một ít gạo nếp.

Nghĩ tới ni sư, lòng chị Phú dịu lại. Ni sư dạy trong mỗi người đều có Phật tính, người nào tìm được bình yên trong tâm, người ấy đã tìm được Phật trong mình. Người hai làng nên hướng tới tâm từ bi, lá lành đùm lá rách. Cuộc sống vô thường có đấy mà mất đấy, không nên nệ nhiều vào những gì ngoại thân. Sự dư dả vật chất không quý bằng tâm an lạc.

Mọi người hay tới xin lời khuyên, ni sư luôn lắng nghe rồi hỏi han ân cần với giọng nói dễ chịu và nụ cười phảng phất trên môi. Nhiều người đến với vẻ mặt u buồn nhưng khi ra về thì gương mặt họ đã lại ánh lên ánh sáng của hy vọng.

Chương 7

Từ trạm quân y 112 Quảng Bình, Quý phải đi bộ khá xa. Háo hức về lại đơn vị nhưng anh cũng thấp thỏm không biết ai còn ai mất. Sau vài ngày, anh mới nhớ lại điều gì đã xảy ra. Bom nổ khi anh vừa chạy xuống hầm. Anh băn khoăn có đồng đội nào cùng nằm trong trạm 112 không? Có thể họ nằm ở những lán khác mà anh không biết. Ngày đi anh mới nhìn được toàn trạm quân y. Tất cả các lán nhô khỏi mặt đất hơn một mét, được ngụy trang bằng cây rất kỹ.

Hành trang lần này khá gọn, chỉ có trang thiết bị cá nhân và khẩu tiểu liên. Sức khoẻ anh vẫn chưa hồi phục hoàn toàn. Đi bộ vẫn mệt, cái mệt lần này phần nào giống như hồi mới nhập ngũ. Lần ấy bọn anh hành quân suốt ba ngày, từ Đại Mỗ, Hà Đông lên Bãi Lai, Hoà Bình. Mỗi ngày hai mươi cây số. Mệt nhưng tinh thần hăng hái lắm. Hành trang chỉ có bộ quần áo mặc từ thời sinh viên, hai bộ quần áo lót, hai bộ quần áo dài, dép cao su và giày vải Trung Quốc. Ba lô lúc ấy chỉ có thư từ, sổ tay. Mẹ mua cho mấy bánh xà phòng thơm Hoa Mộc Lan và mấy tuýp đánh răng Hồng Hà. Một bánh xà phòng giặt 72 của Liên xô, cứng như đá, cảm giác giặt cả đời lính mới hết. Bình tông đựng nước, bát sắt to tướng mầu xanh, miệng viền nâu. Bữa sáng là một bát ngô bung, anh nuôi ngâm từ đêm trước nhưng vẫn cứng đơ, khó ăn nhưng phải cố. Đám lính Hà Nội thì sướng quen rồi, không nhá được. Có tiền bố mẹ, bạn bè dúi cho lúc nhập ngũ, họ mua bánh trái linh tinh hay sà vào hàng bán miến không thịt. Nhưng đám lính xuất thân nhà nông thì khổ quen rồi, chẳng nề hà, chén luôn phần ngô bung của những thằng khảnh ăn. Một đồng một bát miến không thịt nấu với nước xương, mùi thơm phức. Quý có tiền, ngửi mùi miến cũng thèm nhưng anh không thích làm gì tách biệt với anh em.

Thời kỳ huấn luyện có chế độ cho tân binh rất tốt. Cua, cá, thịt đầy đủ. Cơm không thiếu vì lúc ấy gạo Trung Quốc viện trợ nhiều. Ba tháng thao trường, bọn Quý chỉ học về kỹ chiến thuật cá nhân. Bắn súng, vận động, xác định hướng trong rừng, học đào hầm, đào bếp Hoàng Cầm, cách sắp xếp quân, tư trang. Được phát súng, xẻng, lựu đạn giả, bao đựng đạn, dao găm, đầy đủ như một người lính thực thụ, mỗi thằng phải đóng năm viên gạch đất sét, mỗi viên nặng mười cân, khi đất còn ướt thì ghi tên mình vào. Lần hành quân thứ nhất vào ban ngày, mang một viên gạch, vòng qua một quả đồi. Rồi thì bất kể giờ giấc ngày hay đêm, quãng đường hành quân tăng lên cùng với số viên gạch cầm theo. Sau mấy tháng huấn luyện thằng nào cũng có chai ở chân, ở vai. Nhớ nằm lòng câu: "Thao trường ta đổ mồ hôi, chiến trường ta sẽ bớt rơi máu đào," Quý gắng gỏi tập luyện lắm. Quen lao động nên Quý không cảm thấy thời kỳ ấy vất vả như bọn tân binh công tử Hà Nội.

Một lần cả bọn phải đi chặt nứa. Lệnh cán bộ, mỗi thằng phải mang về mười cây nứa. Không mưa nhưng đường lên đồi trơn trượt. Thằng nào cũng ngã lên ngã xuống mấy lần. Khi mang bó nứa xuống, anh bắt gặp thằng Văn, lính Hà Nội vẫn đang đứng tay không lưng chừng đồi. Thằng này tuy nhỏ người nhưng luôn hoàn thành rất tốt các bài tập huấn luyện.

"Sao mày còn đứng đấy?" Anh hỏi.

"Tao không thể lên được? Đéo biết tại sao?" Thằng Văn hậm hực. "Đ.M, tức phát khóc lên được!"

Nhìn mặt nó, anh cảm giác nó sắp khóc thật. Anh phì cười, bảo:

"Thôi, mày mang bó này về, tao đi kiếm bó khác!"

Sau này, thằng Văn là một người lính xuất sắc, có nhiều loại danh hiệu dũng sỹ và huân chương chiến công trước khi hi sinh. Nó cùng đơn vị với Quý chừng nửa năm. Sau khi nó được chuyển đi nơi khác,

Quý vẫn còn nghe nhiều về thành tích chiến đấu của nó. Đời lính chiến, chứng kiến cái chết như cơm bữa, biết là suy nghĩ nhiều thì điên mất, nhưng Quý vẫn nghĩ nhiều khi thằng Văn hy sinh. Nó là thằng đặc biệt, khá thân với anh trong những ngày đầu. Cả đời lính là một bước nhảy vọt với nó. Khi vào lính nó mới ba mươi tám cân, nó phải nói khó để người cân khai tăng lên cho đủ tiêu chuẩn bốn mươi hai cân. Thời kỳ tập luyện nó tỏ ra một thằng có ý chí khủng khiếp, bài tập nào cũng xuất sắc. Đến giờ Quý vẫn không hiểu sao lần đi chặt nứa nó không trèo lên được. Nó cứ như bị ma làm, cứ lăn lông lốc ở cái đồi dốc ngược ấy.

Thời kỳ đầu, anh cũng như nhiều tân binh khác rơi vào trạng thái căng thẳng khi lần đầu tiếp xúc với bom đạn nhưng thằng Văn thì không. Dường như sinh ra để làm chiến binh, nó cứ tỉnh bơ như không. Bọn tân binh nhiều khi không ngủ được vì sợ, lúc nào cũng như thấy thằng thần chết đen sì đứng cạnh, hơi thở phả vào mặt lạnh như băng. Sáng ra mặt mũi thằng nào cũng phờ phạc. Lính già bảo nhau đấy là lính trẻ đang tự khóc mình. Bọn lính trẻ, nghe tiếng bom B-52, mặt đất rung chuyển, lúc sau quần ướt sũng. Biết vậy nhưng lính già không bao giờ trêu lính trẻ về điểm này. Thằng nào mới chạm mặt thần chết mà chẳng ghê. Nhưng con người ta lạ lắm, cái gì cũng quen được. Sợ mãi, nghe tiếng bom đạn mãi rồi cũng quen, nhìn cái chết mãi rồi cũng quen. Đến như Quý, cuộc đời đã chứng kiến những cái chết tàn khốc đối với người thân mình, vậy mà lần đầu đơn vị bị phục kích, anh cũng đái cả ra quần. Đạn xé gió bỏng rẫy tai, đồng đội vừa nói với nhau, loáng cái đã thấy vỡ toang ngực, máu me tung tóe khắp nơi, sao không sợ. Cũng biết đấy là nỗi sợ bản năng nhưng cả người vẫn run lên bần bật không kiểm soát được. Lần ấy cả trung đội còn sót lại anh và một thằng nữa quê Thái Bình. Nếu không có tiếp viện đến kịp thời thì anh và thằng kia cũng cầm chắc cái chết.

Bom đạn đào luyện con người nhanh lắm. Sợ đến thế mà bọn lính trẻ được tham gia đánh đấm vài trận rát mặt là bản lĩnh lên ngay. Về sau, ngủ được là ngủ, bom nổ kệ bom nổ, cứ thế gác súng ngáy. Có sợ cũng vẫn chết. Lính trẻ nhiều khi đang run rẩy, nhìn sang thấy lính già vẫn cười đùa với nhau thì ngơ ngác không hiểu mấy bố kia có nghe thấy, có nhìn thấy điều mình nghe và nhìn thấy không, sao lại cứ nhe răng ra được thế kia. Nhưng sự quan sát ấy chính là bài học không lời của lính chiến. Nhìn thế vài lần là tự hiểu. Suy nghĩ, sợ sệt chẳng ích gì, vậy thì kệ mẹ bom, kệ mẹ đạn, nếu phải chết thì bố mày chết, bố đéo sợ. Hàng ngày, bao anh em đang ngã xuống đấy thôi. Trong lúc lửa đạn, phải có cái khí phách dứt khoát, ngạo mạn ấy mới được. Thế mới có thể vứt bỏ sạch bong cái phần sợ ra, tập trung đánh đấm cho tốt. Đánh đấm xong lại có thể đùa tếu táo, cười khùng khục với nhau được.

Chương 8

Tiếng cọt kẹt của thành thuyền cọ vào nhau làm anh Ân tỉnh giấc. Đêm nay trời trở gió, thuyền chao mạnh. Thuyền nhà anh mà còn vậy thì thuyền mẹ con Sương còn khổ nữa. Anh khom người ra khỏi mui rồi bắc ván lên bờ. Đúng như anh nghĩ, thuyền của Sương tròng trành lắm. Anh tháo dây neo của thuyền Sương rồi ngả người ra sau, ngón chân toè rộng, bấm chặt xuống bùn để kéo. Nghếch được mũi lên bờ, chiếc thuyền đỡ tròng trành hẳn đi. Chắc mới hai giờ sáng, mẹ con Sương vẫn ngủ. Vậy là tốt. Chèo đò cả ngày mệt lắm, còn tốn sức hơn đánh bắt cá ấy chứ.

Khoả chân xuống nước rửa bùn rồi anh lên thuyền. Trên nền trời nhờ nhờ xuôi theo dòng chảy của sông Nhành, nhiều người cũng đang kiểm tra thuyền. Làng nổi là vậy. Gió to là phải xem thành thuyền nhà mình có đập vào thành thuyền nhà khác không, bè của mình có bị trôi không, dây neo buộc chắc chưa, những miếng lót giữa các thuyền có bị trượt đi không.

Các thuyền phải dựa, phải neo sát vào nhau để tránh gió, nhưng sát quá, va đập vào nhau cũng có thể gây vỡ thuyền. Làng Dềnh có đủ các loại thuyền, bè to nhỏ. Những nhà khó khăn nhất thì sống tạm bợ hơn trên những mảng bè ghép bằng vầu, trên dựng lều tre, mái và vách lợp lá cọ. Gió to những bè to lại đỡ tròng trành hơn thuyền.

Mấy năm trước có thuyền tuột dây neo, bị cuốn theo dòng nước. Sáng ra, người làng nổi cứ ngỡ gia đình trên thuyền ấy bỏ đi đâu. Đến khi xác đứa nhỏ nổi lên, mọi người mới biết có chuyện. Những người đàn ông cầm hai đầu của một sợi dây chão, giữa buộc một vật nặng rồi đi dọc hai bên bờ sông để xác định vị trí của chiếc thuyền đắm. Anh Ân chèo một cái mảng ở giữa sông, giúp phối hợp hai đầu dây. Sau vài tiếng thì tìm được con thuyền bị đắm cách khu vực làng nổi chừng bảy trăm mét, sau khúc ngoặt, nơi có nhiều chỗ xoáy ngược và có những tảng đá to hai bên bờ. Hai vợ chồng nạn nhân chắc là bị kẹt trong thuyền. Muốn tìm được xác nạn nhân, phải lặn xuống, lần mò, tháo gỡ mớ đồ đạc bùng nhùng, nhưng không ai ở làng nổi có kinh nghiệm lặn. Nhiều người nói, khó quá, nên để họ ở dưới sông nhưng anh Ân không đồng ý. Anh bảo nghĩa tử là nghĩa tận, cứ cố gắng hết sức.

Anh Ân và mấy người đàn ông thay nhau lặn. Để an toàn, người lặn được buộc dây vào lưng, khi muốn lên thì giật dây ra hiệu, phía trên sẽ kéo lên nhanh. Một lần anh Ân suýt chết. Khi đang lên thì bị mắc do người bên trên vô ý để dây quá chùng. Lên không được mà lặn xuống thì hết hơi. Anh Ân luống cuống một thoáng rồi đành lặn xuống. Loay hoay mãi mới gỡ được, anh giật dây báo hiệu rồi ngất đi.

May mà chiếc thuyền bị đắm nơi nước chỉ chừng sáu, bảy mét. Công việc rất vất vả, chỉ anh Ân và một người nữa mới lặn được. Ngày ấy trời chớm sang đông, không nắng, ánh sáng không đủ xuyên xuống dưới, lặn xuống dòng nước đen ngòm, áp lực ép mạnh lên tai đau nhức, bọn trẻ sức dài vai rộng vậy mà vừa mới xuống đã giật dây cuống cuồng muốn được kéo lên nhanh, lên đến nơi mặt mày xanh xám hốt hoảng như vừa gặp diêm vương. Làm được việc ấy, uy tín của anh với dân cư làng nổi lại càng cao hơn.

Có hôm một thanh niên vô tình thấy anh đi quyền ở chỗ trống giữa bãi ngô, nơi anh thường luyện võ vào sáng sớm. Từ đấy mọi người đồn về khả năng võ thuật của anh. Thanh niên tới xin học võ nhưng anh từ chối. Võ thuật khắc nghiệt mà niềm đam mê trong anh đã nhạt nhoà, giờ anh tập như một phép dưỡng sinh, anh không thể dạy dỗ người khác hết lòng được. Võ thuật từng là một thứ rất đẹp đối với anh nhưng nó cũng mang lại cho anh nhiều hệ luy, khiến anh day dứt mãi không thôi. Có lẽ anh không phải là người có duyên với võ, hoặc có thể anh không đủ khả năng vượt lên cao hẳn, để có thể khuất phục nhân tâm người khác mà không cần tới sức mạnh chân tay. Gần mười năm trước, anh có một lò võ khá lớn. Dân võ các tỉnh khác thường tới giao lưu. Đủ dạng người. Có người khiêm cung, hào sảng, giao tiếp võ để mở mang con người, có kẻ ngạo mạn chỉ thích giao đấu để đạp kẻ khác dưới chân, bước thêm một nấc tiếng tăm. Anh giao đấu nhiều, có cuộc được thêm huynh đệ, có cuộc nhuốm mầu ăn thua, mang lại cảm giác căng thẳng khó chịu.

Lần nhận lời đấu với một võ sư khá nổi tiếng ở tỉnh bên, vừa vào trận anh đã biết đối thủ có dã tâm triệt hạ người khác chứ không phải giao đấu để học hỏi, nâng cao nghệ thuật. Theo phản xạ tự nhiên, để chống lại những đòn độc, anh cũng bị cuốn theo lối đánh sát phạt nên quá tay đánh chết đối thủ. Hàng trăm võ sinh của ông ta kéo tới trả thù. May mà khi họ mới tới đầu làng, đang chờ tập kết đủ quân thì võ sinh của anh chạy về báo. Vợ chồng anh ôm con trốn khỏi nhà rồi lưu lạc tới đây. Lần ấy anh chỉ kịp vơ được bộ quần áo dài và chuỗi hạt ngọc của vợ. Nhóm người đã đốt cháy nhà anh và tuyên bố sẽ quyết tìm ra anh để trả thù. Từ đấy anh giải nghệ, định bụng sẽ không bao giờ giao đấu hay dạy võ nữa.

Cách đây nửa năm, cậu Phú ngỏ ý nhờ anh dạy cho con trai lớn. Cậu Phú là người cho anh vay tiền mua thuyền, giúp anh lập nghiệp ở làng Dềnh, anh không thể từ chối. Anh nhận lời với điều kiện Chiến không được nói về người dạy mình với bất kỳ ai. Chiến sáng dạ và rất chịu khó. Sáng nào ra bãi ngô, anh cũng thấy Chiến đang tập luyện say mê. Có được trò vừa ngoan vừa giỏi, niềm cảm hứng về võ phần nào quay lại với anh.

Gió mạnh dần, mang hơi nước mát lạnh. Nền trời đen sẫm báo hiệu một con mưa rất to. Anh cắm sào sát với mạn thuyền nhà Sương, rồi buộc lại. Như vậy cây sào sẽ hãm bớt độ lắc của con thuyền. Một tiếng sấm nổ đoàng, tia chớp nhoằng một đường nứt nẻ trên nền trời. Mưa đổ xuống ào ào. Anh Ân vội khom người vào trong. Tiếng sấm ầm ầm khiến anh không ngại làm phiền giấc ngủ của ai nữa, anh ngửa người, giương cái ống điếu lên rít một hơi thật dài.

Mấy năm qua cuộc sống của anh đơn điệu quá. Ngày vợ anh còn khoẻ mạnh, đời sống gia đình tuy vất vả nhưng tràn đầy tiếng cười. Anh thương vợ lắm, vì anh mà chị phải sống cuộc đời sông nước. Chị là một phụ nữ can đảm, bao hoạn nạn khốn khó chỉ lặng lẽ chịu đựng. Người bạn đời kiên cường của anh giờ phải nằm liệt một chỗ. Anh đã chạy vạy thầy thợ khắp nơi, tới hết số tiền dành dụm mà bệnh không hề đỡ.

Anh luôn cố làm chị vui. Hàng ngày, anh nói chuyện với chị, nói đúng hơn là độc thoại. Rồi việc ấy cứ ngắn dần, nó có vẻ không tự nhiên, anh phải cố nghĩ là nên nói gì. Anh biết chị cần giao tiếp nhưng câu chuyện mãi cũng thành rời rạc, miễn cưỡng. Việc sông nước có nhiều điều thú vị để nói đâu. Cái gì lặp đi lặp lại nhiều dễ làm con người ta cùn mòn đi. Anh buồn, sức sống tinh thần trong anh vơi dần, cảm giác cô đơn dần chiếm lấy anh.

Cảm nhận Sương có cảm tình với mình, tâm trí anh được đánh thức. Nhưng anh cũng biết Sương không thể bước qua cái ranh giới cấm kị kia. Trong khu rừng lạnh giá, ngọn lửa ấm áp biết bao.

Sương gần sát, trẻ đẹp và cô đơn. Anh thèm được yêu thương, thèm ôm ấp một người phụ nữ khoẻ mạnh, được vuốt ve, trò chuyện. Đến với Sương là phản bội người bạn đời đêm cũng như ngày chỉ tồn tại thoi thóp, không một niềm vui sống, người đã kiên cường sát cánh cùng anh những năm tháng sóng gió. Làm thế, anh cũng có lỗi với thằng Bảo. Những suy nghĩ cứ đâm chéo chẳng chịt, khiến anh bối rối, đau khổ.

Có những sáng đang chuẩn bị đồ nghề cho một ngày làm việc, anh bắt gặp ánh mắt Sương. Ánh mắt mệt mỏi vô vọng của người đàn bà trẻ đẹp khiến lòng anh hẫng xuống như đang rơi vào một khoảng không vô định. Anh không biết sự éo le nào của cuộc đời đã xô cô đến đây. Anh là nam giới, khi đến đây anh còn

56

có vợ con, còn cô xuất hiện ở làng nổi với đứa bé mấy tháng tuổi.

Ngày mợ Phú dẫn Sương xuống nhờ anh mua hộ thuyền. Anh thẫn thờ không biết mình có nên giúp hay không. Cả nhà anh đã khổ sở biết bao khi mới về làng nổi. Quen sống trên đất liền vững chãi, bỗng bị bó trong một không gian hẹp nhỏ, bồng bềnh, khó chịu vô cùng. Sương bảo không sao, anh đừng lo, cứ tìm giúp càng sớm càng tốt. Số tiền của cô chỉ mua được chiếc thuyền nhỏ chừng ấy. Mà thuyền càng nhỏ lại càng tròng trành khi có gió. Anh ái ngại mà chẳng giúp được gì.

Số phận phần nào do tính cách tạo nên. Sương khái tính, sợ phiền cậu mợ Phú. Như anh đoán, sau tháng đầu, Sương gầy rộc, xanh xao hẳn đi.

Thời vợ anh còn khoẻ, Sương còn tíu tít chị chị em em. Vợ anh hay bế con bé Vi, nói là để lây chút mụn con gái. Đấy là những ngày tháng vất vả mà đầm ấm. Chị Lan hay mời mẹ con Vi sang ăn cơm cùng. Bé Vi bò lổm ngổm khắp nơi, thằng Bảo phải theo sát, sợ con bé bò ra ngoài.

Chương 9

Quý ngủ lại ở một trạm trung chuyển khi trời mới sẩm tối. Từ đây tới đơn vị anh, chắc chỉ còn hai tiếng đường rừng nữa. Mệt thì chịu được nhưng đi bộ cả ngày đường khiến vết thương ở chân anh nhức quá. Về đêm, trời mưa to. Cũng may tìm được trạm này, nếu không thì biết xoay xở ra sao khi chưa có tăng, võng.

Đời lính có những giây phút, có những câu chuyện khiến người ta nhớ mãi. Trong khát thèm, một tí hương vị thức ăn được nhớ cả đời, mà đói quá, được ăn bánh vẽ cũng thích. Bọn lính già có vợ thường bị lính trẻ khảo chuyện đàn bà, con gái.

Lính già nào kể chuyện giỏi thì được bọn trẻ thích lắm. Bọn trẻ chưa có trải nghiệm, sách vở không có, cha chú không gần gũi nên háo hức gom nhặt, nghe đàn anh chia sẻ sự đời. Thỉnh thoảng trong đám lính trẻ cũng có những thằng vô cùng láu cá. Láu cá về ứng xử trong lính, láu cá về tán gái.

Trong trung đoàn pháo binh của anh có thằng Trung, được gọi với nhiều biệt danh: Trung Gái, Trung Thầy Lang, Trung Lừa... Nó là thằng biết rất nhiều chuyện ma quỷ của lính tráng. Đợt hành quân suốt hai mươi ngày qua cao điểm 1001 ở Trường Sơn, anh gặp thằng Trung. Lần ấy, để đảm bảo an toàn sinh lực, chỉ lái xe và phụ xe làm nhiệm vụ kéo pháo trên đường số một, đi qua những trọng điểm đánh phá của địch, còn các anh hành quân bộ xuyên rừng. Hành quân khi đêm, khi ngày, thay đổi giờ giấc khiến thằng nào cũng thèm ngủ. Trung đội anh có thằng Trung lầm rầm pha trò khiến cả bọn tỉnh táo, cười khùng khục trong cổ như bị bóp họng cả lũ. Suốt mấy trăm cây số dằng dặc, chỉ hành quân là hành quân, bao chuyện gái gú, chuyện cười được khai thác bằng hết. Nhóm nào có thằng vui tính, hay chuyện, được coi có quà quý. Ngơi chuyện là bị tra tấn bởi cơn buồn ngủ. Chuyện rơi xuống hố, xuống vực, chuyện bám ba lô thằng đằng trước, vừa đi vừa ngủ xảy ra nhiều. Chính vì vậy mà phải luân phiên thay thằng đi đầu trong tổ tam tam. Có lần thằng đi đầu, buồn ngủ quá, hai tay rờ rờ đằng trước rồi ôm lấy một gốc cây gục ngủ. Cả một dãy mấy tổ tam tam đằng sau, thấy ba lô thằng đằng trước thì yên tâm, cứ thế ôm lấy ngủ.

Lần ấy, bọn Quý phải mất một bao thuốc thì thằng Trung mới kể về cái biệt hiệu Trung Lừa của nó. Có lần thằng Trung bị điều vào đơn vị hậu cần, phải làm anh nuôi bất đắc dĩ. Vào mùa mưa ngập, không có đường vận chuyển lương thực, đơn vị thiếu chất tươi, phải ăn gạo mốc, rất chóng đói mà vùng đấy tuyệt nhiên không có suối để bắt cá, chim chóc, thú rừng cũng không có để cải thiện. Thèm thịt quá thằng Trung nghĩ ra một trò. Nó nhận chăn hai con bò của đơn vị. Làm thế nào mà nó khoét vào mỗi mông con bò một lỗ to bằng đầu ngón chân cái. Từ đấy thịt cứ liên tục lồi ra vết thương, thằng Trung chỉ việc xẻo cho phẳng, nướng ăn, rồi lấy bùn trát bên ngoài, không ai biết. Nhóm anh nuôi đau đầu không hiểu tại sao hai con bò tóp lại trong khi cỏ vùng này thì mơn mởn. Thằng Trung đợi một lính già trong nhóm đi khỏi rồi nó làm bộ căng thẳng bảo mấy thằng trẻ:

"Có thể cỏ vùng này bị phun hóa chất đặc biệt, trông ngon lành vậy nhưng bị nhiễm độc. Đây là một âm mưu thâm độc của Mỹ. Người mà ăn thịt những con bò này không khéo cũng nhiễm độc."

Thấy mấy thằng anh nuôi chăm chú lắng nghe, thằng Trung khoái lắm, tiếp: "Mà nước ở khu vực này chắc cũng nhiễm độc, tao thấy từ lúc về đây người mệt hẳn đi, sáng dậy chim không đứng thẳng oai vệ như trước nữa. Hồi bên đơn vị cũ, tao nghe loáng thoáng mấy thủ trưởng nói là dính loại hóa chất mới này, chim sẽ nhẽo hết. Đấy là âm mưu diệt nòi giống Việt, để mình không sản xuất được thanh niên cầm súng đánh nhau với chúng nó." Mấy thằng anh nuôi, toàn thằng chưa biết hương vị con gái là gì, nghe thằng Trung nói vậy thì lo lắng ra mặt. Thằng Trung biết cá đã cắn câu, trong bụng khoái chí nhưng làm mặt buồn rầu, lắc đầu, thầm thì hỏi:

"Dạo này chim bọn mày đúng là iu xìu đúng không?"

Bọn kia căng thẳng, gật gật đầu. Thằng Trung biết thừa ăn uống thiếu chất, thằng nào chim không nhẽo, người không mệt mỏi mới là lạ. Trưa hôm ấy, thằng Trung chạy ra chỗ khuất, hái mấy lá tầu bay, bìm bìm, khổ qua... thái nhỏ li ti cho không còn nhận ra loại rau gì, rồi xào lên cho hơi cháy, đun lên, vứt vào viên kí ninh, ném mấy thìa đường vào. Bữa ăn, nó mang nước ấy ra uống. Mấy thằng hỏi uống gì, nó bảo thuốc giải độc gia truyền, ông nội nó là thầy lang dạy cho. Chiều hôm ấy, thằng Trung hát hò suốt, bảo đúng là thuốc gia truyền của ông nội tốt thật. Uống phát thấy khoẻ hẳn ngay. Chim chóc giờ lại oai vệ, nghĩ tới gái là đứng thẳng tắp như một chiến binh thực thụ. Thủ trưởng hô một tiếng là răm rắp theo lệnh. Mấy thằng kia cười toét miệng. Lính tráng, sống kham khổ, quanh năm ngày tháng sống với súng đạn, chết chóc, chuyện chim cò, gái gẩm thằng nào chẳng khoái. Bọn này bán tín bán nghi, vớ lấy bát nước xin nếm thử. Thằng Trung kêu:

"Thôi, thôi, uống hết của tao thì chết." Rồi nó lấy thìa cho mỗi thằng nếm một tí. Mấy thằng mười tám, đôi mươi hồi ấy như trẻ con biết gì đâu. Thấy có vị cháy, khét, hơi đăng đắng ngòn ngọt thì nghĩ thuốc thật. Một thằng bảo:

"Anh cho em uống thử xem người thế nào!"

Thằng khác bảo: "Ừ, em nữa!"

Thằng Trung trợn mắt:

"Thuốc tao làm cho mấy thủ trưởng cũ, để dành một ít phòng thân. Lấy đâu lắm thế?"

Thấy mấy thằng kia có vẻ nản, nó làm bộ thương hại:

"Thôi, để chiều mát tao đi kiếm, bọn mày phải lo nói với thủ trưởng, tao mới giúp được. Thủ trưởng hỏi, cấm không được nói năng chuyện thuốc men đâu đấy. Ông ấy mà đòi uống, tao không phục vụ được đâu."

Vậy là từ đấy, thằng Trung được mấy thằng lính trẻ đối xử cung kính, cơm bưng nước rót như bố, quần áo không phải giặt, có thuốc lá hút, việc không phải làm. Không ngờ lão thủ trưởng già đời quân ngũ, thấy lính thậm thụt, hỏi rồi cũng muốn uống. Từ đấy thằng Trung có thêm biệt hiệu Trung Thầy Lang, oai như cậu ông giời.

Chương 10

Đội cải cách về được mấy ngày, chị Phú thấy thái độ người làng khác hẳn. Hàng xóm và những người thuê ruộng nhà chị vốn thường niềm nở chào từ xa, giờ họ giả vờ nói chuyện với ai đó, hoặc rẽ sang đường khác khi nhác thấy chị. Chỉ ni sư Thích Lãng Vân là vẫn ân cần thăm hỏi. Anh Phú chồng chị căng thẳng ra mặt sau khi biết một người bạn ở Thái Bình bị đấu tố tháng trước, hiện nay bị giam giữ, nhà cửa, ruộng vườn tạm thời bị tịch thu, vợ con nheo nhóc, cái ăn cũng thiếu. Tuy có chút ruộng cho thuê nhưng vợ chồng cũng phải nửa đêm hôm sớm lao động cần cù không kém gì những người thuê ruộng nhà họ.

Anh Phú gày hẳn đi. Anh trách mình dại, biết thế anh đã nhất quyết bắt vợ con đi cùng mấy gia đình em anh vào Nam trong đợt Pháp xin chính phủ Việt Minh gia hạn thêm thời gian di cư. Các gia đình em anh đã cân nhắc, bàn bạc nhiều. Lúc đầu, không ai muốn đi nhưng những gì xảy ra khiến tất cả đều căng thẳng. Anh bảo mẹ con chị đi nhưng chị bảo không có anh thì chị không đi đâu cả. Thằng Chiến, thằng Quý cũng khóc, xin được ở lại cùng. Anh vốn hiền lành, thấy vậy thì mềm lòng không dứt khoát được. Ông nội nổi giận, nhất quyết bắt thằng cháu đi nhưng cũng đành bỏ cuộc rồi than rằng: "Thôi thì mặc chúng mày, nhà này thật vô phúc! Con cháu hư, không biết nghe lời người lớn!"

Đêm chia tay, anh Phú bảo các em xuống nhà ngang, để ông nội được nghỉ nhưng ông bảo ông muốn được nằm nghe con cháu nói chuyện, đừng đi đâu cả.

Anh Phú dặn các em yên tâm mà đi, mồ mả các tổ tiên đã có anh chị lo, hẹn ngày đoàn tụ khi thế cuộc bình yên trở lại. Đêm hôm ấy là lần thứ hai chị thấy anh khóc, lần đầu khi mẹ anh mất. Đấy cũng là lần thứ hai chị thấy anh uống nhiều rượu như thế, lần đầu là trong tiệc đầy tháng thằng Chiến. Nhưng cuộc rượu ấy tràn tiếng cười, cuộc rượu này đầy nước mắt.

Các em anh khóc nhiều, chị cũng ôm cô em chồng và hai em dâu khóc. Bọn trẻ con cũng khóc theo. Cả nhà như có tang nhưng không dám khóc to vì ngại hàng xóm. Khoảng ba giờ sáng, con cháu thắp hương vái lạy ông bà tổ tiên rồi xin ông nội ngồi để con cháu vái sống, xin ông tha tội bất hiếu không phụng dưỡng cha già. Ông nội bọn trẻ không cầm được nước mắt, xua tay bảo: "Đừng làm thế, đừng nói thế khiến ta đau lòng, ta hiểu lòng các con, các cháu mà. Các con, các cháu cứ yên tâm mà đi, đừng suy nghĩ nhiều mà nặng lòng tội nghiệp. Có gì ở nhà đã có nhà bác cả lo."

Sau đấy, tất cả ra bến đò. Cả nhà chị đi tiễn. Anh chị thuyết phục mãi, ông nội bọn trẻ mới chịu ở nhà. Túi lớn, túi bé, tay xách nách mang, cả đoàn hơn hai mươi người lếch thếch, bìu díu trên con đường làng đen đặc bóng đêm. Tiếng chó sủa ran từ đầu làng tới cuối làng. Trên con đường làng, không ai nói, chân cũng bước khẽ. Mặc dù cuộc ra đi hoàn toàn hợp pháp theo thoả thuận của hiệp định Ge-ne-vơ nhưng ai cũng có mặc cảm của người rời bỏ quê hương. Thức cả đêm khiến bước chân đầu tiên của người ra đi tràn ứa nỗi niềm. Hoang mang trước tương lai vô định, thương nhớ người thân ở lại, đau khi cắt bỏ bản thể với những gì thân thuộc nhất, nơi mình sinh ra, ngôi nhà, ruộng vườn cây cỏ với bao mồ hôi nước mắt, kỉ niệm tuổi thơ thân thương, bạn bè lâu năm… tất cả đang xa dần, nhưng khiến bước chân nặng trĩu như hoá đá.

Chuyện những người bị bắt, bị xử bắn ở nơi khác đã khiến anh chị nhìn vấn đề khác đi. Giá lúc đó cả nhà cùng đi, giờ thì muộn rồi. Có nhiều gia đình vẫn bỏ đi khi kết thúc hạn thời gian di cư, có lẽ họ cũng như anh chị, chỉ nhận thức được chính xác tình hình khi hiểm hoạ đã gần kề. Một số đi được, một số phải quay về.

Chỉ thời gian ngắn, phong trào đấu tố địa chủ, cường hào đã thành một làn sóng ở làng Đại An. Dân quân đi tuần ngày đêm để đảm bảo không cho những đối tượng của phong trào bỏ trốn. Ai có tội phải đền tội. Người lạ tới làng đều phải được thẩm tra kỹ lưỡng xem có phải là gián điệp, tay chân bọn phản động không.

Anh chị đem đồ nữ trang của chị và mấy cây vàng dành dụm được đi giấu, nhưng ở đâu cũng không thấy an toàn. Anh nghe bạn kể địa chủ bị đấu tố ở các nơi khác đều bị khám nhà, tài sản được chia ra cho nông dân. Ngoài nhà cửa, đồng ruộng thì những vật dụng như sập gụ, tủ chè, đồ thờ tới con bò, con lợn, cối xay, mâm đồng... tất thẩy đều được các ông đội định đoạt, chia cho nông dân, những người theo họ nói là tầng lớp bị bóc lột bao đời, giờ phải được trả lại công bằng. Nếu thế thì biết giấu vào đâu? Cuối cùng anh chị giấu mỗi chỗ một ít. Trên mái nhà, kẹp giữa lớp ngói và vì kèo vài cái nhẫn vàng đã được bọc trong túi ni lông, được chèn chặt cho khỏi rơi. Anh Phú và cu Chiến dùng xà beng dùi một lỗ sâu nơi đất mềm cạnh chuồng xí rồi nhồi một khúc tre vào, một túi nhỏ có chứa nhẫn vàng và mấy hạt xoàn được thả vào, miệng túi được buộc một sợi dây dù rất mảnh, đầu dây thò lên trên làm dấu. Xong đắp đất lên trên.

Ngoài bờ ao hai cha con cũng làm như thế mấy chỗ nữa.

Chiều hôm qua chị Phú qua thăm chùa. Thấy chị lo lắng, ni sư bảo:

"Lúc sóng to gió cả thì điều quan trọng là giữ được tâm bình tĩnh. Bác đừng để nỗi sợ lấn át. Cái gì đến sẽ đến, bác có sợ nó vẫn xảy ra. Mỗi thời điểm, bác chuẩn bị chu đáo để ứng phó với tình huống tiếp theo, xong để tâm yên, có vậy bác mới dưỡng sức lâu dài được. Có điều xấu xảy ra bác hãy coi là mình đang trả nghiệp đã tạo từ những kiếp trước. Như vậy bác sẽ đi qua nỗi khổ được dễ dàng hơn."

Chị Phú ngạc nhiên trước câu nói ấy của ni sư. Ni sư hơn chị vài tuổi mà có cái nhìn điềm tĩnh như người từng trải muôn chuyện. Chắc ni sư cũng đã kinh qua nhiều sóng gió trước khi bước vào con đường tu hành. Cuộc gặp khiến chị yên lòng hơn và tự nhủ phải nhớ lời dạy của ni sư.

Chương 11

Mưa triền miên. Đi bộ cả ngày mà Quý vẫn khó ngủ. Phần do vết thương ở chân nhức, phần do ấm trà đặc của trạm trưởng. Trạm xa trục đường chính, chỉ một người trực. Chắc không mấy khi có người nên trạm trưởng quý hoá lắm. Bữa tối, trạm trưởng cứ giục: "Đồng chí ăn đi, thương binh mới ra viện cần phải ăn nhiều vào cho chóng lại sức!"

Quý cảm động trước sự chăm sóc như của một người anh đối với em của đồng chí trạm trưởng. Chiến tranh hình như khiến con người ta dễ gần nhau hơn. Hai anh em nói đủ thứ chuyện. Quý thích những câu chuyện đời thường của người trạm trưởng, toàn chuyện nhà nông, trên làng dưới xóm, giống y như cuộc sống quả anh trước khi đi bộ đội . Nếu mai không phải đi thì Quý có thể ngồi cả đêm để được nghe con người ấy nói chuyện. Nghe anh kể, Quý cảm giác như đang được đọc một cuốn sách mộc mạc nhưng nhiều tình tiết sống động của cuộc sống. Những câu chuyện đã kích hoạt đầu óc Quý, đã kéo anh trở lại không khí thôn quê thanh bình. Những ký ức lan man cứ theo về cùng tiếng rả rích đều đều bất tận của mưa rừng.

Lần ấy, thằng Trung giải thích với thủ trưởng, theo đúng phương pháp thì các trinh nữ phải đi hái thuốc vào sáng sớm, phải chắt sương đọng trên lá thuốc về sắc. Như vậy tính âm của đêm hoà với tính dương của thuốc sẽ bồi bổ nguyên khí cho đàn ông. Lão lính già ngốc nghếch bảo:

"Thì mày cũng đi lấy sương cho anh em."

"Nhưng em có phải trinh nữ đâu!"

Thủ trưởng chép miệng:

"Thì thời chiến, cũng phải phiên phiến đi chứ"

Thằng Trung gật gù rồi à lên bảo:

"Thôi! Đúng là em ngu thật, từ xưa đến nay cứ lấy nước thường nấu thuốc, biết đâu nước ấy cũng nhiễm độc. Thôi, thủ trưởng cho phép thì từ mai, em sẽ vào rừng lấy sương vậy."

Rồi mỗi sáng nó vào rừng, mang cả một cái xô, nồi đi theo nhưng tất nhiên không phải lấy sương. Nó tìm chỗ nào mát nhất, kín đáo nhất để ngủ thỏa thuê, rồi mới đi hái "thuốc" để thái nhỏ, sao tẩm luôn tại chỗ để đỡ phải giấu giếm sợ mất "bí quyết" như khi ở bếp đơn vị.

Có sáng không đi lấy sương, nó gọi mấy thằng, chỉ vào quần, khoe thằng bé đang đứng thẳng kiêu hãnh thế nào. Anh em híc híc cười khoái chí lắm. Rồi nó giở giọng lè nhè ngái ngủ, kể mấy chuyện gái gẩm ở nhà. Những cuộc hẹn ở bờ ao, bụi chuối, đống rơm, những trò lần mò vào ngực, vào quần... đối tượng thở hổn hển như vừa thi chạy, cắn vai tới chảy máu, đùi khép chặt, căng cứng như hai gọng kìm khiến tay nó chết tắc, không làm thế nào rút ra được... Bọn lính trẻ, đang bị sốt rét sắp chết mà nghe thế thì con sâu đang èo uột cỡ nào cũng phải thức dậy ngọ nguậy, huống hồ mấy thằng này là anh nuôi, đói gì thì đói cũng no hơn bọn lính khác. Bọn này vừa nấu vừa mắt trước mắt sau, nhón cái bỏ mồm nhanh như thạch sùng đớp muỗi. Chớp nhoáng thế thì hương hồn bố thủ trưởng đứng cạnh cũng lắc đầu chịu thua. Nghe thế, thằng nào thằng nấy chẳng hẹn mà lên, trước quần đồng loạt dựng lều nhọn hoắt. Thằng Trung kín đáo liếc sang, bụng cười thầm, gật gù nghĩ: Lính tráng bọn này khá lắm. Đúng là những chiến binh tinh nhuệ, quân lệnh như sơn, bố đây hô một phát đã đứng nghiêm chỉnh tề, sẵn sàng chiến đấu. Bọn mày mà theo sư phụ đây, được kèm cặp cẩn thận thì kiểu gì chẳng nên người. Rồi nó giả vờ ngáp, quay mặt vào tường, thủng thẳng hỏi:

"Bọn mày uống thuốc của thầy, dạo này sức khỏe thế nào? Chim chóc lại ríu rít tưng bừng rồi chứ hả?"

"Ổn lắm rồi, ổn lắm rồi ạ!"

Cả bọn đồng thanh ran cả lán, quân dung tươi tỉnh hẳn lên. Thằng Trung bảo suốt mấy tháng ấy nó sướng như vua, mỗi tội chỗ ấy không màu mè gì. Binh trạm nữ thanh niên xung phong ở gần nhưng ở đấy đầy lính công binh, lính vận tải. Có một làng người H'mông không quá xa nhưng thằng Trung bảo, nó sợ cái mùi hôi gái Mèo lắm. Bọn ấy có cái váy dày cộp, ít giặt, đứng gần hôi mù, còn đâu hứng mà làm gì.

Chương 12

Các cán bộ đội cải cách tỏa đi tìm những nhà bần cố nông nghèo nhất mỗi thôn để bắt "rễ", "thăm nghèo hỏi khổ" và thực hiện "ba cùng" là ăn cùng, ở cùng và làm cùng với bần cố nông. Từ những rễ này sẽ xâu được những bần cố nông khác gọi là "chuỗi". Qua rễ và chuỗi, các ông đội sẽ xác định được đối tượng của cải cách ruộng đất là thành phần địa chủ, cường hào. Các anh đội mới về được một tuần mà phong trào đã hừng hực như phải sốt. Các rễ, các chuỗi năng nổ họp ngày đêm để được huấn luyện về phương pháp đấu tố sao cho thuyết phục. Những ai xuất sắc sẽ được kết nạp vào làm thành viên đội cải cách, sẽ được cùng các anh đội đi tuần khắp hang cùng ngõ hẻm trong làng. Đội cải cách cắt đặt các chốt để ngăn chặn địa, hào tẩu tán tài sản, hay tìm cách bỏ trốn, tránh bị đấu tố, tránh phải đền tội trước bà con nông dân, hơn nữa cũng là để ngăn chặn bọn gián điệp, bọn phản động tìm cách liên hệ với nhau để chống phá chính quyền.

Chỉ trong mấy ngày, các cán bộ đã xác định được ngay nhà chị Phú là thành phần địa chủ, đồng thời là thành phần phản động nguy hiểm nhất làng. Xung quanh nhà chị lúc nào cũng có những ông bà bần cố nông cốt cán của xã canh chừng. Sau một tuần, những mảng tường trống đầy rêu khắp làng đều được quét vôi trắng nhờ nhờ, làm nền cho những khẩu hiệu được kẻ vẽ nguệch ngoạc bằng lõi quả dứa nhúng vào mực đỏ mài từ gạch non: Đảng Lao Động Việt Nam Muôn Năm; Hồ Chủ Tịch Muôn Năm; Trí, Phú, Địa, Hào, Đào Tận Gốc, Trốc Tận Rễ; Có Khổ Tố Khổ, Nông Dân Vùng Lên… Hai màu trắng, đỏ này đeo bám mãi cu Quý và tuổi thơ của nó cũng chết từ những ngày ấy.

Sáng hôm ấy, khi cu Quý còn đang ngủ thì bị tiếng quát tháo ầm ầm ngoài ngõ đánh thức.

"Cha con nhà tên phản động Hoàng Nguyên Phúc, Hoàng Nguyên Phú đâu?"

Cu Quý chạy ra. Một ông cán bộ cải cách đầu đội mũ, áo bỏ trong quần, súng ngắn trễ hông dẫn đầu đoàn chừng hơn chục người gồm các dân quân lăm lăm súng trường, các ông bà nông dân hầm hầm gậy gộc.

"Ông nội và bố mày đâu, thằng kia?" Một lão nông dân mắt toét nhèm, người nhỏ thó toàn xương, cầm

76

một cái que chỉ vào mặt cu Quý, quát giọng the thé. Không đợi cu Quý trả lời, ông cán bộ cải cách khoát tay bảo mấy dân quân:

"Vào tìm chúng ra đây!"

Chỉ một loáng ông nội và thầy được giải ra sân. Mỗi người bị hai dân quân túm lấy tay, để cho người thứ ba dùng dây thừng trói giật cánh khuỷu ra sau. Hai người có lẽ đã chuẩn bị cho việc này lâu rồi nên quần áo the, khăn xếp chỉnh tề. Cu Quý đứng chết lặng, không biết phải làm gì. Anh Chiến cởi trần, quần đùi chạy huỳnh huỵch vào sân, thảng thốt kêu:

"Ông nội ơi, thầy ơi!"

Cu Quý vốn nghĩ anh Chiến có bộ mặt lì lì kiêu kỳ đáng ghét nhưng lần này nó đã nhìn thấy bao nỗi xót xa chất chứa trên gương mặt, trong tiếng gọi ấy. Lần đầu tiên nó mới thật hiểu anh trai mình, để rồi tiếng gọi và khuôn mặt ấy bám theo nó cả đời.

Ông nội mỉm cười bảo anh Chiến:

"Không sao đâu, con cứ bình tĩnh!"

Trên gương mặt thầy, chỉ thoáng chút buồn. Thầy dặn:

"Các con ở nhà thương nhau, nghe lời mẹ nhé!"

"Dạ!" Anh Chiến cúi đầu, thưa khẽ.

"Đi!" Một dân quân lấy mũi súng trường thúc vào lưng, khiến thầy chúi người. Một dân quân khác tử tế hơn, lấy tay đẩy lưng ông nội. Cu Quý chợt tỉnh, như mới chợt hiểu những gì đang diễn ra. Nó chạy tới ôm lưng thầy kéo lại.

"Thầy ơi!"

"Thằng ranh này!" Một dân quân túm lấy vai cu Quý lăng ra sau. Cu Quý định xông vào tiếp thì mẹ từ đâu tới đã ôm gọn lấy nó trong vòng tay, mẹ bảo:

"Thôi con, đừng làm ông và thầy buồn thêm!"

Nghe mẹ, cu Quý chịu đứng yên nhưng hình ảnh những người thân yêu bị trói, bị xô đẩy phũ phàng đang bóp nghẹt tim nó, nó khóc nấc lên, nước mắt giàn dụa. Chị Phú giữ con, sợ nó chạy theo cha và ông, lòng tự nhủ phải bình tĩnh để làm gương cho các con.

*

Từ ngày đội cải cách về, người làm bỏ dần, sau ngày ông và thầy bị bắt, nhà chỉ còn ba mẹ con. Cu Quý và anh Chiến giành việc đưa cơm, không nói ra nhưng thằng nào cũng hy vọng được gặp ông và thầy. Ước muốn ấy chẳng bao giờ thành vì các ông bà dân quân luôn chặn chúng từ ngoài cổng. Ông nội và thầy, cùng với một số người nữa bị giam trong dãy chuồng bò của một nhà gần đình làng, hình như nhà này cũng là địa, nhưng đã bỏ vào Nam từ năm trước. Chuồng bò giờ được quây kín bằng tre ngâm mới vớt từ ao lên. Bên trong tối mò, cu Quý cố nhìn vào trong, tự hỏi không biết ông nội và thầy bị giam ở ngăn nào.

Một ông dân quân cu Quý chưa từng gặp. Vừa nhìn thấy hai thằng, ông đã quát:

"Hai thằng nhóc đi đâu?"

"Dạ, chúng cháu đưa cơm cho ông nội và thầy chúng cháu ạ!" Anh Chiến trả lời.

"Tên gì?"

"Ông nội cháu là Hoàng Nguyên Phúc, thầy cháu…"

"À, con nhà địa!" Không nghe hết câu, ông dân quân ngắt lời. "Lần sau chúng mày nhìn thấy ông đây là phải chắp tay chào tử tế nghe chưa? Thời của lũ địa chủ, cường hào phản động chúng mày đã hết rồi con ạ! Cái gì đấy, cơm à?"

Miệng hỏi, tay ông mở nắp rồi bẻ một cành que khô, chọc chọc vào bát cơm. Chắc đây là cách kiểm tra đã được hướng dẫn từ trước nên lần nào cu Quý cũng thấy các ông, các bà dân quân làm vậy. "Được rồi, để đấy, chiều ra lấy bát."

Cu Quý và anh Chiến vừa quay ra thì gặp ông đội Dục đi lại. Ông này đứng đầu đội cải cách của xã, đồng thời trực tiếp phụ trách thôn Trung, người hôm trước vào bắt ông nội và thầy.

"À, con cháu nhà Phúc, Phú đấy hả?"

Cu Quý và anh Chiến còn chưa kịp phản ứng thì ông dân quân canh cổng nhắc:

"Chắp tay chào ông đội mau, ông vừa dạy nhà mày rồi, không nhớ à?"

Hai thằng còn đang lúng búng trong miệng thì ông đội Dục bảo:

"Mẹ chúng mày đâu? Về bảo là ông đội muốn mẹ đưa cơm chiều nay, để ông đội hỏi chuyện nghe chưa?"

Anh Chiến không thưa gửi gì, cứ nhìn chằm chằm vào mặt ông đội.

"Chúng mày câm à, mà sao cứ giương mắt ngão như thế?" Ông dân quân quát, hùng hổ bước lại. "Đúng là con nhà phản động. Nhìn cái mặt cứ câng câng, ông tát cho rụng răng bây giờ!"

"Thôi về đi! Nhớ lời tao dặn đấy" Ông đội Dục phẩy tay, bước vào cổng.

*

Chiều hôm ấy, ông đội Dục hỏi chị Phú về làm dâu nhà họ Hoàng từ bao giờ, có bị địa chủ Phúc, địa chủ Phú ngược đãi, hành hạ không, tên địa chỉ Phú có mấy anh em, tại sao bỏ vào Nam, bị thành phần phản động nào xúi giục mà bỏ nhà đi như thế.

"Chị phải hiểu rằng nhà chồng chị có tội rất nặng," ông đội Dục nói, môi quặm lại nghiêm trọng, ngón trở hua hua. "Chẳng những cha con địa chủ Phúc, Phú là kẻ thù của nhân dân, đã từng áp bức, bóc lột bà con bần cố nông mà còn có tội thường xuyên đi lại, câu kết với những thành phần phản động. Chúng tôi gọi chị lên đây để đả thông tư tưởng cho chị. Chị phải có trách nhiệm khai báo chi tiết những gì chị biết, có vậy thì chính quyền mới tạo điều kiện để chị được công khai tuyên bố từ bỏ thành phần địa chủ, đoạn tuyệt với quá khứ tội lỗi của nhà chồng chị, như vậy con cái chị sau này mới có điều kiện mở mày mở mặt được. Tôi khuyên chị hãy càng thành khẩn càng tốt, hãy nhớ là chị làm việc này vì tương lai hai thằng con. Nào, chị thấy cha con địa chủ Phúc, Phú thậm thụt, thông đồng với những thành phần phản động nào? Ai xúi mấy gia đình em nó đi Nam, mà tại sao cha con nó không đi luôn, ở lại với mục đích gì?"

Chờ một lúc, không thấy chị Phú nói gì. Ông đội giục:

"Nào, chị nói đi chứ, chị phải hết sức hợp tác thì mới mong được sự giúp đỡ của chúng tôi. Tội của cha con địa chủ Phúc, Phú là quá nặng rồi, có trời cũng không gỡ được. Chị phải biết lo cho mình, cho những đứa con của chị chứ."

Ông đội Dục hua chậm ngón tay lại một chút, giọng nhấn vào câu "hết sức hợp tác". Bản năng người đàn bà khiến chị thấy rờn rợn trước ánh mắt của ông đội. Ánh mắt không ngừng lục soát khắp người chị, như thể chị là một món đồ ngoài chợ, ông ta có thể mặc sức cân đo đong đếm mà không sợ chị phật lòng.

"Thế nào, chị nhất định không chịu tố cáo cha con nhà ấy phải không?"

"Thưa ông đội, quả thực tôi không biết là bố chồng tôi và chồng tôi phạm tội gì!"

"Ơ, nhà chị này, nói thế mà vẫn không hiểu!" Ông đội Dục có vẻ đã sốt ruột, giọng đã mất vẻ ôn tồn lúc trước. "Là địa chủ, cho nông dân thuê ruộng, bóc lột sức lao động của họ đã là một tội rồi, chưa kể là có câu kết với các thành phần phản động, xúi giục người khác bỏ vào Nam."

"Thưa ông đội, quả thực tôi không hiểu, nhà tôi có ruộng cho thuê thì bà con mới có lúa gạo để sống, tại sao lại là có tội ạ?"

"Này, tôi cảnh cáo chị đấy, chị đã cố tình không hiểu." Ông đội Dục trợn mắt, mặt đỏ gay. "Cuộc cách mạng cải cách ruộng đất là để người cày có ruộng. Thành phần địa chủ, cường hào có một dúm người nhưng chiếm phần lớn ruộng đất. Cách mạng là thay đổi, là lập lại trật tự, chia ruộng đất cho nông dân, mà muốn làm được điều ấy thì phải có đấu tranh giai cấp. Giai cấp nông dân, đặc biệt là bần cố nông cần phải kiên quyết lật đổ giai cấp địa chủ, cường hào, ác bá và bọn phản động. Chúng là ung nhọt được hình thành từ chế độ phong kiến thối nát, là sản phẩm của chế độ thực dân ma quỷ, ăn máu, hút mật người lao động!"

"Nhưng thưa ông, nếu các ông định chia lại ruộng, thì chắc chắn bố chồng tôi, chồng tôi cũng đồng ý theo quy định chung của chính quyền. Sao lại…"

"Thôi thôi," ông đội xua tay. "Chị rất ngoan cố, vậy là chị nhất định bảo vệ giai cấp địa chủ phải không? Chị đã ăn bả của tầng lớp địa chủ cường hào, của thực dân nên nhất định không chịu nhìn ra vấn đề phải không? Tôi nói cho chị biết là bố chồng chị, chồng chị có quan hệ, thông đồng với những thành phần phản động chống phá chính quyền Việt Minh. Chúng tôi còn đang điều tra nhưng chắc chắn bọn chúng có câu kết với thành phần Quốc Dân Đảng, làm gián điệp cài lại của bọn phản động."

"Sao ông biết được điều ấy ạ? Tôi ở cùng nhà, có thấy bố chồng tôi và chồng tôi hoạt động gì chống phá Việt Minh đâu. Tôi chỉ thấy bố chồng tôi và chồng tôi hưởng ứng lời kêu gọi, có đóng góp vàng, tiền cho Việt Minh thôi."

"Chị ngây thơ lắm," ông đội vẩy vẩy ngón tay trỏ vào mặt chị. "Chị phải hiểu rằng, đấy chỉ là một hành động che mắt để bọn chúng thực hiện âm mưu khác mà thôi."

"Làm sao mà ông kết luận được điều ấy ạ?"

"Ơ!" Ông đội kêu một tiếng, mặt đỏ gay lên như thể đã hết sức chịu đựng trước sự ngoan cố, mà cũng có thể là sự ngu dốt của người đàn bà trước mặt. Ông giơ tay chém chém vào không khí, muốn nói lắm rồi nhưng ngôn từ chưa kịp chạy về miệng. Cuối cùng ông cũng bật ra được. "Rồi chị sẽ thấy, sẽ có những nạn nhân, những bà con bần cố nông đứng lên tố cáo tội ác của nhà chị, lúc ấy chị mới trắng mắt ra, lúc ấy chị hối cũng muộn rồi. Mà chị còn cố tình ngoan cố giữ quan điểm của bọn địa chủ, không chịu hợp tác, không chịu cùng chúng tôi vạch mặt bố con nhà nó, chúng tôi sẽ bắt nốt chị đấy!"

Những lời của ông đội Dục có tác dụng. Nỗi lo sợ bao trùm người đàn bà. Chị tự nhủ, có lẽ mình đã sai lầm khi cố tranh luận với ông đội. Chẳng được gì mà có thể sẽ chỉ làm tình hình xấu thêm.

"Chị cứ về suy nghĩ thêm đi," ông đội Dục có lẽ cũng cảm thấy nỗi sợ của người đàn bà, ông dịu giọng. "Tôi khuyên chị nên tận dụng cơ hội này để đứng lên vạch tội bố con địa chủ Phúc, Phú. Qua đấy thì bà con nông dân mới hiểu chị, mới chấp nhận chị và các con chị là thành phần của quần chúng lao động. Chị phải hiểu đây là một thời đại mới, thời đại của nhân dân lao động chân chính. Nhờ đóng góp của nhân dân lao động mà Đảng đã làm nên cách mạng thành công, đã làm nên chiến thắng thần kỳ vừa qua. Chị nên thức thời mà nhận ra những vấn đề của thời đại."

Ông đội Dục ngưng lời, đôi mắt của ông lại soi mói lục soát từ khuôn mặt trái xoan mềm mại, bộ ngực vun đầy tới cặp hông nở nang của chị. Khuôn mặt của ông dịu lại trước vẻ đẹp của người đàn bà. Đây rõ ràng là một phụ nữ lầm lỡ đã trót bước chân vào một nhà địa phản động. Nhiệm vụ của ông là phải tuyên truyền để quần chúng nắm được lập trường cách mạng, quán triệt được tư tưởng tiến bộ của thời đại. Việc này phải làm dần dần, nhận thức là một quá trình, không thể nhanh như nấu một nồi cơm, như cưa một khúc gỗ được.

"Thôi, chị về suy nghĩ đi, mai, kia lại qua đây, có gì không hiểu thì cứ hỏi, tôi sẽ giải thích tận tình. Mà khẩn trương lên nhé, mấy ngày nữa là toà án sẽ xử tội cha con nhà Phúc, Phú đấy!"

Nghe chữ "xử tội" chị Phú thấy sợ. Chị đứng lên khỏi hè mà người thấy choáng váng. Đằng kia là dãy chuồng trâu nơi ông nội và cha bọn trẻ đang bị giam. Mấy dân quân cầm súng, người đứng, người ngồi quanh đấy. À, tại sao chị không thử nhỉ.

"Thưa ông đội," chị ngập ngừng.

"Gì thế," ông đội hỏi giọng ân cần, mắt vẫn không rời khỏi người chị.

"Ông có thể gia ơn cho tôi được thăm bố chồng tôi và chồng tôi được không ạ?"

"À, việc đấy tạm thời chưa được, phải đảm bảo bí mật trong thời kỳ điều tra, lấy lời khai của tội phạm." Ông đội Dục dừng lời, quan sát kỹ khuôn mặt của người đàn bà xem chị phản ứng ra sao. Thấy rõ sự thất vọng của chị. Ông nói thêm. "À, để xem thế nào đã nhé. Tối nay ở đình có cuộc họp bà con rễ, chuỗi, chuẩn bị cho mít tinh đấu tố, chị ra đấy mà học tập, gần gũi mọi người cho khuây khoả, có gì ta nói chuyện thêm nhé."

Ông đội Dục nói xong thì mỉm cười, cặp mắt một mí híp lại thành một đường chỉ nhỏ khi nhìn chị Phú. Lòng chị tan nát. Chỉ ngay kia thôi, những người thân yêu đang bị đày đoạ mà chị thì đang đứng ngoài này, nói chuyện với kẻ đã bắt họ. Trực giác đàn bà cho biết kẻ này đang có ý gì đấy với chị. Chưa bao giờ chị thấy bất lực thế này. Ông nội và thầy bọn trẻ cả đời quen sinh hoạt sạch sẽ, chỉn chu từng chút một, giờ bị nhốt ở nơi bẩn thỉu kia, liệu họ có chịu được khổ cực không? Nghĩ tới đấy, chị Phú không làm chủ được mình, hai dòng nước mắt trào ra. Thấy vậy, ông đội Dục phẩy tay, bảo:

"Thôi chị về đi. Nhớ lời tôi dặn đấy!"

Chương 13

Gần sáng mưa ngớt dần. Thức trắng đêm trong rừng, càng nghĩ Quý càng cảm nhận rằng mười sáu ngày trong trạm quân y ở Quảng Bình sẽ mãi là kỉ niệm đẹp. Anh đã kể những gì hay nhất của thời sinh viên của anh cho anh em thương binh, anh nuôi và cô y tá trẻ trung đáng yêu ấy nghe. Chiến tranh tạo ra một hệ quy chiếu kỳ lạ. Những gì qua đi bỗng trở nên quý giá vô cùng, bởi biết đâu những con người ấy, địa điểm ấy anh sẽ không bao giờ được gặp lại nữa. Rồi sau này, những câu chuyện về chiến tranh, anh sẽ kể cho ai đấy ở nhà. Cuộc sống chiến trường có biết bao con người kì lạ, bao câu chuyện kì lạ. Giữa bom đạn thì những câu chuyện tầm phào, tếu táo của thằng Trung bỗng có một hương vị đặc biệt.

Thằng Trung kể, lần ấy một con bò gầy quá, thủ trưởng đành xin cấp trên giết thịt. Mấy thằng lính trẻ to khỏe là thế mà không tài nào trói được con bò. Nó cứ chạy lồng lên. Đang mùa đông mà mấy thằng mướt mồ hôi, vừa chạy, vừa vứt bỏ bớt quần áo. Mười lăm phút trôi qua, có thằng bị nó xô, đập sườn vào đá, nhăn nhăn nhó nhó ôm bụng vào hỏi thầy lang Trung cách chữa, cả mấy cái xương sườn đều vần vện chỗ đỏ, chỗ đen. Thằng thầy lang đểu bước ra, thấy mấy thằng lính trẻ, thằng chống gối, thằng ngồi xõng xoài thở. Nó lắc đầu bảo:

"Mấy thằng mày kém thế, thế này thì làm học trò tao cũng không đáng!"

Tuy rất khoái tính hài hước và cũng rất nể thằng Trung nhưng nghe thế thì mấy thằng kia tự ái. Thằng nhiều tuổi nhất trong đám bảo:

"Anh mà giúp được vụ này, bọn em sẽ suốt đời tôn anh là sư phụ."

"Tôn làm sư phụ, chỉ có thế thôi à? Được cái danh hão với mấy thằng lính quèn chúng mày thì được cái gì. Chúng mày đã nghe câu: Làm tớ thằng khôn còn hơn làm thầy thằng dại chưa?"

Nói rồi thằng Trung rút thuốc hút, quay lưng thủng thẳng đi vào. Thằng kia vội chạy theo xun xoe:

"Ôi ôi, thế anh còn muốn cái gì nữa, bọn em lính quèn thật nhưng có tấm lòng thơm thảo, nhất mực theo đạo lý cha ông dạy là nhất tự vi sư, bán tự vi sư, hết lòng kính quý thầy. Sau này chiến tranh kết thúc, bọn em mời anh về quê bọn em, sơn hào hải vị và bao gái quê bọn em sẽ dành cho anh hết."

Thằng Trung rít thuốc, lỗ tai rần rật sung sướng. Nó xoa cái đầu cắt cua, dọc ngang đầy sẹo của thằng kia, bảo:

"Thằng này có phẩm chất đây, được gần gũi, tao dạy dỗ ít ngày chắc sẽ khá lắm. Thế tao giúp vụ này thì một tuần liền, mấy thằng phải thay nhau đấm lưng cho sư phụ nghe chưa?"

"Được ngay, được ngay..." Bọn kia tâm lý oải mà cũng thích được xem thằng sư phụ trổ tài. Thằng Trung giao nhiệm vụ thằng A đuổi góc này, thằng B đuổi góc kia... dồn nó tới kia... rồi nó thắt thòng lọng sợi thừng đứng ở một góc chờ.

Mấy thằng kia làm đúng như sư phụ nói, thay nhau dồn đuổi một vòng rất nhanh theo đúng lộ trình định sẵn, con bò cũng đã có vẻ yếu đi. Thằng Trung lom khom nấp sau gốc cây. Đến chỗ ngoặt, con bò chạy chậm hẳn lại. Thằng Trung lao vút ra, tay trái ôm vào lưng con bò, tay phải thò chéo sang chân bên kia của con bò kéo mạnh. Lực vai tì vào sườn con bò, lực kéo chân của nó thành một mô men xoắn, con bò ngã lăn quay. Nhoằng một cái, chiếc thòng lọng đã được lồng vào hai chân sau của con bò, thít chặt. Con bò cứ thế mở mắt trắng dã, mồm há hốc, thở hồng hộc, bụng phập phồng lên xuống, nằm đấy chịu chết. Mấy thằng đệ tử chạy lại, vỗ tay ầm ĩ, gật đầu kêu:

"Bái phục sư phụ, bái phục sư phụ!"

Từ đây thằng Trung còn được gọi là Trung Sư Phụ.

Còn cái biệt hiệu Trung Lừa là vì một hôm chính thủ trưởng bắt gặp nó đang thái mấy cái rau vớ vẩn ra làm thuốc. Nhưng thằng Trung vẫn chống chế, bảo tuy là rau đấy nhưng có tác dụng thật. Nó bảo không tin thì cho con bò còn lại uống thuốc này xem, uống sau hai tuần trông sẽ khác. Sau hai tuần thì bò trông khá hơn thật. Tất nhiên là thằng Trung không xẻo cái chỗ thịt đùn ra ở hông con bò nữa mà để vết thương của nó tự lành. Thành ra đến giờ hội cấp dưỡng ấy vẫn bán tin bán nghi không biết nên gọi nó là Trung Thầy Lang hay là Trung Lừa. Gọi thế nào không biết nhưng thằng như Trung được cả thủ trưởng và anh em lính quý. Đời lính chiến bom đạn vô tình, chết không định trước, được tiếng cười nhờ những câu chuyện của nó là quý lắm.

Chương 14

Sương đang lúi húi nấu cơm thì có người gọi. Chị sững người thấy ông Dục, đội trưởng đội cải cách xã. Ông Dục đội mũ cứng, áo bỏ trong quần, vai đeo xắc cốt bằng vải to tướng, súng ngắn trễ hông.

"À, cô Sương đấy à, tôi muốn nói chuyện một lát!"

"Vâng... mời... ông đội lên, ông đi trên ván cẩn thận kẻo ngã!"

"Đừng gọi tôi là ông, chúng tôi là cán bộ cải cách ruộng đất, công tác của chúng tôi nhằm mang lại quyền lợi cho bà con nông dân, cho những người nghèo như cô, đừng khách sáo làm gì." Ông đội vừa đi lên, vừa tươi cười nói.

"Thuyền nhà cô nhỏ nhất ở làng nổi này nhỉ, nhưng chắc chắn ra phết. Khéo sống ở chỗ sông nước thế này lại khoẻ người ra ấy chứ."

"Ông đội nói thế, người khốn cùng mới phải ở nơi này, ai muốn sống đời bập bênh làm gì. Mời ông đội ngồi tạm, sống trên thuyền chỉ vậy thôi, ông đội tìm nhà cháu có việc gì ạ?"

"Trước kia cô có thời gian ở nhà địa chủ Phúc, Phú đúng không?"

"Vâng, Cụ Phúc và ông bà Phú thương tình cho cháu ở nhờ để sinh con ạ!"

"Thế thời gian ở đấy, cô được đối xử ra sao?"

"Dạ, cụ Phúc và ông bà Phú rất tốt với mẹ con cháu, ông hỏi việc này làm gì hở ông?"

"Cô có biết là hai bố con nhà địa chủ Phúc, Phú đã bị bắt rồi không?"

"Cháu có nghe nói, thế tại sao ông đội lại cho bắt họ?"

"Đấy là thành phần địa chủ bóc lột nông dân, sống trên xương máu của đồng bào, bọn chúng lại câu kết với những thành phần phản động để chống phá cách mạng. Mấy hôm nữa, toà án nhân dân huyện sẽ mở phiên toà xét xử cha con Phúc, Phú cùng những tên địa chủ cường hào ác bá, phản động khác của xã nữa."
"Quả thực nhà cháu không biết gì những chuyện tày trời ấy đâu ông ạ, có lẽ ông nên đi hỏi người khác thôi."

"Tôi đến đây để giải thích về công cuộc cải cách ruộng đất của đảng và chính phủ ta, công cuộc này chính là để mang lại quyền lợi, lợi ích cho người lao động nghèo khổ như cô. Cô nên hưởng ứng, tham gia vào công tác quan trọng này. Nếu cô muốn, tôi có thể kết nạp cô vào đội dân quân trợ giúp cho công tác cải cách ruộng đất. Tham gia vào công tác này, cô sẽ có nhiều cơ hội học hỏi, nâng cao trình độ của mình, mà cũng nói cho cô biết là sau khi xử tội những thành phần địa chủ cường hào phản động xong thì chúng tôi sẽ tiến hành sung công, tịch thu nhà cửa, ruộng vườn, tài sản của chúng rồi chia cho bà con bần cố nông. Tôi biết cô vẫn thường xuyên đi cấy, đi gặt thuê cho nhà Phúc, Phú. Cô đi làm thuê cho chúng, lại không có mảnh đất dung thân, nếu tham gia vào công tác này, có thể cô sẽ được đội cải cách xem xét, chia cho một phần ruộng để mà cấy cấy kiếm sống."

"Nhà cháu trình độ có hạn thì biết công tác gì ạ,"

"Chúng tôi muốn cô đứng lên đấu tố, vạch tội bố con địa chủ Phúc, Phú..."

"Ấy chết, ông đội ơi, việc ấy thì nhà cháu xin kiếu ạ. Cụ Phúc, ông bà Phú chỉ làm ơn cho nhà cháu, ơn ấy cháu còn chưa biết bao giờ mới trả được, cháu có nằm mơ cũng chẳng bao giờ thấy tội lỗi gì của cụ, của ông bà ấy đâu mà tố, mà vạch ạ?"

"Đấy, cô lầm tưởng ở chính điều này đấy. Các thành phần phản động bao giờ cũng đội lốt người tốt để mua chuộc những người ngây thơ như cô, rồi để chúng lợi dụng sai khiến cô làm việc cho chúng. Tôi muốn hỏi cô là thời gian cô ở nhà địa chủ này, thời gian làm thuê cho chúng thì cô có thấy chúng quan hệ với ai, có những hoạt động khả nghi nào chống phá cách mạng không? Cha con nhà địa chủ có làm gì cô không, ý tôi là... chúng có lợi dụng cô là đàn bà để..."

"Ối, ông đội ơi, xin ông đừng nói thế phải tội. Nhà cháu ở nhờ nhà cụ Phúc, ông bà Phú mấy tháng, từ bấy đến giờ đã năm năm rồi, cụ và ông bà ấy có sai khiến cháu làm gì khuất tất đâu. Cháu coi cụ và ông bà ấy là chỗ ân nhân, cháu không bao giờ cháu dám có ý nghĩ sai trái đâu ạ."

"Thế... cha con nhà ấy có bao giờ... chạm tay vào người cô không? Cô thử cố nhớ lại xem?"

"Giời ơi, ông đội nói gì vậy ạ? Cụ Phúc và ông bà Phú như ông, như bố mẹ nhà cháu, họ ra tay làm phúc, cứu đỡ cháu lúc hoạn nạn, sao ông lại nói thế?"

"Cô này không hiểu à? Tôi đã nói rồi, tất cả những hành động giả nhân giả nghĩa của họ là có mục đích. Chỉ có cô là người ngây thơ, trình độ nhận thức hạn chế nên không thấy đấy thôi, mấy hôm nữa cô ra dự phiên toà xét xử tội ác của chúng, cô mới thấy thực sự chúng là ai."

"Dạ, nhà cháu chỉ biết có thế thôi ông đội ạ, những việc tày giời to nhớn như thế làm sao nhà cháu biết được."

94

"Cô này, thật khó bảo quá. Tôi phải nói rõ để cô biết đây là cơ hội để cô mở mày mở mặt, cải thiện số phận vô gia cư của cô, cuộc cải cách ruộng đất này là để trao cho người cày, người lao động ruộng đất để tăng gia sản xuất. Cô phải tham gia tích cực thì mới mong được có phần trong cái thành quả đấu tranh ấy. Đây chính là cơ hội nghìn năm có một cho người lao động lấy lại những gì đáng nhẽ là của họ."

"Vâng, thưa ông đội, nhà cháu hiểu ý ông nói rồi. Nhà cháu sinh ra hạn chế thì đành chịu vậy, chứ quả thực ông đội giải thích thế, nhà cháu vẫn không tài nào thông được đâu ạ!"

"Nếu muốn hiểu thêm thì tối nay cô nên đến dự cuộc họp rễ chuỗi ở nhà bà Đợ thôn Trung, à mà nhà bà ấy ở ngay gần nhà Phúc, Phú đấy."

"Nhà cháu biết bà ấy rồi, nhưng thôi, cảm ơn ông đội đã quan tâm, nhà cháu không dám tham dự vào những việc to tát ấy đâu ạ."

Ông đội đi khỏi lâu rồi mà Sương vẫn thần người suy nghĩ miên man, con bé Vi phải gọi mấy lần cô mới sực tỉnh.

"Mẹ ơi, cơm khét rồi kìa!"

Sương vội dụi lửa ghế cơm. Sương thấy lo cho gia đình bà Phú quá. Họ ăn ở hiền từ, phúc đức thế sao bỗng nhiên lại bị bắt. Sương mới biết tin này hôm qua nhưng chưa kịp sang hỏi thăm, chị bảo con bé:

"Vi ơi, ăn cơm xong, mẹ con mình sang thăm bà Phú nhé!"

"Vâng ạ, con cũng nhớ bà Phú với cậu Quý lắm!" Con bé mừng rỡ.

Chương 15

Càng nghĩ, anh càng thấy thằng Trung tài.
Dừng chân chỗ nào có suối, nó chỉ loay hoay
một thoáng rồi bỏ đấy làm việc khác, lúc sau quay lại
là có cá ăn. Anh em phục lắm, hỏi làm thế nào nó chỉ
tủm tỉm bảo ăn đi, nói mất thiêng. Một thằng thò ra
mấy điếu thuốc Trường Sơn huơ huơ trước mặt nó,
bảo nói ra thì cho. Thằng Trung vốn nghiện thuốc
nhưng mặt vẫn lạnh tanh. Thằng kia bực mình, lôi ba
lô ra mấy điếu Tam Đảo. Thằng Trung bảo loài cá
thích nhảy ngược dòng, be sỏi tạo đập nhỏ, cá sẽ nhao
lên bị tắc lại đập. Mấy thằng lao ra suối, hì hục bắt
chước cũng kè, cũng be nhưng chẳng được gì, chạy về
bảo thằng Trung nói điêu. Nó cười hì hì, bảo đưa cả
bao thuốc thì thầy mới dạy cho hết bài. Mấy thằng
tiếc đứt ruột, nhưng chả lẽ học nửa chừng. Thế là
đành mất bao thuốc. Thằng Trung tủm tỉm cười, đút
bao thuốc vào túi, ra suối bày cách tỉ mỉ. Từ đấy,
dừng chân chỗ nào có suối là cả bọn nhao đi, vui như

hội. Bọn anh ăn cá thoải mái. Vậy là biệt hiệu Trung Cá có từ đấy.

Thằng Trung chuyển đến đơn vị nào mấy hôm là có đệ tử ngay. Cứ như nó có bùa ngải trong việc thu hút con người. Điều ấy một phần là do danh đi trước người. Những câu chuyện về nó được truyền từ trung đội tới trung đội, đại đội tới đại đội, đến nỗi về sau này Quý đi đâu, nói từ đại đội này, tiểu đoàn này là có người hỏi ngay có biết Trung Gái, Trung Thầy Lang, Trung Lừa không? Bảo biết là lập tức có thằng bắt giải thích về mấy cái biệt danh ấy.

Cái biệt hiệu nổi tiếng nhất của nó là Trung Gái thì mới đúng là sở trường số một của nó. Thằng Trung tán gái có bài bản, có tư duy chiến thuật từng bước, chứ không phải kiểu được chăng hay chớ. Đối với nó thì lần thất bại này là bước đi cho lần sau. Nghe nó kể về kinh nghiệm tán gái thì từ tân binh tới chính ủy tiểu đoàn phải tròn mắt mà nghe, mà cười, mà mơ màng linh tinh. Có đêm nghe nhiều chuyện nó kể, sáng ra bọn lính trẻ phải lao ra suối giặt quần lót. Trong ba lô của nó lúc nào cũng có một đống cặp tóc, xà phòng thơm, khăn mùi xoa đủ loại từ trắng trơn, cứng đờ tới mềm mại, loại cao cấp có thêu bông hồng nhỏ xíu ở một góc.

Hạ trại ở đâu là thằng Trung dò hỏi địa hình, xem làng mạc thế nào, gần đấy có đơn vị thanh niên xung phong nào không? Thủ trưởng ở đâu cũng quý nó, nó xin đi đâu, vắng mặt một vài tiếng thì đồng ý ngay. Hơn nữa, đi việc riêng nhưng bao giờ nó cũng mang quà về. Ngoài việc dùng cặp tóc, khăn tay làm quà cho đối tượng, nó còn dùng mấy thứ ấy để đổi được khi con gà, lúc con nhím cho đơn vị cải thiện.

Thằng Trung vào làng hay đến một đơn vị thanh niên xung phong thì nó gọi là đi "đánh án". Lúc ấy, quần áo nó phẳng như được là. Về chi tiết này nó dạy bọn đệ tử kỹ lắm. Dạy một lần rồi cứ thế răm rắp chuẩn bị quần áo cho nó. Xà phòng thơm không phải là để cho các em mà để nó gội đầu xong, lấy tí hòa vào nước rồi bôi lên tóc, kiểu như dùng nước hoa.

Quân phục chỉnh tề, phẳng phiu, tóc chải mượt, thơm nức mũi, dáng to con ngồng ngộng trông như một con gà tây lạc giữa đám gà ta, thằng Trung lên đường đi đánh án. Mà nó đã xuất quân là thắng, chỉ là thắng to hay nhỏ thôi. Thắng lớn thì vừa cưa được gái, đi đến "thắng lợi cuối cùng" như nó nói, hẹn được buổi tiếp theo, vừa mang về chiến lợi phẩm cho anh em. Thắng nhỏ thì chỉ hôn hít, sờ soạng, hay chỉ đổi được con gà, cân gạo nếp…

Thời đầu, Quý ngạc nhiên vô cùng khi thằng Trung mang chuyện tán gái của nó ra kể bô bô cả đơn vị. Nhỡ có thằng bẩn tính, chơi xấu thì cũng mệt, nhưng được cái thằng Trung tinh ranh, khéo léo, lại tốt bụng nên những thằng xấu chơi nhất cũng không hại được nó. Im mồm, nó đi đánh án thành công, về có gà mà nấu cháo, nói ra bị anh em ghét mà mõm sẽ mốc. Thực ra, muốn hại nó rất khó vì thủ trưởng ở đâu cũng quý nó như vàng, ở đâu cũng coi nó là một niềm hãnh diện của đơn vị. Nói không quá là thằng Trung mang cảm hứng đời lính cho những thằng khác. Đơn vị nào phải chia tay với nó thì buồn lắm. Mấy thằng đệ tử chỉ chực khóc như con gái tiễn người yêu ra trận, không chứng kiến tận mắt thì không thể tin được.

Chương 16

Toà án nhân dân xử địa chủ, cường hào, ác bá của huyện được dựng ngoài bãi đá bóng sát đê. Vì là phiên toà đầu của huyện, các cán bộ đã tuyên truyền rộng rãi, động viên bà con về học tập, rút kinh nghiệm cho những lần sau. Các đối tượng bị đưa ra xét xử lần này chủ yếu ở xã Đại An nên phiên toà được tổ chức tại địa phương để bà con có thể thấy được thành quả bước đầu của công cuộc cải cách ruộng đất.

Mới bảy giờ sáng mà nắng đã gay gắt. Người đã gần kín sân bóng mà bụi vẫn bốc mù mịt trên mặt đê. Đoàn người vẫn nườm nượp đổ về. Bàn toà án trên mặt đê. Chân dung Hồ Chủ Tịch được treo đúng giữa tấm phông màu đỏ, bên phải là chân dung nguyên soái Stalin, bên trái là chủ tịch Mao Trạch Đông. Biểu ngữ được giăng kín sau bàn toà án, chạy dài dọc theo hai bên đê, tràn lên cả bốn bức tường cái lô cốt cũ của

Pháp. Trên những tấm vải đỏ chữ trắng, vải trắng chữ đỏ, những dòng chữ được cắt dán cẩn thận, ngay ngắn: Chủ Tịch Hồ Chí Minh Muôn Năm; Hoan Nghênh Toà Án Nhân Dân; Kiên Quyết Đánh Đổ Giai Cấp Địa Chủ, Nông Dân Lao Động Tự Làm Chủ Nông Thôn; Tịch Thu Ruộng Đất và Tài Sản của Địa Chủ Phản Động Chia Cho Nông Dân Không có Ruộng; Có Khổ Tố Khổ, Nông Dân Vùng Lên; Đả Đảo Địa Chủ Cường Hào Ác Bá, Ruộng Đất Cho Dân Nghèo, Kiên Quyết Lật Đổ Giai Cấp Bóc Lột…

Ông đội Dục là chánh án còn thẩm phán là bà goá Đợ, thành phần bần cố nông khổ nhất xã. Bà Đợ một mình nuôi năm con nhỏ, hai con lớn cũng đi ở. Đứa con gái đầu của bà mới được tuyển vào dân quân xã. Gia đình bà Đợ là thành phần cốt cán, là rễ cái, rễ chính hiệu của đội trưởng Dục. Nhà bà Đợ chỉ cách nhà chị Phú một trăm mét. Nhờ xác định chính xác rễ nên đội trưởng Dục mới tìm được nhiều chuỗi khác, bổ sung nhiều thành phần bần cố nông cốt cán vào làm cán bộ đội cải cách. Nhờ quá trình công tác hiệu quả mà đội cải cách xã Đại An được tuyên dương trước toàn huyện và được chọn là xã tiêu biểu của công tác cải cách.

Ba mẹ con chị Phú ra từ sáng sớm để có chỗ gần bàn toà án với hy vọng được nhìn rõ người thân. Ông nội và cha bọn trẻ bị bắt đã hai tuần. Chị nghe được là hai người sẽ thuộc mười người đầu tiên của huyện bị xử hôm nay. Năm người đầu tiên được giải ra thuộc xã khác, trong ấy có hai người từng đến nhà chơi tổ tôm với bố chồng chị. Năm người được đưa lên mô đất lưng chừng giữa mặt đê và sân bóng, cũng là chỗ bà con nông dân sẽ bước lên vạch mặt những kẻ có tội.

Không khí nóng bức dường như góp phần khiến những người đấu tố thêm phát điên. Tất cả đều nhảy choi choi, xỉa xói băm bổ như thể sự thù hận có tự bao đời đến nay mới được xả. Chẳng biết vô tình hay cố ý mà có người chọc cả ngón tay, khiến máu mắt một địa chủ chảy ròng ròng đầy mặt. Người bị tố bị đối xử như những kẻ thấp kém nhất, phải xưng con, phải thưa kính ông bà nông dân, bất kể tuổi tác. Định thanh minh điều gì, họ liền bị dân quân thúc báng súng vào lưng, quát phải im mồm. Mới đầu, những người lên đấu nhưng ú ớ, quên mất bài, nói linh tinh vài câu rồi tắc tị, trước khi xuống thì tát một cái vào mặt kẻ bị đấu một cái như để thay lời nói, để khẳng định vị thế của mình. Ai lên, câu đầu tiên cũng hỏi thằng kia, con kia, mày biết tao là ai không, rồi kể lể rời rạc, chắp vá, người nghe nhiều khi chẳng hiểu là họ muốn nói gì.

Lòng chị Phú quặn đau nghĩ tới lát nữa thôi, người thân của chị cũng sẽ phải chịu cảnh này. Càng gần trưa, sự căng thẳng đầy thù hận càng tăng cao, chốc chốc tiếng "đả đảo địa chủ cường hào ác bá!" lại rầm rầm vang trời. Chỉ khi tiếng loa khe khé chói tai của toà án cất lên, tiếng đả đảo mới tạm dứt. Cái nắng

bỏng lưng, rát mặt như cộng hưởng với cơn cuồng nộ
điên loạn của mấy nghìn con người.

Có lẽ đã lâu lắm người nông dân mới có cơ hội
thấy mình có sức mạnh đến thế. Những người đầu
còn vụng về, lúng túng, ngại ngần khi xưng hô mày,
tao với những kẻ trước kia họ vốn quen gọi ông, bà
đầy kính cẩn. Mấy cán bộ cải cách trên bàn toà án,
bàn thư ký hay mấy dân quân lăm lăm súng trường
đứng hai bên phải luôn mồm nhắc vở. Càng về sau,
những người bước lên mô đất đấu tố càng có phong
thái tự tin hơn, tiếng nói dần trở nên dứt khoát, đanh
thép hơn khi tố cáo tội ác của địa chủ cường hào. Chị
Phú để ý là tội ác của những địa chủ đều na ná giống
nhau đến kỳ lạ. Toàn là đánh đập, cho ăn đói, mặc rét
người ở đợ, trả công gặt hái thấp, tính tô cao… Nếu
bà nông dân đứng lên đấu thì bao giờ cũng bị địa chủ
hiếp nhiều lần tới hoa mày chóng mặt dẫn tới thân
tàn ma dại. Họ kể vanh vách, rành mạch những lần
ấy ở chỗ nào, chỗ nào, tới những hành động cụ thể
như đè, nghiến, bóp, thúc ở đâu, ra sao… cứ như thế
họ đã khắc cốt ghi tâm những hành động tội ác ấy
bao ngày rồi. Nghe thật là động lòng. Nhiều người
vừa tố, vừa khóc nấc lên, nước mắt đầm đìa trên mặt,
khiến người xem cũng lặng đi. Có người ở dưới mà
cũng sụt sùi, nước mắt, nước mũi dầm dề y như
người ở trên. Có bà nông dân căm phẫn quá, lúc đầu
còn đội nón, sau thì quẳng cả nón đi, chẳng cần để ý
tới ánh nắng gay gắt đang chiếu vào con nhỏ. Một tay

bà bế thằng bé chưa đầy tuổi, tay kia xỉa xói vào mặt kẻ làm hại đời mình, cả người bà nhảy nhảy, giật giật như con choi choi, gào lên kể tội khiến thằng bé cũng khóc thét lên như muốn phụ họa cùng mẹ. Thử hỏi nhìn cảnh ấy ai không đau lòng, không thấy căm thù kẻ gây nên tội. Kẻ bị đấu chỉ còn biết dán cặp mắt xuống chân, không dám ngước mắt lên một lần.

Sau mỗi lượt đấu tố của một người, ông chánh án bắc loa hỏi bị cáo đã nhận tội chưa. Nếu chưa nhận tội thì ông chánh án sẽ bảo: "Tên này ngoan cố" rồi ông hô to khiến cái màng như sắp bắn ra khỏi loa: "Đả đảo địa chủ ngoan cố!" Và chỉ đợi có thế, hàng ngàn cái miệng cùng hô theo, nước bọt người đằng sau bắn cả vào người đằng trước, làm ù cả tai người bên cạnh: "Đả đảo địa chủ ngoan cố!" "Đả đảo địa chủ ngoan cố!" Hàng ngàn cánh tay nắm lại, vung lên theo từng tiếng hô. Nếu thái độ của kẻ bị đấu vẫn vậy thì sẽ có một người nào đấy hăm hở xung phong lên tố cáo thêm tội ác của hắn. Sau nhiều lần như thế thì tên địa chủ thường không dám ngẩng lên nói gì nữa, mà chỉ cúi đầu, biểu hiện của sự khuất phục, nhận tội.

Gần tới trưa thì chị Phú cảm thấy như sắp ngất tới nơi. Mặc dầu chị biết rằng ông nội và cha của bọn trẻ không hề có những tội ác như hai người bạn của anh và mấy người địa chủ, phú nông khác nhưng không hiểu sao chị vẫn linh cảm một điều gì đó rất xấu sẽ xảy ra hôm nay. Chị tự an ủi đấy chỉ là do chị căng thẳng quá thôi, chứ các ông bà đội đã điều tra suốt hai tuần qua, chắc hẳn phải biết người thân của chị vô tội.

Hai thằng con trai chị Phú không hé nửa lời, không kêu nóng, không kêu khát mặc dù nước đựng trong quả bầu chúng đã uống hết từ lâu. Hai thằng như đang bị thôi miên. Những gì chúng đang xem kịch tính hơn nhiều những vở tuồng mà chúng đã từng được cha cho đi xem ở làng bên.

Kết thúc cuộc đấu tố buổi sáng, một địa chủ bị xử bắn ngay tại chỗ để bà con nông dân thấy được sự nghiêm minh của toà án. Kẻ bị xử bắn được giải lên mặt đê, chỉ cách bàn toà án có mấy mét. Một cán bộ cải cách bước lên bịt mắt tên địa chủ, ba dân quân giương súng trường ngắm sẵn, chờ lệnh của ông đội Dục, chánh án toà án nhân dân. Mấy ngàn con người đang bàn tán, cười nói rôm rả bỗng chẳng ai bảo ai, chuyển giọng thì thào trước cảnh tượng ấy.

Ông đội Dục vẫn ngồi tại chỗ, cầm loa lên, tiếng loa khèn khẹt như thể nó cũng khản cổ do hô quá nhiều đả đảo. Ông đội Dục nói, đĩnh đạc, điềm tĩnh:

"Thưa bà con, qua công tác điều tra xét hỏi, qua công tác đấu tố, vạch tội của bà con trong xã, những người là nạn nhân của tội ác do tên địa chủ Nguyễn V... T... gây ra, Toà Án Nhân Dân Huyện Bình An tuyên bố tên địa chủ Nguyễn V... T... đáng tội chết. Quyết định được thi hành ngay sau đây. Đồng chí đội phó đội cải cách xã, Trần K... N... được giao nhiệm vụ thi hành án. Ông đội phó đứng lên chào trang trọng những người ngồi trên ghế toà án rồi quay sang mấy dân quân đang chờ lệnh, ông hô to, tay chém phập vào không khí:

"Bắn"

Tức thì mấy tiếng đoàng đoàng vang lên, tên địa chủ ôm bụng khuỵu xuống, mặt nhăn nhó nhưng bặm môi không phát ra tiếng kêu. Hình như một khẩu súng trường bị trục trặc không nổ, ông dân quân quỳ xuống, loay hoay một lát rồi đứng lên, đưa súng lên vai ngắm.

"Đoàng!"

Phát súng trúng ngực khiến tên địa chủ giật người một cái rồi đổ ra phía trước, lăn lông lốc từ mặt đê xuống bãi bóng. Tất cả mấy ngàn con người im phăng phắc.

"Trời ơ... ơi!"

Cả không gian tĩnh lặng bị xé toạc bởi tiếng rú rất to. Tiếng rú chất chứa bao nỗi kinh hoàng trong tâm hồn một người đàn bà khi phải chứng kiến điều kinh khủng nhất với chồng mình. Tiếng rú tuyệt vọng hết sức bình sinh như cố vọng tới đấng tạo hoá thiêng liêng, để hỏi tại sao ngài để chuyện này xảy ra. Người đàn bà mặc áo phin đen, đầu quàng khăn mỏ quạ, chân đất lao từ dưới lên, vừa chạy vừa khóc, mọi người không ai bảo ai, tự động giãn ra nhường chỗ cho chị. Người đàn bà lao tới ôm ghì chồng vào lòng mình mà gào khóc. Nước mắt của chị rơi lã tã trên mặt chồng.

Tên địa chủ vẫn chưa chết, hình như trên khuôn mặt ấy thoáng hiện một nụ cười. Ông đội phó khoát tay, hai dân quân lập tức tới kéo người phụ nữ ra. Ông đội phó cầm khẩu súng ngắn dí vào thái dương kẻ chịu tội. Tiếng nổ khô khốc tàn nhẫn lại vang lên. Người phụ nữ tiếp tục gào lên liên tục tới rách cả phổi, cố giằng khỏi tay hai dân quân để lao tới bên chồng. Họ chật vật lắm mới giữ được chị. Theo chỉ đạo của ông đội phó, lực lượng dân quân xúm lại kéo xác tên địa chủ lên mặt đê nơi để sẵn mấy chiếc quan tài đóng sơ sài bằng gỗ gạo trắng nhởn, còn nguyên xơ lướp tướp.

Người đàn bà ấy chị Phú thường xuyên gặp ở chợ huyện. Chồng chị ta trước kia giữ chức Lý Trưởng làng bên. Thỉnh thoảng ông ta cũng sang nhà chị chơi tổ tôm. Chị muốn chạy lại để đỡ con người đang điên loạn vì đau đớn kia nhưng cả người chị nhũn ra. Cu Quý ôm ghì lấy mẹ, người nó run bắn, còn thằng Chiến thì vẫn ngồi như tượng, trên khuôn mặt nó thoáng một vẻ vô hồn lạnh lẽo khiến chị sững sờ.

Đợt xử buổi sáng kết thúc thì bóng của chiếc nón cũng đã tròn xoe ở dưới chân. Toà án tuyên bố nghỉ nửa tiếng. Một số người ra về nhưng một số người vẫn kéo tới. Con đường đê mịt mù bụi suốt một đoạn dài. Trên ấy có một chiếc xe cải tiến chở quan tài đi chôn luôn. Theo quy định của toà án thì kẻ thù của nhân dân bắt buộc phải chôn ngoài bờ đê, trong nghĩa địa của dân làng nổi. Bốn cái bóng trên con đường vào nghĩa địa. Hai người phu, một người còng lưng đẩy, một người còng lưng kéo. Một người vợ cứ gục xuống gào lên khóc chồng, rồi lại cố chạy theo được mấy bước để được chạm vào cái quan tài, rồi lại gục bò xuống đường. Chỉ cái bóng thứ tư là bình thản nằm trong cái hộp bằng gỗ gạo, chẳng phải đẩy, chẳng phải kéo, chẳng phải vật vã…

*

Tưởng chừng như kiệt sức sau suốt sáu tiếng dưới cái nắng đổ lửa giữa tháng Tám, nhưng những gì đang diễn ra còn đày đọa lòng người gấp hàng nghìn lần cái nắng kia. Chính sự mong ngóng, nỗi lo lắng và khiếp sợ đã khiến những hình hài kia chịu được cái nóng, cái khát để ngồi yên một chỗ. Ba mẹ con cố tọng chút cơm nắm vào những cái cổ chết khô. Cả đám đông lao xao hướng về phía con đường dẫn từ làng lên đê. Chị Phú đứng dậy, mắt mũi bỗng tối sầm. Thằng Chiến phản ứng rất nhanh, đỡ ngay lấy mẹ. Một lát, trở lại bình thường, chị Phú hỏi:

"Có ông nội và thầy không con?"

Thoáng cái, thằng Chiến thốt lên:

"Có mẹ ơi!" Giọng nó run rẩy. Chị Phú nheo mắt. Đám bụi từ đê đang bay xuống cùng với ánh nắng hắt lên từ mặt ruộng khiến chị không nhìn rõ được. Nhóm người sắp sửa lên tới mặt đê. Chị giật mình khi thấy ông nội bọn trẻ đang được xốc nách hai bên. Sao chân của ông cứ lết trên đường thế kia? Anh Phú tự đi nhưng bước chân khập khiễng, hai tay bị trói giật cánh khuỷu. Cả hai đi đất, vẫn áo the như lúc bị bắt nhưng không có khăn.

"Mẹ ngồi yên ở đây nhé," thằng Chiến dặn. "Mẹ mà đi, lát không chen được vào đâu!"

Rồi nó len bừa vào đám đông, cu Quý cũng luồn theo anh. Khi lên tới mặt đê, hai thằng chạy thật nhanh tới đón ông nội và thầy. Cảm xúc dâng tràn trong cu Quý. Nó nhớ thầy, nhớ ông nội quá chừng.

Nó gọi to khi lại gần, giọng đứt ra vì mệt:

"Ông nội ơi, thầy ơi!"

Nhưng trời ơi, sao thế kia. Ông nội mặt mũi sưng húp, không biết ông có nghe nó gọi không, có nhìn thấy nó không. Thầy nhìn nó mỉm cười. Mấy dân quân giang tay cản nó, miệng quát:

"Lui ra! Lui ra!"

Cu Quý vẫn lao được tới. Nó ôm ghì lấy thầy. Người thầy bê bết bùn đất. Chiếc áo the bằng lụa đen bám loang lổ mầu nâu đất.

"Thằng này, ra ngay!"

Một ông dân quân quát, gỡ tay nó ra nhưng nó cố bám chặt lấy thầy. Đoàn người bỗng lộn xộn.

"Thôi, con bỏ thầy ra không các ông ấy đánh đấy!"

Cu Quý chưa kịp làm theo lời thầy thì ông dân quân đã túm cổ nó lăng mạnh. Thằng bé ngã dúi dụi vào chân mấy người bị trói khác. Anh Chiến biết điều hơn, anh chỉ đi dưới mép đê, hơi xa một chút để không ảnh hưởng tới đoàn người.

"Thầy ơi thầy!" Giọng anh run run, ánh mắt xót xa hết nhìn thầy lại nhìn ông. "Ông nội bị làm sao thế ạ?"

"Chiến đấy hả con, ông không sao đâu!" Ông nội giọng phều phào, nhưng vẫn vui.

Cu Quý nhỏm dậy, cố chạy kịp sau anh Chiến, nó hỏi ông:

"Chân ông làm sao thế hả ông?"

"Ừ, ông bị các ông đội, các ông dân quân đánh đấy!"

Ông dân quân cầm súng đi sau thầy quát:

"Câm mồm. Cứ ngoan cố thế sao không bị đánh. Không biết điều thì lát nữa còn bị bắn tan sọ cơ!"

"Cu Chiến, cu Quý ơi!" Ông nội gọi, hai thằng chạy nhanh lên một chút để nghe được lời ông. "Các con cố gắng học hành cho thành tài nghe chưa?"

"Dạ, vâng ạ!" Anh Chiến thưa rất to như sợ ông không nghe được.

"Tao bảo mày câm mồm cơ mà, đồ địa chủ phản động!"

Ông dân quân nổi điên giáng một báng súng vào lưng ông nội. Ông kêu hự một tiếng, oằn người, nghiến răng chịu đau, chực ngã xuống. Hai dân quân đang xốc nách ông phải gắng sức mới kéo ông đi tiếp được.

"Các con... là niềm hy vọng của họ Hoàng nhà ta đấy!" Ông nội vừa nghiến răng, vừa nói.

"Đ.M đồ địa chủ cứng đầu!" Ông dân quân mặt đỏ gay, giơ cao khẩu súng trường ra sau, báng súng nhằm vào lưng ông nội. Anh Chiến nhanh như cắt, lao vào đẩy mạnh ông dân quân, khiến ông này ngã lăn xuống chân đê. Ông ta lồm cồm quỳ dậy chửi:

"Đ.M thằng nhóc con nhà địa mất dạy, ông bắn chết mày luôn!"

Nói rồi ông lên đạn, nhằm vào anh Chiến.

"Chạy đi, chạy đi con!" Thầy hét to, giọng hoảng sợ thật sự. Anh Chiến lẩn vào đoàn người rồi vọt ra phía bên kia triền đê. Ông dân quân đứng dậy, đuổi theo. Ông nội cố giằng tay hai người đang giữ hai bên, quay về hướng ông dân quân hét:

"Hôm nay tao chết, tao sẽ về bóp cổ cả nhà mày!"

112

Thật lạ là câu nói ấy dường như có tác dụng. Ông dân quân dừng lại không đuổi theo anh Chiến nữa nhưng mồm vẫn lầu bầu:

"Đúng là giống nhà địa, phản động từ trong trứng, để xem lát nữa bố con mày còn dám to họng không!"

Cu Quý đang đau lòng, lại thấy anh Chiến suýt bị người ta bắn thì sợ quá bật khóc nức nở. Nó vừa khóc vừa cố chạy theo cho kịp bước chân người lớn. Thầy quay sang mỉm cười bảo:

"Cu Quý đừng khóc nữa. Có chuyện gì xảy ra thì con cũng phải mạnh mẽ lên nhé, con trai mà!"

Cu Quý đáp: "Vâng ạ!" Rồi nó bặm môi ghìm giữ, nhưng nó vẫn không làm chủ được. Tất cả đã quá sức chịu đựng của thằng bé, tiếng khóc của nó bật tung, còn to hơn trước. Nước mắt khiến nó không nhìn rõ đường. Nó vấp một gốc cây, ngã sõng xoài. Bụi trên mặt đường dính bám đầy vào mặt, chui cả vào mồm nó. Có lẽ động lòng trước cảnh ấy, mấy ông bà dân quân đi chậm lại một chút để chờ nó. Thằng bé nhổm dậy, tay chùi bụi trên mặt, nhổ phì đất cát trong mồm ra, rồi cố nén khóc, chạy lại gần ông và thầy. Anh Chiến cảm thấy tình hình đỡ hơn nên đi lững thững từ dưới chân đê lên, đứng chờ.

"Cu Quý đâu rồi!" Ông nội gọi.

"Dạ, con đây ạ!" Cu Quý gắng sức chạy vù lên sát ông.

"Con ngựa thế nào rồi? Giờ thì con có thể cưỡi được rồi đấy." Ông nội quay lại. Cu Quý không chắc ông nội có nhìn được nó qua đôi mắt sưng húp không. Ánh nắng ngược khiến nó chói mắt không thấy rõ mặt ông.

"Vâng ạ!" Nó đáp, trong một thoáng lòng thấy vui hơn khi ông nội nhắc tới con ngựa.

"Con nhớ phải cẩn thận kẻo nó ngã đau tội nghiệp con nhé!" Ông dặn.

"Vâng, con sẽ ôm nó thật chặt và không bắt nó phi nhanh ông ạ, ông đừng lo!" Cu Quý trả lời, nước mắt đã ráo nhưng lớp bụi hồng thì vẫn lem nhem đầy trên mặt.

"Cu Quý ơi!" Tiếng thầy gọi nó. "Vậy là thầy chưa làm diều sáo cho các con rồi!"

"Vâng, thì bao giờ thầy về, thầy làm cho anh em con cũng được mà!" Cu Quý hào hứng trả lời, nhắc tới làm diều sáo, lòng nó quên hẳn những gì đang diễn ra. Chiếc diều thầy nhắc tới có gắn sáo khi bay lên sẽ phát ra tiếng vi vu. Còn diều thường thì thầy đã dạy anh Chiến và nó làm nhiều rồi, từ khi bốn tuổi nó đã được cầm dây lèo chạy trên con đê này. Trước đây mấy tháng, thầy đi tận Hải Phòng để đặt làm một bộ sáo to tướng năm chiếc. Chiếc to nhất dài tới một mét. Cả bộ sáo ấy thầy bảo đáng giá mấy tạ thóc, phải mất nửa tháng người ta mới làm xong. Thầy bảo chiếc

114

diều sẽ dài tới bảy mét. Thầy đã chọn tre, mua vải để mấy thầy con làm trong vụ hè này.

Chương 17

Chính thằng Trung đã khiến anh mạnh dạn hơn trong giao tiếp với nữ giới. Hồi mới vào lính được hai năm, khi đại đội pháo ba bảy li của anh trong thời kỳ chờ quân bổ sung do mất mát quá nhiều, anh được giao nhiệm vụ hỗ trợ, cùng cán bộ một trạm quân y đưa thương binh ra tuyến ngoài. Đêm đến cả đoàn dừng lại một binh trạm nhỏ trên tuyến đường phụ. Binh trạm được quản lý bởi tiểu đội hơn mười chị em thanh niên xung phong. Ngồi bàn giao danh sách thương binh với nữ tiểu đội trưởng mà chị em tuổi từ mười tám tới hai mươi lăm đi qua, cứ lấy cớ vào uống nước để trêu anh. Đi qua, cô nào cũng thò tay véo anh, rồi chạy ra ngoài cười hinh hích với nhau. Chiều hôm ấy, hai bên sườn của anh thâm tím cả. Nữ tiểu đội trưởng biết nhưng lờ đi, còn tủm tỉm cười như ngầm động viên chị em. Anh mặc, trong lòng thinh thích vì được chị em quan tâm. Nhưng hồi ấy anh dát gái ghê lắm.

Sau này nghĩ lại anh thấy thương những nữ thành niên xung phong ấy quá. Họ còn thiệt thòi hơn các anh, quanh năm ngày tháng ru rú một chỗ, các anh còn được đi khắp nơi. Vì là cung đường vắng, là trạm phụ nên họ ít được tiếp xúc với lính, với đàn ông, con trai. Bom dội liên miên, giữa hai trận bom họ phải túa ra hùng hục đào đào xúc xúc để giữ đường thông. Lính tráng đi qua, chẳng kịp chào họ một câu, phần vì cố qua nhanh để tránh bom địch phần do phải vật lộn với cung đường lồi lõm sao cho không bị sa lầy, tăng xê.

Ở lại binh trạm hai ngày để chờ bàn giao thương binh cho một đoàn tải thương khác, anh có dịp hiểu thêm về cuộc sống của họ. Có các anh, họ vui lắm. Họ chăm sóc thương binh như thể đấy là những người anh, người em của mình, rất chu đáo và tình cảm. Chiều ngày thứ hai, các nữ thanh niên xung phong rủ anh đi tắm suối. Anh bất ngờ khi họ chẳng ngại ngần trút đồ trước mắt anh rồi nhảy tùm xuống suối. Anh đỏ mặt, ngại cứng người. Họ bảo:

"Ngại gì, hay là tiếc. Thôi đừng tiếc chúng em, bọn em nay sống mai chết, cho bọn em thưởng thức chút đi!"

Lúc ấy anh nghĩ họ trêu anh, sau này đoán trong ấy có ý thật, lòng anh đau nhói. Lần nghe tin cả binh trạm của họ bị bom B52 xóa sạch, các nữ thanh niên xung phong mất xác, anh đã giấu anh em khóc thầm.

118

Giá như lúc ấy anh không ngần ngại gì, cởi tung đồ cho họ ngắm. Lần tắm suối ấy, họ bảo anh:

"Con gái có thời anh ơi, anh thích ngắm bọn em thì cứ tự nhiên. Sau này gặp lại, có khi anh không thèm nhìn bọn em nữa ấy chứ."

Lúc ấy, cùng với tiếng cười lảnh lót, lời nói của họ nhẹ bỗng nhưng sau này nghĩ lại, anh thấy nặng ngàn cân, cứ trĩu lòng, khiến nước mắt tuôn trào. Phụ nữ thời chiến thiệt thời thế đấy. Họ hỏi anh:

"Bao giờ hết chiến tranh hả anh?"

Trời ơi, sao anh biết được, nhưng anh hiểu đấy không phải là câu hỏi mà là một tiếng thở dài của những con tim nữ giới, là lời than xót xa. Họ khác các anh. Tuổi xuân các anh dài. Bảy mươi tuổi các anh vẫn yêu được. Mỗi ngày của họ trôi qua quý giá hơn ngày của các anh. Như những bông hoa, họ nhìn thấy vẻ đẹp của mình và lặng đi, tiếc cho vẻ đẹp ấy đang lụi tàn hoang phế nơi rừng rú, nơi bom đạn có thể cướp đi vẻ đẹp ấy bất cứ lúc nào.

Hình ảnh của từng người trong đơn vị thanh niên xung phong ấy, anh nhớ rõ lắm. Cảnh họ tắm suối, thi nhau té nước vào anh. Bầu ngực trắng muốt của họ lấp lóa ẩn hiện trong dòng nước. Anh vừa thích vừa ngượng. Trải nghiệm ấy, đời lính chiến mấy ai có được. Chẳng phải anh diễm phúc lắm sao. Anh khác gì một hoàng tử được lạc vào giữa một bầy tiên, giữa một vẻ đẹp tinh khiết nhưng đầy xót xa, tiếc nuối…

Hôm tiễn anh ra đường quay trở lại đơn vị. Một thanh niên xung phong mới ngoài hai mươi tuổi được giao nhiệm vụ đưa anh đi một đoạn. Khi sắp tới chỗ chia tay, cô bỗng từ sau đẩy anh ngã rồi nhào vào hôn anh. Anh ngỡ ngàng, anh sung sướng với nụ hôn ấy. Tay anh cứng đờ ngu ngốc không biết làm gì. Về sau, anh cứ trách mình mãi. Sao lúc ấy anh không ôm lấy cô, truyền cho cô hơi ấm của anh, hơi ấm của một người trai trao cho người con gái nơi sự sống cái chết mỏng manh. Sao anh không hôn cô thật dịu dàng, cho cô được biết trọn vẹn nụ hôn của trời đất, của vũ trụ, của tình yêu? Tình yêu đây không phải là tình yêu đơn thuần nữa rồi. Đấy là tình yêu của hàng triệu người con trai đối với hàng triệu người con gái, tất cả đang hy sinh tuổi xuân để có ngày được quay trở về cuộc sống không tiếng súng.

Chương 18

Ông nội và cha bọn trẻ được đưa vào xử cuối cùng. Chị Phú cố len lại gần hai người nhưng mấy ông bà dân quân, mấy ông đội quát chị lui ra. Thằng Chiến đi đâu một lát rồi nó mang về bọc cơm nắm và bầu nước. Nó ngại ông dân quân lúc trước nên bảo cu Quý len vào mang cho ông nội và thầy. Cu Quý đưa xong thì bị tống ra. Chị Phú thấy bố chồng chị quay sang nói với mấy ông bà dân quân một chặp, một bà dân quân bước tới hỏi ý kiến ông đội phó, ông đội phó gật đầu, bà dân quân trở lại tháo dây trói tay anh Phú để anh có thể dùng cơm cu Quý vừa mang vào.

Đã ba giờ chiều mà cuộc đấu tố mới tới người thứ hai. Phiên toà thỉnh thoảng dừng để chờ bà thẩm phán Đợ. Bà này bị say nắng, chốc chốc lại nôn ọe. Một bà dân quân cho uống nước và quạt cho bà Đợ. Một lát, phiên toà lại tiếp tục. Cảnh đấu tố vẫn không

khác gì mấy buổi sáng, tội danh cũng chỉ lặp đi lặp lại
là bóc lột, đối xử tàn tệ với nông dân thuê ruộng, với
người ở, đã giao lưu thông đồng với Pháp, với các
thành phần phản động thân Pháp, có quan hệ với
Quốc Dân Đảng và bao giờ cũng có vài bà nông dân
tố cáo mình bị cưỡng hiếp... Chị Phú cũng không còn
quan tâm nữa. Giờ chị chỉ còn sức để nhìn những
người thân của mình ở đằng kia. Có bao giờ chị có thể
ngờ những người bước ra đường là được chào hỏi
kính cẩn, cơm bưng nước rót, hết mực phong lưu lại
có lúc ra nông nỗi này.

Sau lần gặp với ông đội Dục, nỗi lo sợ trong lòng
chị tăng lên từng giờ. Chị đã tới gặp ni sư Thích Lãng
Vân để xem chị có nên tham dự một buổi tập huấn về
đấu tranh giai cấp, về phương pháp đấu tố, vạch tội
giai cấp địa chủ, cường hào ác bá không. Ni sư
khuyên chị cứ nên đi để biết họ làm những gì, chị nên
đối mặt với nỗi sợ, cố tìm hiểu bản chất sự việc chứ
không nên ngồi nhà loanh quanh trong sự suy đoán
của riêng mình. Theo như ông đội Dục thì buổi họp rễ
chuỗi ấy dành riêng cho giai cấp bần cố nông nhưng
chị là trường hợp đặc biệt, chị vốn là con một thầy đồ,
mẹ chị cũng là nông dân nên ông đội chiếu cố với hy
vọng giác ngộ được chị để chị có thể dứt khoát đoạn
tuyệt với giai cấp địa chủ mà quay về với giai cấp lao
động chân chính.

Cả mấy chục người tham dự hôm ấy cách đây vài
tuần còn cung kính niềm nở thì giờ họ thay đổi hẳn

thái độ, họ nhìn chị như một kẻ lạc loài, một thành phần thấp kém được diễm phúc có mặt trong một hoạt động của tầng lớp có địa vị tiên phong của xã hội. Điều ấy không hề khiến chị phiền lòng nhưng chị đã sửng sốt khi ông đội Dục vài lần nhắc đi nhắc lại là ai tích cực đứng lên đấu tố, vạch tội sẽ được chia ruộng, được chia quả thực nhiều hơn khi đội cải cách tiến hành xung công, tịch thu nhà cửa, tài sản, ruộng vườn của địa, phú, hào. Trong cuộc họp, vài bần cố nông trình bày là mình sẽ nói gì, tố gì... Ông đội Dục nghe rồi nắn sửa tác phong, lời ăn tiếng nói sao cho đanh thép, sao cho thuyết phục, để thể hiện được quan điểm "chuyên chính vô sản". Khi bà bần cố nông lúng túng không biết nói gì thì ông bảo hãy nhìn vào cái nón trên tường như thể đấy là tên địa chủ, rồi phải cố nghĩ ra tội của nó mà nói. Ông bảo mục tiêu cuối cùng là để nó nhận tội, thấy được tội lỗi chất như núi của nó, có nói quá lên một chút cũng được. Ông bảo:

"Bà con thấy là khi ta uốn lại một cái que bị cong, ta phải uốn quá đi một chút thì khi bỏ tay ra, nó mới thẳng lại được."

Lời nói của ông đội Dục rất gần gũi về ý nghĩa và hình ảnh cho nên bà con bần cố nông hiểu ngay. Ai cũng gật gù, phục ông đội nói rất phải.

"Hơn nữa," ông đội thêm, "bà con phải hiểu là chúng ta chủ trương thà nhầm mười còn hơn sót một.

123

Nếu chúng ta bỏ sót một tên địa chủ cường hào ác bá, một tên gián điệp tay sai cho giặc thì hậu quả sẽ vô cùng to lớn. Tên ấy được sự ủng hộ của kẻ địch có thể sẽ chui sâu, leo cao vào hàng ngũ chính quyền của nhân dân lao động."

Đầu óc chị Phú ù đi vì những từ ngữ mà chị chưa bao giờ nghe. Thay vì sáng tỏ thêm điều gì mới thì chị thấy mụ mẫm đi. Chị tự hỏi hay gia đình nhà chồng mình đúng là có tội thật và việc ủng hộ chính quyền cách mạng những năm trước là hành động che mắt thật như ông đội Dục nói. Mấy ngày sau, chị cứ băn khoăn mãi nhưng rồi chị nhận ra rằng không thể có điều ấy được. Người chồng thân yêu của chị, người đã đầu gối tay ấp với chị bao năm qua không thể nào đóng kịch với chị được. Chả lẽ bao ân ái, bao chăm sóc ngọt ngào vợ chồng dành cho nhau cũng là đóng kịch, là giả vờ hay sao. Chẳng lẽ cái đêm chia tay với các em, các cháu của anh thì bao giọt nước mắt, bao lời căn dặn tha thiết ấy cũng là giả tạo, cũng là đóng kịch hay sao? Chị cảm thấy có một điều gì đó kinh khủng, một điều gì đấy rất sai đang trùm lên toàn xã hội.

Ông đội Dục khuyên chị nên đứng lên đấu tố, vạch tội ác của bố chồng chị, của chồng chị, mà như lời ông nói khi đứng lên là phải có thái độ dứt khoát, phải gọi đúng tên, chỉ thẳng mặt những kẻ phản động, phải gọi mày xưng tao, không được nao núng trong sự đoạn tuyệt với tầng lớp địa chủ phản động sâu bọ.

Làm sao lại thế được? Cha đẻ chị là một nhà nho, từ nhỏ tuy chị không được học nhiều như các anh em trai nhưng chị cũng hiểu thế nào là luân thường đạo lý, hiểu là người ta sinh ra phải một lòng một dạ thờ phụng ông bà tổ tiên, phải kính trọng cha mẹ. Ni sư Thích Lãng Vân cũng dạy rằng phật có trong vạn vật, mọi người nên yêu thương nhau, nên yêu thương cả con vật, cây cỏ. Vậy thì tại sao cả thế giới yêu thương ấy bỗng phủ một lớp màu thù hận đen tối như vậy? Chị cần phải hỏi ni sư mới được. Chỉ người tu hành, đọc bao sách thánh hiền như ni sư mới có thể trả lời thắc mắc này.

Cảm nhận giọng nói của ông đội Dục đối với mình ân cần hơn hồi chiều nên chị muốn về sớm. Chị vừa ra khỏi cuộc họp thì ông đội rảo bước đuổi theo. Con đường làng vắng lặng, tối tăm, một bên là cánh đồng, một bên là ao bất giác khiến chị rảo bước nhanh hơn.

"Chị... Phú!" Ông đội Dục ngập ngừng một thoáng rồi tiếp, "À... Sen, chờ tôi chút!"

Chị Phú giật mình khi người lạ gọi tên thời con gái của mình, cái tên chỉ có cha mẹ và chồng chị dùng khi hai người mới quen nhau.

"Ông đội dạy gì ạ?"

"Thôi, đừng gọi thế cho nó xa ra, bọn tôi làm cán bộ là phải sâu sát, gần gũi quần chúng."

"Dạ, quả tình tôi không dám thưa ông!"

"Sen cứ xưng hô thế, chúng tôi coi bà con cũng thân thiết như người nhà của mình. Không có bà con quần chúng giúp thì làm sao cán bộ chúng tôi có thể hoàn thành nhiệm vụ của Đảng và nhà nước giao cho được. Sen thấy cuộc họp tối nay thế nào? Sen đã hiểu được vấn đề chưa? Có thắc mắc gì Sen cứ mạnh dạn hỏi, tôi sẽ giải thích hết lòng cho... em hiểu."

Chị Phú lại chột dạ. Rõ ràng ông đội Dục có ý đồ gì đấy nên ông cứ thay đổi cách xưng hô đường đột như vậy. Một người đàn bà hai con như chị thừa hiểu tính đàn ông háo sắc đến đâu. Mỗi lần đi chợ huyện, chị bao giờ cũng cố ăn mặc thật bình dị nhưng khổ nỗi là một người đàn bà nhan sắc nổi trội ở nông thôn khiến chị chẳng bao giờ trốn đi đâu được những ánh mắt đàn ông. Mãi chị cũng quen, không lấy làm khó chịu như thời trẻ nữa. Nhưng cái ánh mắt cùng kiểu tiếp cận mờ ám của ông đội Dục đúng lúc ông nội và cha bọn trẻ đang lâm nạn khiến chị ghê sợ. Ông ta càng dùng cái giọng thân mật, chị càng cảm thấy khó chịu. Giờ thì chị hiểu rằng giữa chị và những người như ông đội Dục đây có một khoảng cách về quan niệm rất lớn, có tranh luận cũng chẳng ích gì, không khéo lại làm ông ấy tức giận, sẽ chỉ bất lợi cho người thân của mình.

Thấy chị im lặng, ông đội Dục chắc mẩm chị đã giác ngộ được những điều đúng đắn ông đã nói. Ông vắt óc tìm cách tiếp cận người đàn bà này. Từ lúc bắt đầu cuộc cải cách đến nay, tỉnh này là tỉnh thứ ba ông làm việc này. Đã có nhiều nữ du kích, dân quân tham gia vào các đội cải cách, các cô gái chưa tới hai mươi. Chỉ vài câu nói đùa, một vài cái vuốt tóc, bẹo má, vỗ mông hay thò ngoáy vào cổ áo là các cô đã ngoan ngoãn như những con mèo non. Rồi thì những xó xỉnh tăm tối ở bãi ngô, bụi chuối, góc nhà kho, đầu chuồng lợn, chuồng bò... bỗng trở nên hấp dẫn, thú vị. Những con mèo non tràn đầy nhựa sống ấy sẽ cong người nồng nhiệt, cắn răng, ghì siết, cào rách một cái gì đấy để ghìm nén đau đớn khởi đầu hay cao trào mê đắm nhục cảm. Tất cả để dâng hiến cho anh đội, một hình ảnh sáng chói đầy uy lực, làm lu mờ tất cả những gã trai suốt đời loanh quanh trong luỹ tre làng. Nhưng những con mèo non ấy quá giống nhau. Sự ngoan ngoãn vâng lời thái quá, sự tôn thờ anh đội khiến họ đánh mất đi bản sắc hấp dẫn của mình. Lần này thì khác hẳn. Đối với ông đội Dục thì đây dường như là một thành trì bất khả xâm phạm. Sự đằm thắm, mặn mà, nét mềm mại của khuôn mặt và dáng hình cân đối đầy đặn trong chiếc áo cánh kia tạo nên một ma lực hấp dẫn tăng dần theo mỗi lần gặp. Không ít lần ông đội Dục giật mình tự hỏi hay là mình bị một thứ bùa ngải huyền bí nào đó chứ làm sao một kẻ thành thục trong trò chơi hoa bẻ cành như ông lại bị ám ảnh bởi một người phụ nữ không còn trẻ lại là vợ của một tên địa như thế được. Hơn ai hết, ông đội Dục hiểu rằng tội hủ hoá là tội rất nặng, tổ chức mà biết thì sự nghiệp của ông đi tong. Nhưng rồi ông cũng cười nhạo chính mình. Nếu ông mà mang dòng máu của loài thỏ đế thì bao sản vật hoa lá thơm tho mấy năm qua ai hưởng hộ? Đời chỉ có một lần, thích gì thì phải làm, sợ sệt thì để chết già trong lành lặn chán ngắt hay sao?

Chị Phú rảo bước, chị muốn đi khỏi con đường vắng này càng nhanh càng tốt.

"Sen đi nhanh thế," ông đội Dục hụt hơi. "Tôi bảo nhé, nếu Sen có lo lắng, băn khoăn gì thì tôi sẵn lòng lắng nghe, giúp được gì tôi sẽ cố hết sức."

"Vâng, tôi muốn hỏi ông đội là bố chồng tôi và chồng tôi sẽ ra sao, việc điều tra của ông đội đã có kết quả gì chưa?"

"À, vẫn còn đang trong quá trình của công việc..." Ông đội ề à như đang tính cách nói. "Tên địa chủ Hoàng Nguyên Phúc rất ngoan cố cứng đầu. Chúng tôi đã dùng mọi biện pháp nghiệp vụ mà chưa có kết quả. Nhưng chúng tôi tin rằng tên này chắc chắn có dính líu tới bọn phản động, chống phá cách mạng."

"Thế chồng tôi thì sao ạ?"

"À, tên Hoàng Nguyên Phú thì bị tên bố lôi kéo thành một ruộc, cũng vậy thôi. Trong việc này Sen phải dứt khoát sớm, nghe lời tôi, Sen nên đoạn tuyệt với bố con nhà này, như vậy Sen mới có thể hoà vào cuộc sống mới của giai cấp lao động. Tội nặng nhẹ thế nào còn phụ thuộc vào sự thành khẩn, thái độ hợp tác của đối tượng..."

Ông nói nhỏ câu cuối rồi quay sang nhìn thẳng vào chị Phú:

"Mà cũng phụ thuộc vào sự hợp tác của Sen nữa đấy..."

"Ông bảo sao ạ?" Chị Phú hỏi lại, ngờ ngợ hiểu ý ông đội.

"Ừ, thì... Sen phải nghe lời tôi..." Rồi bất ngờ ông đội Dục ôm nghiến, xô chị ngã vào sát đống dấm bên đường. Bản năng tự vệ của người đàn bà vùng lên mãnh liệt. Vốn là người tần tảo lao động, sức của người đàn bà khá tốt. Chị co chặt hai đầu gối, hai tay đẩy mặt gã đàn ông ra, móng tay ấn mạnh. Gã đàn ông rên trong cổ họng, tiếng rên trầm đục gầm gừ như của một con ác thú. Chớp lúc gã đàn ông đang cố gỡ tay chị và hơi lỏng người phần dưới, chị lấy hết sức bình sinh đạp thật mạnh vào bụng dưới của gã, khiến gã bật ra. Chị vùng lên chạy mà không biết rằng có một người thứ ba chứng kiến việc này từ đầu. Chỉ một chút nữa thôi, nếu chị không thoát thân được thì gã đàn ông đã bị đập cả một tảng đá vào đầu.

*

Đã năm giờ chiều mà ông nội bọn trẻ vẫn kiên quyết không nhận tội mặc dù ông chánh án đã nhiều lần bắc loa hô "Đả đảo tên địa chủ Hoàng Nguyên

Phúc ngoan cố!" và hàng nghìn con người cũng đã khản cổ hưởng ứng bằng những tiếng đả đảo đanh thép. Các ông đội, các ông bà dân quân, bà thẩm phán, cả những ông cán bộ từ xã khác hay từ trên huyện về, các ông bà bần cố nông... tất cả đều lộ rõ sự mệt mỏi. Các bà dân quân cũng đã kiệt sức, đã chịu đựng cái nắng cả ngày nên cũng không còn sức để đưa nước hay quạt cho ông chánh án, bà thẩm phán hay mấy ông cán bộ từ trên về nữa.

Sau mỗi lần bố chồng chị lắc đầu nói: "Không!" thì tiếng la ó, tiếng chửi rủa của mấy ngàn con người lại rầm rầm. Họ điên tiết ném đất đá và cả phân trâu khô lên chỗ ông đứng. Vài người quá bức xúc đã nhẩy lên đánh ông Phúc.

Ông đội Dục có vẻ như đã cạn sự kiên nhẫn, đã chán hô đả đảo, đã chán quát tháo và cũng đã chán phun những lý luận loằng ngoằng thiếu lô gic để chứng minh tên địa chủ là có tội. Ông đề nghị phiên toà tạm nghỉ để các ông bà hội ý.

Tới lúc này chị Phú tin chắc là tất cả những gì người ta làm từ sáng tới giờ chỉ là một vở kịch vụng về, thô thiển mang danh luật pháp để áp đảo tinh thần của những người bị đấu tố. Sao tự dưng bao kẻ thuê ruộng hay làm thuê cho nhà chị bỗng nhiên thành nạn nhân bị bóc lột, bị đánh đập, cưỡng hiếp? Chị hiểu bố chồng chị. Tính tình ông cương trực, đối với kẻ dưới rất bao dung, rộng lượng. Mấy bà nông

130

dân thường ngày không bao giờ được đứng gần ông, thậm chí có kẻ cả đời chưa bao giờ được nói chuyện trực tiếp với ông nay lại tố rằng ông cưỡng hiếp họ. Lòng chị Phú tan nát, thế này thì chồng chị cũng sẽ bị vu cáo trắng trợn thôi. Luật trời đất trên dưới, luật nhân quả đã bị đảo ngược hay sao? Ông nội và cha bọn trẻ vốn được cả giới văn nhân của cả huyện kính nể, được đại diện Việt Minh tuyên dương, gửi giấy cảm ơn vì sự đóng góp hào phóng đối với chính quyền nay bỗng hoá ra thế này ư?

Sau khi hội ý xong, ông chánh án cầm loa nói:

"Đây là lần cuối toà án nhân dân huyện Bình An hỏi tên địa chủ Hoàng Nguyên Phúc, mày có nhận tội không?"

Bố chồng chị Phú đang phủ phục dưới đất vì kiệt sức, nghe vậy ông cố nhỏm dậy trên đầu gối. Ông nói:

"Tôi tuyên bố một lần nữa là tôi không có tội, tất cả những gì mọi người nói là vu cáo, không đúng sự thật. Cả cuộc đời tôi chưa từng hành hạ ai, chưa từng cưỡng bức ai hay làm việc gì mà người ta không muốn..."

"Đồ địa chủ ngoan cố mặt dày!" Bà thẩm phán bần cố nông chắc cũng kiệt sức vì cả một ngày dài nắng nóng, lại nôn oẹ bao lần, nên cũng đã cháy cạn sự kiên nhẫn, đang ngồi trên ghế bà bỗng chồm dậy, hét lên the thé: "Im mồm ngay, mày là thành phần phản động không thể cải tạo được..."

Ông chánh án quay sang nói nhỏ với bà thẩm phán, giơ tay ấn vai bà ngồi xuống. Thấy vậy, ông Phúc nói tiếp, giọng phào phào kiệt sức nhưng ông vẫn gắng gỏi phát âm rõ ràng:

"Đúng, tôi là địa chủ nhưng tại sao có ruộng cho thuê lại là cái tội? Đời ông, đời cha tôi đã lao động cần cù để làm nên của cải, vậy tại sao người được thừa kế tài sản hợp pháp như tôi, như con trai tôi đây lại có tội? Những người nông dân không có ruộng, nếu tôi không cho thuê thì họ lấy gì để cày cấy, lấy đâu hạt thóc nuôi sống họ. Họ thuê ruộng nhà tôi theo mức tô chung, sao lại bảo là tôi bóc lột? Còn những bà đã tố tôi cưỡng hiếp họ, vậy họ có dám thắp hương trong đền mà thề trước thánh rằng những điều họ nói là sự thật, nếu họ nói dối thì thánh sẽ quật chết con cái họ không? Các ông đội quy chụp tôi là phản động, câu kết với thành phần phản cách mạng nhưng không hề có chứng cứ, mà tất cả chỉ là sự suy đoán chụp mũ của các ông. Gia đình tôi đã từng hưởng ứng lời kêu gọi của Việt Minh, đã ủng hộ vàng, tiền cho chính phủ và giờ đây chúng tôi hoàn toàn ủng hộ chủ trương cải cách ruộng đất. Chúng tôi sẵn sàng cống hiến ruộng đất cho nhà nước nếu đấy là quy định chung, nhưng tôi không có tội, con cái tôi không có tội!"

Tức thì hàng nghìn tiếng hét cùng với những nắm đấm vung lên:

"Đồ địa chủ phản động! Đồ bóc lột thối tha! Đồ gián điệp! Thằng kẻ thù nhân dân! Bắn chết thằng địa chủ ngoan cố đi! Giết chết thằng phản động đi! Bắn chết kẻ hại nước, hại dân đi!"

"Xi… bà… co… trâ… ự," ông chánh án nói vào loa nhưng chiếc loa khọt khẹt được mấy tiếng đứt quãng rồi hết hẳn pin, ông đặt loa xuống bàn, rồi gào to đĩnh đạc từng tiếng. "Xin bà con trật tự. Qua quá trình đấu tranh xét hỏi, qua phần đấu tố vạch trần tội ác của tên địa chủ phản động Hoàng Nguyên Phúc, xét thấy tên địa chủ phản động Hoàng Nguyên Phúc vô cùng ngoan cố, nhất định không chịu cúi đầu nhận tội, toà án nhân dân huyện Bình An tuyên bố tử hình tên địa chủ Hoàng Nguyên Phúc, bản án được thi hành ngay sau đây."

Cả trời đất bỗng quay cuồng trước mắt chị Phú, những khuôn mặt người như biến thành quỷ, tiếng hò la, tiếng cười của hàng ngàn người như tiếng rú điên loạn, hả hê phấn khích tột bậc của lũ quỷ khát máu khi vừa được uống ngụm đầu tiên. Chị Phú thốt lên yếu ớt: "Trời ơi!" Rồi cố len tới chỗ bố chồng để kịp nói với ông một câu nhưng thần kinh của người đàn bà chỉ chịu được đến thế. Chị lăn ra bất tỉnh.

Chương 19

Sáng sớm, Quý đi tìm đồng chí trạm trưởng để chào. Đang lúi húi đun nước, trạm trưởng vội chạy ra, nằng nặc bắt anh cầm theo gói cơm nắm và chút muối rang đi đường. Anh không dám từ chối. Hoá ra đồng chí trạm trưởng đã nắm cơm sẵn cho anh từ tối qua. Một cuộc chia tay như với bao người khác trong chiến tranh mà sao lòng anh bỗng bịn rịn lạ thường. Có cái gì chân chất, thân thương vô cùng trong cái dáng vẻ xương xương của con người ấy.

Chỉ mấy tiếng nữa thôi, anh sẽ gặp lại đồng đội. Thời gian qua, vắng anh, ai làm pháo thủ số hai đây. Nhớ lại lần mấy tháng trước mà anh bất giác mỉm cười. Lần ấy mấy cậu tân binh vừa choáng, vừa buồn cười khi lần đầu đối mặt với không quân địch. Tiểu đội của anh lúc ấy vừa mất hai người, do vậy mà hai tân binh được bổ sung, làm nhiệm vụ nạp đạn và tiếp đạn cho khẩu ba bẩy li. Lần ấy, pháo ba bẩy li được đặt dưới công sự. Anh và pháo thủ số một chỉ ngồi thò đầu lên. Đầu anh chỉ ngang bụng với mấy pháo thủ nạp đạn và tiếp đạn. Các anh vào vị trí chưa được ba mươi phút thì một đàn mấy chiếc F4 và F105 nhào tới. Địch đã phát hiện ra đơn vị thiết giáp mà đại đội pháo của anh có trách nhiệm bảo vệ. Sau một hồi oanh tạc đơn vị thiết giáp thì bọn chúng phát hiện ra đơn vị anh. Mấy chiếc F4 và F105 chuyển hướng tấn công, nhằm thẳng vào các anh. Đang điều chỉnh nòng pháo, anh bỗng nhìn thấy cái thân tròn xoe của chiếc F4, chứ không phải thấy cái đuôi như mấy lần trước khi chúng chúi mũi xuống đơn vị thiết giáp. Anh hét to: "Nó thấy mình rồi đấy!" rồi miết chân vào cò. Khẩu pháo nhả đạn bằng bằng liên hồi. Nhưng không kịp, cả một chum rốc két dội xuống ngay trước. Đất bị cày nát bươm tung lên thành chùm. Chiếc mũ sắt của anh bỗng quay tít, dây mũ siết vào cổ. Anh cúi đầu. Khi chiếc F4 vừa quay đầu theo hướng khác, nhìn lại xem đồng đội thế nào, anh phì cười. Chùm rốc két tuy không trúng nhưng đã làm cho tất cả quần áo của mấy anh em đằng sau anh bay mất, cả người họ lem nhem bẩn thỉu, chim cò phơi lủng lẳng. Hai cậu tân binh sợ quá, trợn mắt ngây người. Thấy anh và mấy lính cũ cười, một lúc mấy cậu ấy mới hoàn hồn. Lần ấy, khẩu ba bẩy li các anh bắn nhiều, nòng súng bỏng rẫy. Tất cả những cành ngụy trang khô cong. Khi trèo xuống, anh suýt ngã vì cát tút chất thành đống trên mâm pháo.

Tối hôm ấy, mấy tân binh thắc mắc tại sao anh biết thằng F4 nhằm vào mình mà hét như thế. Thực ra nhiều điều anh chia sẻ với họ, giáo viên đã dạy trong thời kỳ huấn luyện nhưng nhiều tân binh không học, không chịu nhớ thôi. Trong quân đội, việc đào tạo tân binh không phải là trách nhiệm của lính cũ, nhưng các anh vẫn tự cho mình trách nhiệm kèm cặp lớp đàn em để nhỡ ra, đang chiến đấu, nếu những pháo thủ chủ chốt có vấn đề thì người ở vị trí nạp đạn, tiếp đạn có thể nhảy vào thay thế được.

Thời kỳ huấn luyện, anh nhớ đã được giáo viên dạy: Khi thấy đuôi máy bay nghĩa là nó nhằm phía trước mặt mình, thấy bụng máy bay thì là nó đang bổ nhào phía sau mình nhưng nếu thấy cả thân máy bay tròn xoe thì nó đã phát hiện ra và đang nhằm thẳng vào mình. Lúc ấy, có chạy cũng không kịp, vẫn chết. Chỉ một cách duy nhất là nhằm bắn, biết đâu nó chưa kịp bóp cò, thấy đạn pháo của mình nó sẽ chệch choạc tránh, sẽ bắn trượt mình. Mà nếu nó đã bóp cò thì đạn pháo của mình vẫn có cơ may trúng nó, hay trúng đạn của nó, may ra mình còn cơ hội sống. Hơn nữa, chính lúc máy bay địch lao thẳng vào ta thì cơ hội bắn trúng nó lại càng cao.

Điều tưởng chừng đơn giản thế nhưng không phải người lính nào cũng nhớ và đủ bản lĩnh làm được. Sau này anh được nghe kể, vào những năm sáu bẩy, sáu tám, lính pháo cao xạ Trung Quốc tình nguyện sang giúp Việt Nam bảo vệ một số nhà máy ở Thái

Nguyên, Bắc Giang nhưng nhiều lần bị máy bay Mỹ phá tan trận địa. Pháo binh Trung Quốc thấy máy bay Mỹ lao thẳng vào là bỏ chạy, chỉ dám bắn khi máy bay địch đã chuyển hướng. Để giữ được đội hình chiến đấu, chỉ huy Trung Quốc phải xích chân lính vào pháo.

Chương 20

Chị Quý tỉnh lại khi trời đã tối hẳn. Một bàn tay phụ nữ đang nâng đầu chị lên, cho chị uống nước. Hình như giọng nói ni sư Thích Lãng Vân.

"À, bác tỉnh lại rồi! Bác cố uống nhiều nước vào, chắc do bác say nắng và căng thẳng quá đấy mà."

Dòng nước mát lịm cùng giọng nói êm ái của ni sư khiến chị Phú yên lòng. Người mệt thỉu khiến chị Phú chực thiếp đi nhưng chợt nhớ ra, chị ngồi bật dậy, giọng hốt hoảng:

"Trời ơi, nhà tôi thế nào rồi? Ông nội thế nào rồi?"

Ngơ ngác một thoáng, chị nhận ra ni sư, hai con và cả hai mẹ con nhà Sương.

"Mẹ ơi, ông nội bị bắn chết rồi mẹ ơi!" cu Quý mếu máo. "Người ta đưa ông đi rồi mẹ ơi!"

"Thầy con đâu?"

"Thầy bị đưa về giam chỗ cũ rồi mẹ ạ." Chiến nói, giọng điềm tĩnh. "Ông chánh án thông báo ngày mai xử tiếp."

"Trời ơi, trời cao đất dày ơi!" Chị Phú khóc. "Sao sự đời lại như thế này hả ông trời ơi! Mẹ con mình ra chỗ ông đi các con ơi, tội nghiệp ông quá, trời ơi!"

"Bác bình tĩnh nhé!" Ni sư nói. "Giờ bác đang yếu thế này, có nên đi không, hay để tôi về gọi sư cô ra thắp hương, đắp mộ cho ông."

"Con đội ơn ni sư, có ni sư giúp cho thì quý quá rồi nhưng con nhất định phải ra thắp hương cho ông, con còn khóc ông nữa. Sao có thể để ông nằm lạnh lẽo một mình như thế được! Tội nghiệp ông quá ông ơi, thương ông quá ông ơi, cả một đời sống tử tế mà chết khổ chết sở chết nhục nhã thế này hả ông tr... ờ... i ơ... i… ơi!"

Chị Phú vừa khóc vừa cố đứng dậy. Sương và thằng Chiến, mỗi người một bên dìu chị lên đê. Cu Quý nức nở, bé Vi cũng oà khóc lũn cũn chạy theo.

"Cu Quý ơi," ni sư gọi. "Con chạy về chùa, bảo sư cô mang mõ, một miếng ni lông, hương, cúi rơm, và cái xẻng ra nghĩa trang làng Dềnh nhé."

"Thôi," Sương nói, "Để con về gọi sư cô, trời tối, để em bé đi một mình tội nghiệp, con cũng mang được đồ cùng sư cô." Nói rồi Sương tất tả đi ngay.

140

*

Ông nội cùng người đàn ông bị bắn lúc sáng được chôn ở khu nghĩa trang phía ngoài con đê sát với bờ sông. Đây là nghĩa trang dành cho người làng nổi. Ở đấy có hai ngôi mộ mới. Một đã được đắp cẩn thận thành hình, có nhiều chân hương. Ngôi kia được đắp sơ sài, chỉ hơi nhô khỏi mặt đất một chút, không một ngọn hương, chắc là của ông nội.

Chiến và sư cô đắp thêm đất vào mộ ông. Ni sư ngồi trên tấm ni lông gõ mõ tụng kinh. Khi mọi việc xong xuôi, ni sư mời mấy mẹ con vào chùa ăn tạm trước khi về. Đường về tối om, cúi rơm của mấy mẹ con cháy đỏ lòm, tròn xoe như mắt quỷ dữ. Ông đội Dục cùng nhóm dân quân vừa ra khỏi cổng làng, đang đi lên đê. Mấy bà dân quân cười đùa, cấu véo nhau ran cả đồng. Khi lại gần, một người chiếu đèn Ma nhê tô sè sè vào mặt chị Phú, nhận ra ba mẹ con, họ bỗng im bặt. Được một quãng, ông đội Dục đi ngược lại gọi, giọng nghiêm nghị:

"Chị Phú à, chị ra đây tôi bảo cái này!"

Chị Phú bảo nhỏ hai con: "Chờ mẹ một lát!" Rồi chị bước lại. Đám dân quân lại cười đùa rôm rả.

Khi chỉ còn hai người, ông đội Dục chuyển giọng nói nhỏ, có lẽ ông không muốn bọn trẻ con nghe thấy.

"Hôm nay Sen thấy tên địa chủ Hoàng Nguyên Phúc ngoan cố chưa?"

Ông đội hỏi, chờ xem chị phản ứng ra sao, trời tối nên ông không thể nhìn thấy mặt người phụ nữ. Chị Phú mím chặt môi. Cả một ngày dài khổ ải cộng với nỗi đau vừa mất người thân khiến chị kiệt quệ sức sống cả linh hồn lẫn thân xác. Giờ đây, đứng trước con người cả làng sợ sệt, thưa gửi một câu ông đội, hai câu anh đội nhưng thật chất là một kẻ đạo đức giả, một kẻ hèn mạt lợi dụng hoàn cảnh khốn cùng của chị để thực hiện dục vọng bẩn thỉu thì niềm căm phẫn trong chị bùng lên như ngọn lửa. Chị bỗng cảm nhận trong mình có một sức mạnh mới, chị ước gì có thể băm vằm kẻ đang đứng trước mặt ra hàng trăm mảnh ngay lúc này.

Không thấy chị phản ứng gì, ông đội Dục gằn giọng:

"Nếu ngày mai tên địa chủ Hoàng Nguyên Phú mà cũng ngoan cố như tên bố thì kết cục cũng như vậy đấy!"

Câu nói này chạm vào chỗ mềm yếu nhất của người đàn bà. Chị sực tỉnh nhận rõ nguy hiểm cận kề, đang nhe nanh giơ vuốt sắp nuốt lấy người thân yêu nhất của đời chị, người quân tử tri kỉ bao năm đầu gối tay ấp, người đã cho chị những tháng năm làm vợ, làm mẹ ngọt ngào... Cơn cuồng nộ vừa bùng lên chợt tắt ngấm. Nỗi sợ bóp nghẹt tim chị, khiến chị khó thở. Những gì chị chứng kiến hôm nay chính là chân dung rất thật, rất rõ ràng của mối đe doạ khủng khiếp ấy.

Cha của anh, người hoàn toàn vô tội đã bị tước đoạt mạng sống phũ phàng như thế. Chị hiểu anh lắm, tuy anh nho nhã nhưng chẳng ai có thể bắt anh nói một lời nói dối hay chấp nhận làm một việc anh coi là bất công, hèn kém. Sự mềm mại ấy của anh chỉ là sự lịch duyệt giao tiếp bên ngoài, chứ tính cương cường bên trong thì giống cha như đúc. Cứ theo những gì đã xảy ra ngày hôm nay thì kết cục tàn khốc nhất cũng sẽ xảy ra với anh vào ngày mai. Có vẻ như ông đội nói đúng thực chất vấn đề chứ không có ý doạ.

"Tôi lạy ông đội, ông có cách gì có thể cứu chồng tôi được không?" Sự căng thẳng khiến chị bật khóc. Tình thế khốc liệt đã tước đoạt đi lòng tự trọng của người đàn bà. Giờ đây, ông đội Dục trở thành hy vọng duy nhất đối với chị.

"Nói nhỏ thôi," ông đội nhắc, cố tình nói rất khẽ chỉ đủ nghe. "Bọn trẻ nghe thấy không có lợi. Tôi có cách này nhưng Sen phải giữ kín, nếu nói ra Sen sẽ mắc tội vu khống cán bộ."

"Tôi sẽ nhớ ơn ông suốt đời, sẽ không bao giờ hé răng về việc này, ông cứ yên tâm."

"Cách duy nhất để chồng Sen thoát chết ngày mai là phải trốn ngay đêm nay, nằm yên ở đâu đó nghe ngóng, chờ tình hình thay đổi rồi tính sau."

Niềm hy vọng loé lên trong chị. Đúng rồi! Chỉ có cách ấy thôi. Anh cứ đi thật xa cho an toàn. Vốn quảng giao, nhiều bạn bè khắp nơi, thể nào anh chẳng tìm được nơi tá túc tạm thời.

"Vậy trăm sự nhờ ông đội ra tay ban phước cho, cứu một người phúc đẳng hà sa, con cháu ông sẽ đời đời được hưởng phúc, hưởng lộc. Hôm nay ông nội cháu đã khổ quá rồi ông ơi!"

"Nửa đêm nay, Sen tới gặp tôi ở lò gạch đầu tiên từ đê đi xuống. Nhớ mang theo tiền hay vàng phòng thân cho chồng. Tôi sẽ chờ ở đó, nhớ kín đáo không được để ai nhìn thấy!"

Nhớ lại sự việc đêm hôm trước, chị hiểu ngay ông đội có ý gì khi hẹn xa như thế.

"Tôi có thể gặp thầy cháu một lát được không ạ?"

"Không được, việc này phải làm càng nhanh càng tốt, vợ chồng gặp nhau con cà con kê là hỏng hết việc, tôi sẽ cho mấy thằng dân quân gác cửa uống rượu say, rồi sẽ giúp chồng Sen trốn đi."

"Thưa ông đội, thế giờ tôi về nhà lấy tiền rồi gặp ông luôn được không ạ?"

"Không được, giờ dân quân đi tuần khắp làng, gặp sao được?"

"Hay tôi cho cháu lớn cầm ra rồi tìm ông..."

"Trời ơi," ông đội kêu lên sốt ruột. "Không được cho trẻ con biết việc này. Mà thôi, tôi cũng nói thẳng cho dễ. Tôi giúp Sen vì tôi thích Sen, tôi muốn Sen chiều tôi..."

"Thưa ông..."

"Thôi, Sen về đi, cứ suy nghĩ, nếu thấy được thì làm như tôi dặn, tôi sẽ chờ, còn không thì đừng ra làm gì." Nói rồi ông đội quay người bước đi rất nhanh, chắc ông muốn đuổi kịp nhóm dân quân lúc trước.

Người đàn bà đứng chết trân một chỗ. Chị nên làm gì đây?

"Mẹ ơi, về thôi!" Cu Quý gọi.

Trên đường về, thằng Chiến chẳng nói một câu. Mãi khi về gần nhà nó mới hỏi:

"Ông đội Dục nói chuyện gì với mẹ mà lâu thế?"

"Ừ, về chuyện thầy con."

"Thế thầy con làm sao, mai người ta sẽ xử thế nào?"

"Ừ, thôi con đừng hỏi nữa, mẹ cũng đang rối trí không biết sao nữa đây."

*

Chị Phú vừa lạch cạch kéo cái chốt cổng thì đàn lợn đã réo ầm ầm đòi ăn. Con Vện lao vút ra dụi dụi vào chân chị, rồi nhảy chồm cả lên người cu Quý. Chiến

145

vào bếp lấy cám còn cu Quý ra ngay chuồng ngựa. Chắc hôm nay con ngựa đói khát lắm.

Người rã rời nhưng chị Phú phải thu xếp bàn thờ cúng ông. Trời ơi, sao một người ra đi mà chóng vánh như thế. Người ta chết thì được kèn trống, họ hàng làng nước đông đủ rình rang ăn uống mấy ngày trời, mà ông lại đơn côi lạnh lẽo thế hả trời. Ông ơi, ông hiểu lòng con cháu ông nhé! Chúng con thương ông đứt ruột mà chẳng làm gì được. Quá mệt để khóc thành tiếng nhưng nước mắt chị lại lã chã rơi. Chị lấy cái ảnh truyền thần của ông đặt trên bàn nước làm bàn thờ tạm cho ông. Nhưng giờ lấy đâu ra bát hương? Chị muốn làm gà, thổi xôi cúng ông nhưng đã mười một giờ rồi. Chị phải làm sao đây, chị có nên đi gặp ông đội không? Sao cứ như trời sập vậy, mọi việc cứ quấn lấy nhau. Giá như thằng Chiến biết thịt gà thì tốt quá. Mọi việc vốn do người ở lo liệu, bọn trẻ vốn có phải làm gì đâu. Nhà chị trước kia mỗi khi có công to việc lớn, hàng xóm ngày nào chẳng dập dìu đầy nhà, nhờ một câu thì có tới trăm con gà cũng sẵn sàng giúp ngay, giờ thì ai cũng xa lánh nhà địa rồi. À, ra thế, bao quan hệ, bao tình cảm tưởng chừng lâu dài nhưng lại tan nhoà như bong bóng mưa. Chỉ có người tu hành, đứng ra ngoài thế sự bất lường, đứng ra ngoài cõi đời điên đảo như ni sư mới không thay đổi, lúc nào cũng tử tế, cũng thuỷ chung ân cần.

Ông ơi, con mong ông hiểu lòng con cháu, hương hồn ông đừng tủi phiền ông nhé. Mọi việc ập đến tàn nhẫn đột ngột quá, con không biết phải làm gì cho trọn vẹn mọi bề.

Chị buông mình ngồi ngoài hiên. Chị không lạ gì ông đội nhưng một người đàn bà có chồng, một người từ thuở con gái tới giờ chỉ biết tới chồng mình thì lời đề nghị của ông đội thật thô bạo, khiến chị thấy mình thấp kém, bị sỉ nhục như một món đồ. Nếu chị đồng ý thì từ nay chị sẽ mang tội với anh, với các con, và chị sẽ không dám đứng trước bàn thờ tổ tiên nhà chồng nữa. Lương tâm chị sẽ mãi mãi bị nhuộm đen, chị sẽ mãi là một kẻ bán thân bẩn thỉu. Nghĩ tới việc một người đàn ông xa lạ chạm vào người mình, chị Phú nổi da gà, bất giác co rúm người lại.

Có hai con rồi mà chị chỉ có thể gần gũi anh khi đèn đã được tắt. Có lần vào đêm trăng sáng, không dám cởi đồ, chị đứng lên ra đóng cửa sổ. Anh cười bảo chị bất công quá, lấy vợ bao năm mà anh chưa một lần được chiêm ngưỡng vẻ đẹp cơ thể của vợ bằng mắt. Anh bảo chị dại lắm, giờ còn đẹp, không cho anh ngắm thì sau này thành bà già, ngực sẽ thành hai quả mướp, lúc ấy có cho thì anh cũng chẳng cần.

Chị bất giác mỉm cười nhớ lại kỉ niệm. Hồi ấy thằng cu Chiến mới hai tuổi, chị mới cai sữa cho nó được vài tháng. Đêm ấy là một trong những đêm hiếm hoi vợ chồng với nhau mà không có con chung giường, ông bà cho cậu sang đón cu Chiến về chơi nhà ngoại mấy ngày. Đêm ấy, chị cảm thấy như thời mới về làm dâu, chỉ có hai vợ chồng thảnh thơi âu yếm nhau, không phải cho con bú, không phải dỗ dành. Đêm ấy, lần đầu tiên chị biết đến cảm giác khi được chồng say mê ngắm nhìn cơ thể mình. Ánh trăng in bóng nhành lá khế lên nền nhà, xao đi xao lại theo gió, êm đềm huyền ảo không đủ sáng để anh thấy mặt vợ đỏ bừng vì xấu hổ và sung sướng.

Buồn cười nhất là hồi thằng cu Chiến mới mấy tháng, vợ chồng cứ như đi ăn trộm, gần gũi nhau mà chỉ sợ con thức dậy, rón ra rón rén. Nhiều lần, đang giữa chừng thì cu Chiến khóc, trên nựng nịu con bằng bầu vú, dưới chồng vẫn miệt mài say mê. Những lúc ấy thực ra chị không có rung động cơ thể nhưng một niềm hạnh phúc tràn đầy, một niềm vui sướng rất đàn bà dâng ngập tâm hồn chị. Chị thấy mình là trung tâm của vũ trụ, là suối nguồn hạnh phúc của chồng con. Chẳng bao giờ nói với anh cảm nhận ấy nhưng chị nhớ mãi.

Chị sực tỉnh. Đã đến lúc chị phải quyết định việc kia rồi. Có nên đi không? Không đi thì điều khủng khiếp nhất sẽ đến với anh ngày mai. Nghĩ tới đấy, nỗi sợ lại phủ lên chị. Chị phải đi thôi, thà chị có lỗi với anh nhưng chị vẫn sẽ có anh. Suy cho cùng thì thân xác này còn có ý nghĩa gì nữa nếu không có anh. Nếu không đi, chị có thể sẽ ân hận suốt đời.

"Sao mẹ không đi nghỉ đi?" Thằng Chiến đi tắm ngoài giếng xong, bước vào hỏi.

"Ừ, mẹ phải đi có việc. Con giúp mẹ tìm mảnh vải trắng phủ lên kia để làm bàn thờ ông. Xong con đun một nồi nước to, mẹ sẽ làm gà cúng ông khi mẹ về."

"Vâng, nhưng mẹ đi đâu?"

"Mẹ đi... lo việc cho thầy con," rồi chị hạ giọng nói rất nhỏ. "Con ra bờ ao lấy một túi đồ cho mẹ, nhanh lên, không muộn mất."

"Túi gì ạ?"

"Túi... con và thầy..."

Thằng Chiến à một tiếng rồi lao ra vườn. Chị Phú cũng vội vàng đi tắm.

*

Chị Phú vừa bước vào lối rẽ thì đã thấy bóng ông đội Dục đứng ở cửa lò gạch. Ông sốt sắng hỏi ngay:

"Sen à, có mang gì cho chồng không?"

"Dạ, có ông ạ, ông làm phúc đưa nhà tôi giúp!" chị đưa ông đội cái túi vải trong có mấy chỉ vàng và một ít tiền mặt.

"Ừ, được rồi, tôi sẽ đưa, Sen cứ yên tâm!" Ông đội thầm thì, cầm lấy cái túi, giọng không giấu nổi vui mừng, rồi ông cầm cánh tay chị, đẩy chị vào góc lò gạch. "Sen vào đây!"

"Thưa ông đội, xin ông tha cho!" Chị Phú khẩn khoản, dúi vào tay ông đội một cuộn tiền buộc bằng sợi rơm. "Ông cầm tạm số tiền này, gọi là một chút mẹ con tôi cảm ơn ông đã ra phúc ra đức giúp đỡ gia đình lúc hoạn nạn, còn tôi, tôi cắn rơm cắn cỏ, xin ông tha cho!"

"Không được," ông đội gằn giọng. "Tôi đã nói rõ ràng lúc trước rồi, tôi thích Sen, tôi muốn Sen chiều tôi... Mà việc này không đơn giản đâu nhé. Nếu không thì Sen cầm cái túi này về đi, tôi không giúp nữa đâu."

"Tôi xin..."

"Thôi, đừng nhiều lời nữa, đàn bà hai con rồi mà cứ làm như trinh nữ không bằng. Nhanh lên, tôi còn đi lo việc của Sen, chậm là hỏng việc đấy." Nói rồi ông đội túm cánh tay chị Phú lôi về góc lò gạch. Chị dẫm phải những mẩu gạch vỡ đau nhói. Vì muốn đi nhanh và không muốn gây ra tiếng trên con đường lát gạch ở làng nên chị đi chân đất. Ở góc lò đã có một ôm rơm lót sẵn. Ông đội ấn chị nằm xuống rồi tốc ngược áo chị lên...

Chương 21

Trung đội trưởng cho Quý biết là cả tiểu đội pháo của anh đã hi sinh hết trong trận B52 tháng trước. Quý sững người. Thể nào mà bao ngày nằm ở trạm quân y, anh không hề gặp đồng đội. Quý đã từng hi vọng anh em cũng nằm ở trạm 112 nhưng ở những lán quân y khác. Lẽ nào chỉ có mình anh sống? Thường mỗi người lính hy sinh sẽ được ghi lại tên tuổi, đơn vị, ngày giờ hy sinh, tên chiến dịch, sơ đồ mộ. Nhưng, trong chiến tranh việc thất lạc người xảy ra nhiều, giấy tờ bàn giao về thương binh, liệt sỹ nhiều khi rất sơ sài, mơ hồ. Có lúc chính người cầm thông tin lại hi sinh. Hơn nữa, ở trường hợp này, chính trung đội trưởng nói thì chắc không có nhầm lẫn rồi.

Quý được phân về một tiểu đội ba bảy li khác. Tiểu đội này được dồn từ những lính pháo còn lại của cả trung đội. Quý tiếp tục giữ vị trí pháo thủ số hai. Cậu

Quang, người Nam Hà, một tân binh mới bổ sung đang tạm thời giữ vị trí ấy.

"Chán quá, có anh về là em lại phải làm phu." Quang cười nói. Phu ở đây là từ cậu ấy chỉ chân nạp đạn, tiếp đạn. Hai vị trí ấy suốt ngày phải chúi mũi vào lo đủ đạn cho pháo, có máy bay loại gì đang bay cũng không biết.

"Ừ, thì nhường mày mấy!" Quý cười bảo. "Tao thích được bê đạn cho khoẻ người đây!"

Thằng Quang cười toét. Nói đùa vậy chứ có nằm mơ hai thằng cũng không dám tự ý đổi. Hơn nữa, Quý mê cái chân pháo thủ số hai nhất. Vừa được ngắm, vừa được đạp cò. Anh cũng tin vào khả năng của mình. Có lúc chỉ một sự nhanh nhậy, thuần thục của một người lính là có thể cứu được sinh mạng của bao người.

*

Đại đội của Quý nhận nhiệm vụ bảo vệ trận địa bộ binh ở Mỹ Chánh vào ngày 28/8/1972. Trước đấy, ngày 19/6 là ngày kỉ niệm thành lập quân lực Việt Nam Cộng Hoà, tổng thống Thiệu ra lệnh tái chiếm thành cổ Quảng Trị. Lúc này quân Miền Nam Cộng Hoà đã vượt qua Huế và đang trên đường tiến vào Quảng Trị. Khoảng một giờ trưa, khi Quý đang ngủ, thằng Quang gọi anh ra gác. Nó bảo:

"May quá anh ạ, có đơn vị khác ở trước mình."

Anh cau mày, lẩm bẩm:

"Làm gì có chuyện ấy, đơn vị mình là ở trước rồi."

Cầm ống nhòm lên, anh giật mình. Một họng súng tiểu liên hướng về quân ta. Ngắm xong, thằng kia lấy xẻng đắp thêm đất, rồi lại gác súng lên ngắm.

"Đ.M mày," bực mình quá, anh buột mồm. "Sao mày ngu thế, thám báo đang củng cố công sự của nó mà bảo là quân mình."

Vớ vội chiếc bộ đàm Hi-Wat, anh báo cáo: "Thám báo cách ta tám mươi mét!"

"Sao anh tinh thế?"

"Tinh đéo gì, nhìn đi!" Anh đưa thằng Quang ống nhòm. "Có đúng là nó đang củng cố công sự không?"

Thằng Quang im lặng, xách súng tản ra theo lệnh tiểu đội trưởng. Quý dùng xẻng phạt phẳng bờ công sự, cho khẩu pháo ba bảy li có thể chúc hẳn đầu xuống. Giờ chỉ mình anh với khẩu pháo. Chưa bao giờ pháo ba bảy li được dùng ở cự li gần thế này. Anh nhảy từ mâm pháo xuống lòng công sự. Đứng thế này an toàn, vừa có thể đẩy được nòng. Anh rà lại một lượt bằng ống nhòm. Một khẩu đại liên đang chĩa về phía ta. Không phải thám báo, mà là bộ binh. Phía sau có thể là thiết giáp.

"Chú ý," Quý nói vào chiếc Hi-Wat. "Đấy là bộ binh, có thể thiết giáp đi cùng!"

Lúc này toàn bộ đại đội đã tản ra. Cả đơn vị pháo thành bộ binh. Quý hướng nòng vào khẩu đại liên của địch, không chờ lệnh, anh chủ động đưa tay miết cò.

Một loạt năm quả khiến phía khẩu đại liên của địch bùng lên những vừng sáng. Tiếng súng hai bên đồng loạt nổ ran. Hết đạn, anh nhảy lên tự tiếp đạn. Sau vài lần nạp đạn, địch phát hiện ra. Một loạt đạn cối nhả về phía anh. Quý bỏ pháo đấy, xách khẩu AK dưới chân, lăn ra hố cá nhân bên ngoài bờ công sự chính. Cảm thấy hoả lực địch đã giãn ra, anh lại nhẩy vào với khẩu ba bẩy li. Một chiếc xe bọc thép của địch xuất hiện. Anh bắn nhưng không trúng. Chiếc xe bọc thép không dám tiến lên nhưng nó chĩa hoả lực về anh. Có tiếng ai hô "rút", Quý nhảy lên, tháo khoá nòng. Anh bê cục khoá nòng sang tới sườn đồi bên kia, nơi quân ta tập trung rồi mới dám bỏ xuống. Theo quy định anh phải làm vậy để địch không dùng được pháo của ta. Lúc gặp được đồng đội thì trời đã sâm sẩm tối. Anh em đại đội chúc mừng Quý, mình anh đã dùng khẩu ba bẩy li rất hiệu quả, anh đã cứu cho bên ta một tình thế hiểm nghèo. Lần ấy anh được thưởng huân chương chiến công hạng ba. Sau lần ấy, thằng Quang quý anh lắm, theo anh từng bước. Nó nói mãi nếu không có anh thì cả đại đội đã bị nướng sạch rồi.

Chương 22

Chị Phú về tới nhà thì đã một rưỡi đêm, thằng Chiến cũng vừa đi đâu về, nó chưa hề nấu nước như chị dặn.

"Con đi đâu về?" Chị hỏi, nhìn con mồ hôi đầm đìa, khuôn mặt nó ngơ ngác như mất hồn. Chiếc quần đùi của nó lem nhem bẩn. "Sao con không đun nước như mẹ dặn?"

Nó không nói không rằng đi vào bếp. Chị cũng tất tả đi bắt gà. Cu Quý đang ngủ vùi trên đống rơm ở chuồng ngựa. Con ngựa đang ngủ, thấy ánh đèn của chị, nó mở mắt. Nó gí mõm hít hít mặt cu Quý. Chị đứng lặng đi chốc lát. Thế giới con người bỗng thành một địa ngục ghê tởm, nhầy nhụa dục vọng, dối trá, đố kị, thù hận, đầy máu và nước mắt thì con vật kia lại biết thương yêu tinh khiết là vậy. Hai dòng nước mắt lại chảy dài trên má chị.

"Chiến ơi!" Chị dừng lại một thoáng để giấu đi nghẹn ngào. "Ra chuồng ngựa bế em lên nhà con ơi!" Thằng Chiến chẳng thưa gửi gì, chạy huỳnh huỵch ra. Nó xốc em lên nhẹ như không. Mới mười sáu nhưng nó đã rất khoẻ. Nhìn hai thằng con trai cởi trần, da rám nắng trong vòng tay của nhau, lòng chị ấm lại. Dường như dưới những lớp gai góc ghê sợ của cuộc sống vẫn có những dòng chảy êm đềm đẹp đẽ.

Thằng Chiến giúp mẹ làm gà. Nó nhanh thoăn thoắt nhưng mặt cúi gằm. Nó vốn là thằng ít nói nên chị không lấy làm lạ. Chị tự hào về sự rắn rỏi của con. Trải qua một ngày như hôm nay mà nó không hề mệt mỏi, suy sụp. Chị biết dưới cái vẻ lầm lì, nó là đứa nhiều tình cảm, biết quan tâm tới mọi người. Từ lúc cha và ông bị bắt, người làm bỏ đi, nó luôn bên cạnh đỡ đần mẹ. Chị thấy nó không mắng em nữa.

Bày biện xong thì đã ba giờ sáng. Chị bảo con:

"Con thắp hương, khấn ông nội đi."

"Con có biết khấn gì đâu!"

"Con cứ lòng thành, nghĩ sao khấn thế, cứ như ông đang ở đây, nghe con nói ấy!"

"Nhưng từ xưa đến nay mẹ vẫn làm..."

"Không," chị lắc đầu, ngắt lời con. "Từ giờ trở đi, con và em Quý sẽ làm việc ấy, mẹ..." Chị nghẹn lời, bặm môi lắc đầu, bỏ dở câu nói. Vẻ lầm lì trên khuôn mặt thằng Chiến thoáng xúc động, nó quay mặt đi ngay.

Chị Quý lại đi tắm. Chị tắm rất lâu, cứ mỗi lúc nước mắt chị lại dâng đầy. Có lúc chị ngồi thừ bên bờ giếng, bằng quên mình đang làm gì, rồi chị lại hối hả dội nước, kỳ cọ mãi không thôi. Giờ đây chị cảm thấy mình là một người khác hẳn. Con người chị bị xé nát tả tơi giữa điều nên và không nên. Mặc dù đã xác định đấy là việc phải làm để cứu được anh nhưng sao chị cảm thấy mất mát đau đớn thế này. Một ngày nào đấy nếu chị lại được nằm trong vòng tay của anh thì sự tinh khiết tuyệt đẹp của tình yêu vợ chồng cũng đã mất hẳn rồi. Đêm nay bầu trời đen như mực, nặng nề như sắp ép xuống, đè bẹp bao sinh linh trên mặt đất. Ánh trăng tuyệt đẹp ngày nào trong căn phòng liệu có còn trở lại nữa không? Vẻ đẹp quá vãng sao lung linh xa vời đến vậy? Giá như xưa, khi cả hai còn son, còn tươi tắn đẹp đẽ trong những ngày đầu mà chị chiều anh, để anh được ngắm nhìn chị khoả thân như anh khao khát thì giờ chị cảm thấy đỡ tiếc nuối hơn không? Thân xác này là của anh, con tim này là của anh, sao không dâng hiến, chiều thuận anh cho tới tận cùng thoả thuê viên mãn đi, sao để anh phải mất công nài nỉ làm gì? Anh là văn nhân quân tử, chẳng bao giờ anh ép chị làm việc gì chị không muốn, vậy mà anh nhẹ nhàng nài nỉ thì chắc hẳn niềm khao khát trong anh lớn lắm. Thời gian đã trôi quá nhanh, mọi sự đã biến đổi tàn khốc, chị đã không hiểu rằng mọi thứ đến rồi đi rất nhanh, chị đã dại dột không biết tận hưởng vẻ đẹp cuộc sống, chị đã những tưởng mọi thứ sẽ mãi là một dòng chảy êm đềm tuyệt đẹp, sẽ chảy mãi, chảy mãi, nào ngờ... Nước mắt lại chảy dài, dường như bao năng lượng, bao nhựa sống trong người chị đã biến thành dòng đau khổ miên man này. Giờ này anh đã được ông đội giúp trốn đi chưa? Nhà không sẵn thứ gì ăn được, chị đành cầm theo mấy cái bánh đa nem, mấy củ khoai sống cho anh. Chị đã trách mình đểnh đoảng suốt con đường đi. Sao lúc ở chùa, chị không hỏi xin ni sư chút thức ăn để đưa cho anh? Nhưng lúc ấy chị đã biết kế hoạch của ông đội đâu, và lại lòng chị rối ren có suy nghĩ được gì rõ ràng đâu.

Thằng Chiến vẫn ngồi ở hè, thấy chị đi vào nó mới đi ngủ. Chị đã quá mệt để hỏi con, chỉ nghĩ nó lấy đâu ra sức lực để vẫn có thể ngồi đấy, giờ chắc đã bốn giờ rồi. Chị thiếp đi trong tâm tưởng cầu trời khấn phật cho anh được tai qua nạn khỏi, dù sao nhờ việc đã làm mà chị cảm thấy yên tâm hơn trước. Chập chờn không biết bao lâu, chị bỗng bật dậy hốt hoảng, tim như bị bóp nghẹt, chết cứng bởi một nỗi sợ khủng khiếp, một dự cảm kinh hoàng. Có điều dữ vừa xảy ra hay chỉ vì thần kinh chị quá căng thẳng? Ngoài trời vẫn tối. Chắc chị mới thiếp được một tiếng. Cố ngủ để lấy sức nhưng đâu có chị căng thẳng ruột gan nóng rẫy. Chị mơ hồ đoán có điều gì đó vừa xảy ra với anh. Nhưng là chuyện gì?

*

Chị Quý xuống bếp đun nước, nấu cơm. Lát nữa trời sáng, chị sẽ đi tới chỗ giam nghe ngóng tình hình. Chị muốn có cơm cúng ông, và cũng để các con dậy có cái ăn luôn. Hôm qua chúng đã ăn uống vất vưởng rồi. Chị đang ghế cơm thì có tiếng người gọi ngoài ngõ:

"Bác Phú ơ... ơi!"

Chị ra mở cổng, sư cô đang đứng, tay chống vào tường, thở dốc, khuôn mặt thất thần.

"Bác Phú ơ... ơi," sư cô gọi mà như khóc. "Bác phải ra ngay, bác trai nhà mình bị hại rồi!"

Chị bỗng thấy chao đảo. Chị vịn vào cánh cổng nhưng cánh cổng trôi đi, khiến chị suýt ngã theo, sư cô vội đỡ lấy chị.

"Ôi, khổ thân bác quá, bác bình tĩnh lại nào!"

"Nhà tôi làm sao?" Chị hỏi lại, giọng hụt hơi. "Sư cô bảo sao?"

"Bác trai bị bắn ngoài bờ sông, ngay trước cửa chùa!"

"Sư cô bảo sao, nhà tôi có sao không?"

"Bác trai... m... mất r... rồi!" Nói tới đấy sư cô ôm mặt khóc hu hu.

"Trời cao đất dày ơi!" Chị Phú rú lên thảm thiết. Dường như có lưỡi dao chọc xoáy vào tim chị. Mắt chị tối sầm, chị sập người xuống đất. "Trời ơi là trò... ời!"

Mấy người hàng xóm chạy ra đứng lặng, họ không biết làm gì cho phải. Chạy lại đỡ lấy, an ủi người hàng xóm lâu năm hay mặc kệ thành phần nhà địa, thành phần được coi là thối nát, là cặn bã của phong kiến, thực dân...

Chị Phú há mồm, tắt lặng sau tiếng hét tới rách lá phổi của mình, khuôn mặt chị tái nhợt như không còn một giọt máu, mắt chị trắng bệch như hoá dại. Nỗi đau đã giáng đòn chí tử, giết chết hẳn một linh hồn từng coi sự yêu thương là lẽ sống, là chân lý của cuộc đời. Thằng Chiến, cu Quý đỡ lấy mẹ. Hai thằng chưa kịp khóc. Người thân yêu của chúng, người phụ nữ đẹp đẽ ngọt ngào nhất, nguồn tình cảm, trung tâm yêu thương của cả nhà đang bị nỗi đau làm biến dạng khuôn mặt, biến dạng hình hài. Chưa cần phải nhìn xác cha, sự phản ánh trên gương mặt của mẹ chúng đã quá đầy đủ, đã quá tàn khốc rồi.

Giây phút ấy đã tước đi tuổi thơ của chúng hoàn toàn. Nỗi đau như ngọn lửa thiêu cháy những gì mong manh quý giá còn lại của tâm hồn con trẻ.

"Đưa mẹ ra chỗ thầy đi các con ơi!" Chị nói nhỏ, vừa nấc vừa lấy lại hơi. Hai thằng dìu mẹ đứng dậy, nhưng đôi chân của chị mất cảm giác, cứ nhũn ra không thể điều khiển nổi. Thằng Chiến xoay người, chùng thấp xuống rồi xốc mẹ lên lưng. Chị Phú như mê man trong cơn đau, nước mắt lã chã rơi trên gáy, trên tấm lưng trần của con trai. Thằng Chiến mím môi gắng sức cõng mẹ, được một lát nó cũng bật khóc. Hàng xóm đứng một hàng dài trên ngõ nhìn mấy mẹ con, thỉnh thoảng quay sang nhau thầm thì. Khi biết nguyên nhân, họ hồ hởi bảo nhau, trẻ con, người lớn cùng túa ra đường, chạy hướng lên đê để được tận mắt kiểm chứng lại cái bi kịch vừa được nghe.

Ở nông thôn, đâu có nhiều sự kiện khiến họ tò mò. Đến giữa làng, thằng Chiến thở phì phò nhưng nó vẫn mím môi gắng sức. Cu Quý chân đất lếch thếch chạy theo, chốc chốc lại thò tay kéo lại chiếc quần đùi lỏng chun. Chị Phú dường như đã qua trạng thái mê man, chị bảo con:

"Thả mẹ xuống, mẹ đi được!" Nói rồi chị tụt xuống khỏi lưng con trai, rồi tất tưởi vừa đi vừa chạy trên con đường làng. Đầu óc chị quay cuồng. Kẻ nào đã hại anh? Kẻ nào đã đang tâm giết chết một con người đang trên đường đi tìm sự sống? Kẻ nào đã tước đi của chị bóng hình yêu thương? Vậy là hết thật rồi! Vậy là những gì chị chịu đựng đêm qua là vô nghĩa! Hoá ra sự nóng ruột của chị hoàn toàn có căn cứ. Chị vẫn hy vọng là sư cô nói sai, biết đâu anh không chết, mà anh chỉ bị thương. Sư cô còn trẻ, còn bồng bột, biết đâu đã nhìn sai, biết đâu... biết đâu...

Trời còn chưa sáng hẳn, sương còn mờ không gian. Khi ra khỏi làng, bắt đầu vào con đường cắt ngang cánh đồng thì chị nhìn thấy những bóng người mờ mờ trên con đê đang đi về phía chùa. Chị gắng sức chạy nhanh hơn, thằng Chiến ngay sát sau chị, cu Quý tụt lại xa, tay túm chặt cạp quần, cắm cúi chạy. Bọn trẻ con và một vài người lớn cũng chạy lên đê, vượt cả ba mẹ con chị.

Lên tới đê, mệt quá nên chị chậm lại, chống tay vào đầu gối thở dốc. Thằng Chiến cũng thở hổn hển bên cạnh. Cu Quý vẫn còn cách một quãng mới tới đê, nó không chạy nữa mà đi bộ cùng sư cô. Trời đã sáng rõ. Phía dưới bờ sông một đám đông đang bâu lại một chỗ. Người chị bỗng run bắn khi bước lại gần. Đám đông lặng lẽ rẽ lối cho ba mẹ con. Từ xa chị đã nhận ra chiếc áo the và chiếc quần bê bết bùn của anh.

Ni sư Thích Lãng Vân đang ngồi cạnh, tụng kinh. Nhìn thấy bóng dáng ni sư, lòng chị dịu lại với hơi ấm của tình người nhưng rồi hình ảnh anh nằm sóng soài, máu từ ngực chảy khô đặc trên áo the, loang thấm vào đất thành một màu thẩm đen đã choàng bóng đêm lên lòng chị. Vậy là hết rồi, nguồn yêu thương của chị đã tắt, người quân tử mạnh mẽ, chỗ dựa vững chắc mà dịu dàng cho cuộc sống ba mẹ con chị đã không còn nữa.

Cu Quý chạy vọt lên rồi nó ôm ghì lấy thầy, gào to:

"Thầy ơi thầy! Thầy dậy đi thầy ơi, cái đuôi của thầy đây, thầy ơi!"

Thằng Chiến chầm chậm đi lại rồi ngồi xuống cạnh, sửa lại tóc của thầy, chắc hẳn đây là lần đầu tiên nó được làm điều đó. Giữa bao người đứng vây quanh, chị chầm chậm rút trâm cài đầu, tháo chiếc khăn đang choàng trên đầu, gập lại, gối dưới đầu anh rồi chị nằm ngả bên cạnh, đầu gối lên cánh tay anh đã giang sẵn đợi chờ. Mái tóc dài đen bóng, rất đầy của chị trải dài tới kheo chân. Nước mắt của chị cứ lặng lẽ chảy dài, chảy mãi. Chị ngước nhìn lên bầu trời. Ánh bình minh đã thấp thoáng một vài tia đầu tiên. Một màu xám xanh mênh mang, đôi chỗ thoáng một sắc hồng. Chị nhắm mắt, áp má vào ngực anh, lấy tay ôm lấy anh như chị vẫn làm trước khi ngủ. Chị biết, những lúc như vậy, anh không thể ngủ được vì tay chị đè lên ngực nhưng chiều chị, anh cứ cố nằm đợi tới khi chị ngủ say mới đổi tư thế. Giây phút ấy chị bỗng thấy lòng êm đềm kỳ lạ. Chị ước gì mình sẽ ngủ lịm đi mãi trong vòng tay anh như thế này. Cõi sống này có ý nghĩa gì nữa đâu khi anh đã đi rồi. Bao lấp lánh vui sống đã mãi tắt lịm, bao hoan lạc ái ân sẽ mãi chỉ là dĩ vãng, sự ấm áp gia đình sẽ chỉ còn là tàn tro lạnh lẽo... Tiếng mõ đều đều ru chị, tiếng cầu kinh êm ái của ni sư nâng hồn chị tới một cõi nào đó có anh. Nơi ấy anh sẽ mãi mỉm cười sánh đôi cùng chị. Nơi ấy sẽ tuyệt nhiên chẳng có sự bất lường tráo trở, chẳng hề có dối trá vu khống, không súng đạn, không

163

máu và nước mắt, không cả nỗi sợ. Nơi ấy sẽ chỉ có tình yêu êm đềm ngọt ngào...

*

Sư cô mượn được ở đâu về chiếc xe cải tiến. Chị Phú muốn đưa anh về nhà rửa ráy, thay quần áo rồi sẽ nhờ ni sư hướng dẫn mọi thủ tục ma chay cần thiết. Thằng Chiến kéo xe, sư cô đẩy. Mẹ con nhà Sương hớt hải chạy từ bờ sông lên. Nhìn thấy cảnh tượng đau lòng, Sương khóc oà, chạy tới dìu chị Phú. Cu Quý ri rỉ khóc, bám vào xe cải tiến, thỉnh thoảng chạy lên chỉnh lại cái khăn gối đầu. Đường xóc, cái khăn trượt ra ngoài, nó sợ thầy đau đầu. Nhìn thấy người chết, con bé Vi sợ quá nhưng thấy mẹ khóc nên không dám kêu, đành thất thểu đi sau cùng. Ni sư đi sau chị Phú, miệng lẩm bẩm tụng kinh. Khi qua bãi bóng, các ông bà dân quân đang chuẩn bị bàn ghế cho ngày thứ hai của phiên toà. Họ nhìn chằm chằm mấy mẹ con, rồi nói với nhau điều gì đó. Bà dân quân đeo súng trường tên Dánh, con gái lớn của bà thẩm phán Đợ, vội hớt hải chạy tìm ai đó trong đám cán bộ, dân quân dưới bãi. Chiếc xe cải tiến vừa rẽ từ đê xuống đường vào làng thì bà Dánh cùng vài người nữa chạy tới.

"Không được đưa vào làng!" bà Dánh nói dứt khoát, mặt căng thẳng, đứng chắn trước mặt thằng Chiến.

"Sao thế?" Thằng Chiến hất hàm hỏi.

164

"Thằng nhóc con nhà địa phản động," ông dân quân hôm qua định bắn thằng Chiến quát. "Hôm qua ông đã tha cho mày, hôm nay mà láo, ông xích cổ mày vào luôn. Con nhà địa mà cứ dám trừng trừng mắt ếch với chúng ông thế à?"

Thằng Chiến mắt vằn lên nhưng cố kiềm chế. Nó nhẫn nhục nhìn xuống.

"Xác của tên địa chủ phản động không được đưa vào làng mà phải đem chôn ngay ngoài bãi sông!" Bà Dánh, mặt non choẹt nhưng quát giọng rất đanh thép. Đúng là mẹ nào con nấy, xứng đáng là giai cấp tiên phong của thời đại mới.

"Thưa các ông bà, lệnh của ai đấy!" Chị Phú đi lên hỏi.

"Lệnh chung, áp dụng từ hôm qua rồi còn gì, còn phải hỏi." Bà dân quân gay gắt. "Tên địa chủ phản động Hoàng Nguyên Phú đã bỏ trốn hồi đêm, may mà lực lượng dân quân phát hiện đuổi theo, đã hạ gục, kết liễu. Tên này thuộc diện những tên bị xử tử hôm qua. Thành phần địa chủ phản động thối nát không được mang vào làng nghe chưa!"

"Thưa bà, ai đã bắn chồng tôi?"

"Mày hỏi làm gì, mà mày làm sao có quyền hỏi điều đó. Lực lượng dân quân là một tập thể, ai bắn thì quan trọng gì?" Bà Dánh nói, lấy chân đạp cái càng xe cải tiến lệch đi, khiến thằng Chiến loạng choạng. Chị

165

Phú nhớ hồi mới về nhà chồng, bà Dánh mới chừng bốn, năm tuổi. Mỗi khi gặp, bà Dánh thường chắp tay chào chị rất ngoan với cái giọng véo von rất đáng yêu: "Con chào bà ạ!" Thời ấy chưa có thằng Chiến, chị thích chơi với trẻ con khi rảnh rỗi. Chị Phú cho bà Dánh lúc chiếc kẹo, cái bánh, khi đĩa bánh trôi…

"Nam mô a di đà phật," ni sư bước tới, chắp tay nói từ tốn. "Người đã chết, xin các ông bà nhẹ nhàng cho. Tôi có thể nói chuyện với người quyết định việc này được không?"

"Không nói nhiều mất thời gian, chúng tôi chỉ làm theo lệnh cấp trên, giờ chúng tôi còn phải lo phiên toà sắp tới." Thấy ni sư, bà Dánh có dịu giọng hơn.

"Vậy các ông, các bà cũng phải cho gia đình lo cỗ quan tài đã chứ!" Ni sư nói.

"Theo quy định thì tên địa chủ phản động này sẽ được một quan tài. Cứ lên đê đứng chờ, lát sẽ có phu chở quan tài tới. Nếu cố tình đưa vào làng, tôi sẽ cho bắt hết." Bà Dánh đanh mặt, giọng cương quyết, hẩy hẩy tay lên đê.

"Thôi Chiến, con kéo thầy lên đê đi," chị Phú bảo. "Rồi mẹ con ta sẽ tính những việc gì phải làm để lo cho thầy."

Tất cả xúm vào đẩy chiếc xe cải tiến lên mặt đê.

"Sự đã vậy," chị Phú bảo thằng Chiến. "Con phải nhẫn nhịn với các ông, các bà ấy. Nếu con nóng tính, phản ứng dại dột, họ bắt con thì mẹ biết nương nhờ vào ai?"

Thằng Chiến cúi đầu, môi bặm lại, mặt đỏ gay không biết do kéo xe hay tức giận.

Sau đấy mỗi người đi lo một việc. Anh em thằng Chiến, Quý chạy về lấy quần áo, khăn, chậu và nước sạch để rửa ráy, thay quần áo cho thầy. Sư cô cùng ni sư Thích Lãng Vân về chùa chuẩn bị đồ. Bé Vi theo mẹ về làng Nổi gọi cánh đàn ông ra giúp đào huyệt. Còn một mình chị Phú ở lại, chị đứng lên, chắn ánh nắng chói chang khỏi chiếu vào mặt anh. Theo bước chân đoàn người kéo tới dự phiên toà, bụi tạo thành một vệt vàng dài bốc lên mặt đê. Người đi qua ngoái nhìn cảnh người đàn bà đứng cạnh xác một người đàn ông rồi họ quay sang nhau lầm rầm bàn tán, rồi lại ngoái lại nhìn...

Chương 23

Chừng sau hai tháng rời khỏi trạm quân y 112 Quảng Bình, Quý nhận được thư Thôn.

"Anh Quý thân mến,

Anh có biết không, chỉ sau mấy ngày anh rời trạm thì bác nhà tới tìm anh. Ai cũng xuýt xoa tiếc cho anh và bác. Giá như anh ở lại thêm mấy ngày như bác sĩ khuyên thì hay biết mấy, hai mẹ con sẽ được gặp nhau. Bác hỏi em mấy lần là có thực anh khoẻ rồi không? Có thực là anh tự đi về đơn vị được một mình không? Em nói mãi, bác mới yên tâm. Anh biết tâm trạng người hậu phương giữa cuộc chiến là thế nào rồi. Anh nhớ sớm viết thư cho bác yên lòng anh nhé.

Anh giống mẹ lắm, có lẽ do thế mà em cảm thấy bác như người thân của em luôn ấy. Bác chỉ ở với chúng em một ngày rồi lại quay ra ngay. May là có một đoàn xe vận tải đi qua, bác đi nhờ được anh ạ, anh yên tâm nhé. Em hẹn với

169

bác là bao giờ hoà bình, em sẽ ra thăm bác nhưng ngày ấy chưa biết đến bao giờ anh nhỉ!

Anh biết không, cả đời em chưa bao giờ gặp được người nào kể chuyện hay như anh. Những câu chuyện ấy đã mang tới cho em những cảm xúc chưa từng có. Em có ấn tượng đặc biệt với người kể chuyện vừa đẹp trai lại vừa có cái vẻ hiền khô đáng mến và tin cậy như thế. Nghe anh kể, lòng em có lúc nao lên như chính em là cô gái đang chờ đợi hạnh phúc đến với mình như trong Cánh Buồm Đỏ Thắm, có lúc lại chìm đắm trong một tâm trạng nuối tiếc của Tanhia trong Thép Đã Tôi Thế Đấy. Anh biết không, nhiều lúc em khóc khi nghe anh kể đấy. Lúc ấy, em xấu hổ quá nên cứ phải giấu. Em lớn lên ở nông thôn, em chưa được xem những bộ phim và đọc những cuốn truyện hay đến thế. Mới nghe anh kể thôi mà dường như em được sống trong một thế giới khác hẳn. Một thế giới rộng lớn, vô cùng đẹp đẽ và mộng mơ. Em chẳng biết viết sao để tả được hết tâm trạng của mình anh ạ. Chỉ biết rằng, những ngày anh ở đây, em đã mong vết thương của anh chậm liền thôi, để anh ở lại trạm chúng em lâu hơn, để chúng em và các đồng chí thương binh khác được nghe anh kể chuyện nhiều hơn. Em cứ thắc mắc, anh không phải người Hà Nội mà anh kể về Hà Nội hay đến thế. Em có cảm giác là anh kể về một người con gái anh đang đem lòng yêu chứ không phải anh kể về một thành phố. Nghe anh kể, em đã thấy yêu Hà Nội lắm rồi anh ạ.

Em cũng hỏi bác nhà về chị người yêu của anh, tha lỗi cho em vì sự tò mò nhưng không hiểu sao em thích được biết về cuộc sống của anh lắm. Em không dám hỏi nhiều vì sợ bác bảo em là con bé vô duyên, thích tọc mạch chuyện người khác. Mà có khi em vô duyên và tọc mạch thật ấy chứ anh nhỉ. Có gì thì anh bỏ qua cho em nhé.

Nhưng mà em chỉ biết làm theo những gì em thích thôi. Anh nghĩ thế nào thì bảo em nhé. Theo tưởng tượng của em thì chị ấy chắc hẳn phải xinh đẹp và giỏi giang lắm. Người như anh thì có người yêu như thế mới đẹp đôi.

Quê em ở Thái Bình, quê hương năm tấn đấy anh. Em ước gì có một ngày hoà bình để em có thể đi chơi thoả thích ở Hà Nội, tới những nơi anh đã kể cho chúng em nghe. Em sẽ tìm đọc những cuốn truyện và sẽ xem những bộ phim ấy, và em cũng muốn được gặp lại anh, để được lại nghe anh kể chuyện. Chuyện gì cũng được, được nghe anh kể là em thích rồi.

Thế anh nhé! Anh đã nhận em làm em gái của anh rồi đấy, đừng có mà quên. Quên là em bắt đền đấy. Thỉnh thoảng nhớ viết thư cho em. Em chúc anh và các đồng đội của anh khoẻ mạnh, chiến đấu giỏi để ngày hoà bình sớm tới anh nhé.

Mong thư anh nhiều!

Em gái của anh!

Nguyễn Thị Thôn"

Quý mỉm cười. Lòng anh vừa buồn, vừa vui. Anh bỗng lây cái trạng thái bâng khuâng của một người con gái mới lớn. Anh bỗng thấy nhớ ghê cái trạm quân y ấy. Mặc dù ở đấy vẫn nghe thấy tiếng bom rơi nhưng không hiểu sao anh vẫn thấy nơi ấy yên bình. Nếu có dịp, nhất định anh sẽ ghé thăm. Tối nay, anh sẽ viết thư cho Thôn. Tình cảm có nhiều định dạng và sắc độ. Tình cảm ấm áp, trìu mến của một người anh trai chắc sẽ làm Thôn vui hơn. Tuổi xuân của em chẳng phải đang mất đi từng ngày trong cái góc rừng ấy hay sao. Mà đâu phải chỉ em, hàng triệu thanh niên khác cũng vậy. Anh bỗng thấy thương lắm tất cả đồng đội của mình, những người sát cánh với anh và cả những người lính trong hàng quân đi ngược chiều trong những đợt hành quân, những nữ thanh niên xung phong với nụ cười còn nguyên chất thôn nữ mộc mạc, những y tá, bác sĩ trong những trạm quân y… Bất giác anh nhớ lại câu hỏi của mấy cô gái năm trước: "Bao giờ hết chiến tranh hả anh?"

Chương 24

Những ngày sau đấy, tâm trí thằng Chiến bị ném vào một vòng quay điên loạn. Nó muốn phá phách, muốn làm một việc gì đấy để có thể giải toả sự cùng quẫn ấy. Nó yêu thầy với tình cảm máu thịt, lại vừa với tình cảm của một đứa trẻ đang lớn dành cho thần tượng của mình. Đối với nó, thầy là hiện thân của sự thông thái và phong thái điềm tĩnh đầy bản lĩnh của một người quân tử thực thụ, còn ông nội thì là một gốc đại thụ quý báu đã sinh ra được một người con như thầy. Thằng Chiến rất tự hào về hai người từ khi nó còn nhỏ.

Nỗi đau, sự hoảng loạn khiếp sợ khi nhìn thấy ông nội bị bắn trước mắt chiều hôm trước rồi lại đến thầy ngay sáng hôm sau cùng với việc chứng kiến những gì mẹ trải qua, cả nỗi dằn vặt sau khi bà chịu nhục phải làm cái điều ghê tởm đêm trước khi thầy nó bị bắn chết, tất cả những điều kinh khủng, phi lý ấy diễn ra trong thời gian rất ngắn khiến Chiến choáng váng. Cả thế giới dường như sụp đổ tan tành. Nó không thể lý giải được tại sao sự tàn khốc, đầy bạo lực và thù hận lại bỗng nhiên đổ lên đầu ông nội và thầy như thế. Nó biết nhà nó giàu, có ruộng cho thuê nhưng như ông nội đã nói, đấy là tài sản ông được thừa hưởng từ ông bà tổ tiên để lại. Và tại sao những kẻ bao năm chung sống hoà thuận với gia đình nó tự dưng đứng lên vu khống ông nội và thầy về những việc hai người không hề làm trước hàng nghìn người như thế? Tại sao nhiều khuôn mặt hàng xóm, trước gặp nó ở đâu là tươi cười, một câu cậu Chiến, hai câu cậu Chiến bỗng nhiên lại quay ngoắt trở mặt coi nó như một kẻ thấp hèn nhất xã hội?

Nỗi đau, sự uất ức chuyển thành thù hận. Trong nó cháy lên ý định trả thù, và nó muốn trút sự uất hận lên chính cái kẻ đã lợi dụng hoàn cảnh khốn cùng của một người phụ nữ để làm nhục. Nó ghét cay ghét đắng tất cả những kẻ tố điêu, trong ấy có mẹ con nhà Đợ, thành phần bần cố nông cốt cán của xã. Nhà ấy bỗng nhiên vênh váo khi được chọn là rễ trong phong trào cải cách. Trước hàng nghìn người bà Đợ đã dám gọi ông nội bằng mày, xa xả mắng như tát nước vào mặt ông. Rồi con gái bà Đợ là bà Dánh, giờ là bà dân quân cốt cán của xã, đã nhất quyết không cho nhà nó mang xác thầy vào làng để làm ma chay đúng thủ tục. Trong suốt bao năm qua, đã bao lần nó thấy bà Đợ sang gặp mẹ để vay thóc, vay gạo. Thương hoàn cảnh chồng mất sớm lại đông con nên mẹ đã ra tay giúp đỡ. Mẹ nhiều lần bảo thằng Chiến mang thức ăn sang cho mẹ con bà Đợ trong những ngày Tết. Lần nào mẹ con họ cũng rối rít cảm ơn, vui mừng ra mặt. Thế mà nay bà Dánh còn nâng cao quan điểm, tố gia đình nhà địa chủ Hoàng Nguyên Phúc, Hoàng Nguyên Phú đã bắt mẹ con họ ăn cơm thừa canh cặn, đối xử với họ không hơn con chó, con lợn, rằng họ biết đấy là đồ bỏ đi nhưng đói khổ quá thì đành phải nhận để ăn, rằng nước mắt của họ rơi xuống cả thức ăn khi đưa vào miệng.

Máu thằng Chiến cũng sôi lên khi nhớ tới mụ Bướm ở cuối làng. Người thì chỉ như một nắm xương di động trong bộ quần áo rách như tổ đỉa, cặp mắt ti hí quanh năm ngày tháng tèm nhèm đỏ quạch, đàn ông thuộc diện cùng đinh trong làng có cho tiền cũng ngại lại gần, thế mà mụ tố cả ông nội và thầy đã cưỡng hiếp mụ nhiều lần nơi bãi ngô, nơi bốt cũ của Pháp xây, những lò gạch cũ... Thằng Chiến đã uất nghẹn cổ khi nghe mụ khóc nức lên kể lể chỉ vì bị cưỡng hiếp hành hạ mà mụ từ một người con gái không đến nỗi nào mà trở thành thân tàn ma dại, ở vậy không chồng con, sống cả một đời cô quạnh. Không tin ở tai mình, nó quay sang xem phản ứng của những người xung quanh và bàng hoàng nhận ra nhiều người cũng sụt sịt khóc, đồng cảm với mụ Bướm. Những lời dối trá trắng trợn lại được một sự hưởng ứng rộng rãi khiến thằng Chiến nghẹn thở như đang bị dìm vào một bể chứa tràn ngập những thứ bẩn thỉu nhầy nhụa ghê tởm.

Tất cả những điều ấy cứ quay cuồng mãi trong đầu óc thằng Chiến. Nó không biết nói với ai. Nó đã nghỉ tập võ mấy tháng kể từ ngày phong trào cải cách ruộng đất về tới làng Đại An. Mẹ bảo không nên gặp chú Ân trong thời kỳ này vì mẹ sợ ảnh hưởng tới chú, hơn nữa tập võ vào lúc này chẳng khác nào trêu ngươi mấy ông đội, mấy bà dân quân. Không khéo nó còn bị gô cổ, bị quy là thành phần phản động, tập võ để âm mưu làm việc này, việc kia ấy chứ. Chú Ân thì khác với mọi người, chú có vẻ không ngại khi qua lại nhà địa như nhà thằng Chiến. Khi thầy mất, chú Ân cùng mấy đàn ông ở làng nổi ra nghĩa trang đào mộ giúp, rồi chú cũng vẫn vào nhà hỏi thăm hai mẹ con những ngày sau đấy.

Nhiều lần buồn quá, nó muốn đi ra làng nổi để được ngồi chơi ở thuyền nhà chú nhưng mẹ đã nói thế thì nó phải nghe thôi. Mẹ đã quá khổ rồi. Nhìn mẹ mà thằng Chiến thương thắt ruột. Ông nội và thầy mất một tuần, mẹ gầy rộc hẳn đi, hai mắt thâm quầng lúc nào cũng sưng húp vì khóc quá nhiều. Mẹ yếu quá nên giọng nói cứ phều phào hụt hơi, thằng Chiến phải lắng nghe mới hiểu được mẹ nói gì.

*

Ý định trả thù cứ nung nấu mãi trong thằng Chiến. Hôm ấy, thằng Chiến rất muốn được gặp chú Ân để hỏi ý kiến chú. Nó đợi lúc trời vừa xẩm tối mới đi. Vai nó vác cái bao tải không, trong có con dao, để phòng có ai hỏi thì nó nói là đi cắt cỏ cho ngựa. Giờ này thường lực lượng dân quân còn chưa đi tuần. Đi hết con đường đất dẫn lên đê, thằng Chiến chạy thẳng xuống bãi sông, xuyên qua bãi ngô.

Đoạn đường có xa hơn nhưng nếu đi trên đê vào giờ này, bóng nó sẽ nổi trên nền trời còn chưa tối hẳn, rất dễ nhận ra. Hơn nữa, nó sẽ phải đi qua chỗ ông nội bị bắn và cũng sẽ qua bãi trống gần chùa nơi thầy đã bị bắn khi đang chạy trốn.

Bãi ngô chưa đến lúc trổ bông nhưng bị bỏ bê nên nhiều cây đã tàn lụi. Thời kỳ lộn xộn này, có nhiều ruộng lúa cũng bị bỏ đấy. Những người thuê ruộng không muốn làm trên thửa ruộng chưa ngã ngũ sẽ được chia cho ai. Tất cả đang chờ đợi sự phán quyết của những ông đội.

Đi qua những thân ngô khát nước héo gục, tự nhiên thằng Chiến rùng mình liên tưởng tới những đầu người gục xuống ngực. Suốt những ngày qua, thằng bé không thể nào rũ bỏ được cảm giác tang tóc, nhìn thấy cái gì màu đỏ là nó lại nhớ tới màu máu, nghĩ tới cái chết.

Những cái quần, cái áo rách lướp tướp khiến nó nghĩ tới các ông bà bần cố nông đầy quyền lực và nó không khỏi thấy hốt hoảng.

177

Thằng Chiến leo lên tấm ván bắc lên thuyền nhà chú Ân. Nghe tiếng ván đập trên mặt thuyền, thằng Bảo chạy ra, reo lên:

"Anh Chiến đến chơi, bố ơi!"

Trong thuyền, ánh sáng của ngọn bấc lập loè yếu ớt. Mâm cơm đặt giữa, cô Lan hình như nhận ra nó, dường như cô mỉm cười chào nó.

"Chiến đấy à?" Chú Ân nói. "Vào đây cháu!"

Thằng Chiến bước hẳn vào trong mui rồi mới chào cô chú, nó không muốn người khác nghe thấy.

"Chú cũng đang định ngày mai vào nhà cháu. Cháu ăn cơm chưa? Ngồi đây ăn với cô chú và em cho vui!"

"Dạ, cháu chỉ ngồi chơi một lát rồi cháu về ăn cơm với mẹ cháu và em Quý, cô chú và em cứ ăn đi."

Thấy cu Bảo đi ra ngồi ở đầu mũi thuyền. Thằng Chiến ngồi gần lại chú Ân.

"Chú ạ, cháu định trả thù cho ông nội và thầy cháu!"

"Hả," chú Ân nhìn nó, dưới ánh sáng của ngọn bấc, khuôn mặt chú trông lại càng góc cạnh. "Trả thù?"

Thằng Chiến gật đầu.

"Đấy là chuyện người lớn. Chú rất hiểu tâm trạng của cháu bây giờ nhưng cháu nhất định không được làm điều ấy. Cháu còn nhỏ, cháu sẽ không đủ sức làm được việc gì bây giờ. Cháu cứ bình tĩnh, để từ từ xem mọi chuyện thế nào."

Thấy thằng Chiến im lặng, chú dường như định nói điều gì nhưng rồi chú thở dài, cau mày khắc khổ. Chú trầm ngâm nhìn ngọn bấc đang cháy. Hồi lâu, chú cầm chén rượu uống cạn, chú nói:

"Ông và thầy cháu đã mất rồi, chú luôn nghĩ về mẹ và hai anh em nhà cháu. Nếu có việc gì làm được thì chú sẽ cố hết sức. Nhưng cháu phải nghe lời chú, hiện giờ không được làm việc gì dại dột, nhớ chưa?"

Thấy thằng Chiến vẫn lặng câm. Chú nhìn nó chăm chú.

"Chú nói thế Chiến có hiểu không?"

"Vâng ạ!" Thằng Chiến gật đầu nói nhỏ.

Ngồi thêm một lát nữa, thằng Chiến xin phép ra về. Chú Ân đi cùng nó lên tới tận đê. Trước khi chia tay, chú quàng tay qua vai, kéo sát thằng Chiến vào rồi chú dặn thêm:

"Chú biết cháu rất thương ông và thương thầy nhưng cháu nhất định phải nghe lời chú, Chiến nhé! Đợi bao giờ tình hình ổn định lại, chú cháu mình sẽ lại tập võ cùng nhau, hôm nào rảnh, ra đây đi đánh cá với chú cho khuây khoả cháu nhé!"

Thằng Chiến chào chú Ân rồi nó khoác cái bao tải rỗng trên vai, lầm lũi đi trên con đê. Tới con đường rẽ xuống làng, thằng Chiến quay lại vẫn thấy bóng chú Ân mờ mờ đằng xa. Cuộc nói chuyện có giúp nó khuây khoả phần nào tối hôm ấy, nhưng nó vẫn quyết phải làm được điều đã định. Chuyện này còn có một lý do nó không thể nói với chú Ân được.

Chương 25

L á thư anh gửi cho Thôn quay trở lại, cùng với mấy dòng nữ bác sỹ điều trị cho anh ghi ngoài bìa thư. Thôn đã hy sinh trong một đợt đi đón đoàn tải thương ở bìa rừng. Cả đoàn bị trúng rốc-két hy sinh gần hết khi qua suối. Một chiếc máy bay do thám OV10 phát hiện ra mục tiêu, nó phóng đạn khói chỉ điểm, gọi máy bay cường kích tới đánh. Quý đoán hôm ấy trời nắng nên tổn thất mới nhiều đến thế. Trong lính có câu "nắng bổ nhào, mưa rào toạ độ." Càng nắng càng phải ngụy trang kín vì trời trong, bọn OV10, L19 rất dễ phát hiện ra ta. Trời mưa mù chúng đánh theo tọa độ định trước. Việc tải thương binh nặng còn chịu áp lực thời gian trong khi máy bay trinh sát địch cứ ò ò cả ngày ở những chỗ nghi vấn. Bọn anh nhiều lúc phát điên với tiếng ấy mà vẫn phải nằm im. Đang ò ò mà nó im bặt là phải nhẩy lên xem do nó tắt động cơ để lượn hay do mũi nó chúc xuống để bắn đạn khói. Thấy khói ở gần là lập tức phải

181

mang chăn chiên ra phủ, xua khói, để thằng máy bay cường kích đến sau sẽ không phát hiện ra mục tiêu. Nếu máy bay trinh sát quay lại, bắn tiếp quả thứ hai thì quân ta cũng đã đủ thời gian ẩn nấp rồi. Quý tự hỏi không biết trong đoàn tải thương hôm ấy, có người lính dày dạn kinh nghiệm nào đi cùng không.

Quý thẫn thờ cả ngày hôm ấy. Vậy là anh sẽ không bao giờ được gặp Thôn nữa, ý định ghé thăm cũng thôi. Người đã mất, qua chỉ thêm buồn. Mới chiều qua, thằng Quang đã hi sinh. Từ vụ dùng pháo đánh bộ binh địch lần trước, thằng Quang quấn quít anh lắm. Nó rất chịu khó hỏi anh về kinh nghiệm chiến đấu. Chiều qua, khi chuyển quân, Quý, thằng Quang và một thằng tân binh nữa ngồi trên xe kéo pháo. Mấy anh em ngồi giữa đống đạn dược và lương thực trên thùng xe đang nói chuyện rôm rả thì có mấy tiếng bụp bụp ở trên đầu.

Anh và thằng Quang cùng hét to: "Bom bi đấy!" rồi vọt qua thành xe xuống đất. Anh vẫn kịp liếc cung đường để nhảy ra phía ngoài đường cua, tránh bánh khẩu pháo phía sau. Anh dán người xuống đất. Một trận mưa bom bi dồn dập dai dẳng. Boong boong vào sắt, bụp bụp vào đất, xoạt xoạt vào lá… Mũ sắt của anh trúng một viên bi nhưng chắc do cuối tầm nên không sao. Phải tới một giờ sau, mấy trăm quả bom bi mới nổ hết, mọi người í ới nhổm dậy, hỏi nhau: "Có ai làm sao không?"

"Thông đây!" "Gia đây!" "Mạch đây!"... Từng người lần lượt xưng danh. Có tiếng kêu: "Cứu tôi với!"

Thì ra thằng Vụ tân binh. Lúc trước nó nhảy xuống phía trong vòng cua nên bị bánh pháo đè lên cẳng chân. Khi xe lùi ra thì may quá, đất ẩm nên chân thằng này lún sâu xuống đường, chỉ bị tím bầm chứ không dập xương. Kéo được thằng Vụ, anh hỏi: "Thằng Quang đâu?"

Ngó nghiêng một thoáng thì Gia, lái xe chỉ vào gầm: "Nó kia kìa!"

Anh chui vào gầm xe đưa thằng Quang ra. Mặt nó tái nhợt, mắt nhắm. Bị thương rồi, anh nghĩ, nhưng thương vào đâu? Anh và tay Mạch y tá lật người thằng Quang mà không biết nó bị thương vào đâu. Anh ghé sát vào thì không thấy nó thở. Lạ thật, nó bị thương vào đâu? Bỗng anh nhìn thấy một lỗ bé tí dưới cái túi áo ngực trái của thằng Quang. Anh cởi áo, dưới bụng của nó, một lỗ tròn xoe bé tí đang rỉ ra một chút máu. Mạch y tá bắt mạch, vạch mắt thằng Quang rồi lắc đầu, bảo nó đi rồi. Anh em mang nó lên xe hành quân tiếp. Đến tối dừng chân mới chôn được. Anh đoán thằng Quang tính cẩn thận, xuống đất rồi không nằm yên lại cố chui vào gầm xe cho an toàn hơn nên mới bị trúng vào bụng khi di chuyển. Nếu nằm sấp, nếu trúng thì phải vào lưng. Khổ thế đấy, nó thông minh, nhưng thiếu kinh nghiệm nên thiệt

183

thời. Một quả bom bi chứa ba trăm sáu mươi quả bom con, mỗi quả bom con lại chứa mấy trăm viên bi, thời gian nổ khác nhau, có khi kéo dài tới mấy tiếng mới nổ hết. Khi đã nổ thì như mưa rào dày đặc. Chỉ còn cách là chúi mũi, nằm dán xuống đất ngay tức thì. Vậy mà thằng em lại cầu toàn chui vào gầm xe. Tối qua, anh không khóc nhưng trong lòng thì quặn lên khi chôn nó.

Thằng Quang vài lần mời anh về quê nó ở Nam Định. Đấy là cách những thằng lính thể hiện tình cảm với nhau. Đời lính, có gì cho đâu, chỉ có lời mời làm đẹp lòng nhau. Anh đã có bao lời mời như thế rồi, mà toàn là những lời mời chẳng bao giờ thực hiện được. Anh chợt nhớ ra là cả Thôn và Quang cùng mới hai mươi tuổi.

Chương 26

Sau ngày ấy, ni sư thỉnh thoảng tới nhà tụng kinh cho những người đã khuất. Cuộc sống với chị Phú giờ chỉ là nuôi dạy hai thằng con, những hạt giống họ Hoàng. Hai thằng rất chăm chỉ làm việc nhà. Cu Quý giành lấy việc lấy bèo, nấu cám lợn. Khi băm bèo, nó cắt vào ngón tay một vết sâu. Máu chảy ròng ròng, nó nhăn mặt nhưng chẳng hề kêu một tiếng. Lúc rảnh, nó cưỡi ngựa, đi loanh quanh trong sân trong vườn. Không ai bảo nhưng nó tự thấy cho ngựa ra sông tắm hay ra đê ăn cỏ sẽ không có lợi. Phong trào cải cách ruộng đất như ngọn lửa hừng hực khắp nơi. Các ông bà bần cố nông, dân quân và các ông đội chắc hẳn sẽ ngứa mắt khi thấy con nhà địa sở hữu một con ngựa sang đẹp. Cu Quý ra đê cắt cỏ vào sáng sớm. Nó tắm cho người bằng nước giếng. Giống như mẹ và anh, mọi quan hệ hàng xóm, bạn bè bị đảo lộn hết cả. Bọn bạn nó bỗng có một địa vị khác. Chúng nhìn nó với con mắt khinh bỉ. Thằng Đảo là thằng khá thân với nó trước kia, giờ thấy nó ở đâu là hất hàm giễu cợt:

"Ê, đồ địa con, chào ông mày chưa?"

Cu Quý nín nhịn tất. Nó hiểu thân phận con nhà địa là như thế nào rồi. Nó sợ. Chứng kiến những gì xảy ra với ông nội và thầy khiến đầu óc nó tê liệt. Nỗi sợ ăn sâu vào nó. Đêm nào nó cũng mê sảng, nó mơ thấy mình bị giết, thấy mẹ bị giết, thấy anh Chiến bị giết, cả con ngựa và con Vện cũng bị giết. Nó khóc trong mơ nhiều đêm. Anh Chiến thương nó lắm. Anh không rầy la nó như trước nữa. Anh chăm lo ăn uống cho nó, cho nó mượn truyện và anh hứa sẽ làm một con diều bảy mét như thầy dự định, sẽ gắn cái sáo mà thầy mang về vào con diều, rồi anh em nó sẽ lên đê thả, rồi lũ bạn vốn vỗ ngực là con cháu bần cố nông, giai cấp tiên tiến của xã hội sẽ tha hồ mà thèm. Nhưng anh bảo, nó phải chờ tới lúc tình hình khá hơn. Nó hỏi bao giờ khá hơn, anh lắc đầu bảo không biết.

Mấy hôm nay, tối nào anh cũng đi đâu vài tiếng. Cu Quý hỏi nhưng anh không nói. Không phải tò mò mà nó chán ở nhà suốt ngày, ra ngoài thì lủi thủi không có bạn, nó muốn anh Chiến cho đi cùng nhưng anh nhất định không.

Nỗi nhớ ông, nhớ thầy mỗi lúc lại xoáy vào lòng nó. Những gì xảy ra là một sự phi lý không thể hiểu được đối với thằng bé. Không hiểu nên nỗi sợ cứ hiển hiện khắp nơi. Những thằng bé kém nó vài tuổi, là con cái của mấy ông bà bần cố nông cũng khiến nó sợ. Ra đường, cứ thấy ai ăn mặc nghèo nàn, rách rưới nó lại càng sợ. Chứng kiến suốt một ngày đấu tố, trong tiềm thức của nó, những người ăn mặc như thế nắm giữ một sức mạnh, một quyền lực mà gia đình nó không có. Những ông bà ấy dù ít tuổi nhưng có quyền mày tao, xỉa xói vào một người nhiều tuổi ăn mặc lành lặn. Giờ nó nhìn những chiếc áo đẹp mẹ mua có phần ác cảm. Ra đường nó phải chọn cái áo nào rách nhất để mặc.

Giờ đây, con ngựa và con Vện càng đóng vai trò quan trọng đối với nó. Tất cả lũ bạn đều quay lưng lại với nó nhưng hai con vật thì quấn quít với nó lắm. Mỗi con có một cách thể hiện tình cảm riêng. Khi cu Quý ngủ trưa ngoài hè, con Vện nằm áp vào chân nó. Con ngựa thỉnh thoảng đưa mõm hít hít tóc cu Quý, hay dụi đầu vào người nó. Cu Quý rất thích quan sát hai con này với nhau. Con Vện y như một đứa trẻ con bắng nhắng, chạy loanh quanh, len vào chân con ngựa, sủa húng hắng trêu chọc, còn con ngựa thì như một chàng thanh niên trưởng thành, đẹp đẽ, hào hoa và đại lượng. Nó thủng thẳng mặc kệ con Vện thích làm gì thì làm, thỉnh thoảng khó chịu quá, nó hất chân sau khiến con Vện bắn ra. Con này tức tối sủa toáng lên, nhưng không dám cắn.

*

Chị Phú hỏi thằng Chiến đi đâu vào buổi tối, nó bảo ra ngoài hóng mát. Chị đoán con trai buồn, lang thang cho khuây khoả nên không để ý lắm. Chị chỉ nhắc con là các ông đội, các ông bà bần cố nông cốt cán thường đi tuần vào ban đêm, nó không nên ra ngoài lúc tối muộn. Nghe mẹ nói, thằng Chiến chỉ ậm ừ.

Vào ngày anh Phú mất được hai thất, thằng Chiến ra khỏi nhà từ tám giờ. Mười giờ nó vẫn chưa về. Chị Phú nóng ruột. Lúc đầu chị cố giết thời gian bằng những việc vặt nhưng chị liên tục làm rơi, làm vỡ đồ. Mười một giờ nó vẫn chưa về. Mười hai giờ đêm nó vẫn chưa về, lòng chị cuộn lên một dự cảm kinh khủng. Có việc gì tồi tệ đã xảy ra với con chị rồi. Chị tự nhủ hãy bình tĩnh để đi tìm con. Chị châm cún rơm rồi gọi cu Quý đi cùng. Con đường làng tối đen như mực. Chị nhớ nhà mấy bạn thằng Chiến, biết đâu nó vẫn quan hệ mà chị không biết. Chị đi qua những nhà ấy, gọi to tên nó:

"Chiến ơi!"

Sau khi đi hết những nơi ấy, bước chân dẫn chị tới con đường cắt ngang cánh đồng lên đê. Khi đi qua lối rẽ vào lò gạch cũ hôm trước, một điều gì đó mách bảo khiến chị dừng lại phân vân có nên vào đây không. Cu Quý giục:

"Đi thôi mẹ, sao mẹ cứ đứng đấy thế?"

Chị không trả lời con mà quyết định đi đến lò gạch. Người chị bỗng gai lên. Tiếng ếch bỗng kêu ồm ộp từ dưới cái ao người ta moi đất lên đóng gạch. Rồi tự dưng một sự im lặng bao trùm không gian. Chị rùng mình, chị vốn không sợ ma nhưng tự nhiên hôm nay chị sợ. Có lẽ những gì xảy ra đã khiến thần kinh chị trở nên yếu đuối hơn.

"Chiến ơi!"

Chị gọi to để phá đi cái không gian câm lặng bất thường, cũng để phá đi cảm giác run rẩy trong chị.

"Chiến ơi!"

Chị bước qua những đống gạch vỡ lổn nhổn trước cửa lò. Cu Quý líu ríu bám áo mẹ. Bước vào bên trong lò gạch rồi, chị hua hua cho cún rơm bùng lên. Chị giật nảy mình, hét lên hốt hoảng:

"Ôi!"

Cu Quý ôm chầm lấy mẹ.

Một người nằm sấp, một tay ôm bụng, máu từ bụng thành một vũng đen sì trên đất, tay kia vươn ra trước như đang cố bò ra ngoài. Ông đội Dục. Giữa lưng ông đội còn có một thương nữa, máu loang thành mảng lớn trên áo ông. Bên dưới ông đội Dục không mặc gì. Góc lót rơm, chỗ lần trước chị gặp ông, vương vãi quần dài, quần lót, chiếc đai đeo súng rỗng không và một cái khăn vuông đen đàn bà. Chị Phú sa sầm mặt mày, người chị run bắn, linh cảm mách bảo chị việc này liên quan tới thằng Chiến. Nhưng nó đang ở đâu hả trời? Nhìn quanh một lượt rồi chị bước ra ngoài, chị huơ mạnh cún rơm cho bùng to hơn. Ngoài trời đen kịt, ánh lửa từ cún rơm phát ra chỉ đủ sáng một khoảng nhỏ. Cu Quý đi sát vào mẹ. Chị cảm thấy móng tay của nó xiết vào lừng mình. Chị hạ thấp cún rơm xuống để tránh những mảnh gạch vỡ lổn nhổn. Một vết đen thẫm lắc rắc thành từng chấm chạy ra đường. Tim chị thắt lại, máu con trai chị hay của người đàn bà kia?

Chị lần theo vết máu. Ra tới đường lên đê, vết máu không còn. Chị lần ngược theo đường về nhà quãng một trăm mét, vẫn không thấy. Chị quay lại theo hướng lên đê. Qua chỗ rẽ vào lò gạch mấy chục mét, có một vết máu to. Người bị thương đã dừng ở đây. Chị lần theo, từ đây vết máu rải khá đều. Một vết máu khá dày, đen sẫm sát lô cốt của Pháp, chắc người bị thương đứng dựa vào đây nghỉ. Vết máu tiếp tục lên tới đê. Mặt đất khô và đầy bụi, phải tinh ý lắm mới nhìn được vì vết máu lẫn với chấm đen của những viên sỏi nhỏ. Người chị mỗi lúc lại run bắn lên, chị không muốn suy đoán gì cả, không muốn nghĩ gì nữa. Đúng như linh cảm của chị, vết máu rẽ xuống đường ra bờ sông tới nghĩa địa làng nổi. Chân chị líu ríu bước, cu Quý luýnh quýnh vướng vào chân mẹ. Hai mẹ con ngã đè lên nhau. Cây cún rơm văng khỏi tay, chị nhặt lên rồi hai mẹ con lại lần đi. Ở đây, lớp cỏ mọc sẫm mầu nên phải nhìn kỹ mới thấy vết máu.

Nhưng tới đây chị chạy băng băng, không cần theo vết máu nữa. Chị chạy theo con đường xuyên qua dãy tre, xuyên qua cánh đồng ngô để tới sát bờ sông, thẳng tới mộ bố chồng và của anh. Còn khoảng hai chục mét, chị thoáng nhìn thấy tấm lưng trần nằm vắt ngang qua mộ anh. Đôi chân chị bỗng mềm nhũn. Chị ngã sấp mặt xuống đường. Cu Quý cố dìu mẹ đứng dậy, nó thấy mẹ há hốc miệng, khóc không thành tiếng. Chị Phú lao tới. Lúc ấy cu Quý mới nhận ra, nó hét lên:

"Anh Chiến!"

Chị lật con nằm ngửa, tay nó ôm bụng, máu chảy loang cả một mảng mộ thầy nó. Mắt nó mở bất động. Người nó đã lạnh, không còn sinh khí. Chị áp mặt vào ngực con. Lồng ngực non trẻ rám nắng đẹp đẽ của thằng bé không còn biểu hiện gì của sự sống.

"Giời ơi là gi... ơ... ơ... ời!" Chị Phú giơ hai tay, ngửa mặt lên trời gào to. Bầu trời đen sì bất động, dửng dưng, chẳng hề lay chuyển trước tiếng kêu xé họng của người đàn bà, của người mẹ mất con.

"Con ơ... ói... ơi... ời..." Câu khóc vang lên kéo dài rồi rơi xuống ở âm cuối. Nước mắt chị lại tuôn chảy. "Chiến ơ... ói... ơi... ời..." Chị gào to hết khả năng, hết sức lực của một người đàn bà. Cổ họng chị như bị xé toạc, nhưng nỗi đau tột cùng khiến chị cứ gào lên liên tục. Cu Quý sốc, đứng chết lặng.

Chị ôm ghì lấy đầu con, áp mặt con vào bầu vú của mình như cho nó bú khi nó có mới mấy tháng tuổi, lúc nó tròn trĩnh chun chủn như con chó con. Khi ấy, một tay nó nắm bầu vú đang bú, một tay nó túm bầu vú kia như sợ ai tranh mất phần, thoả thuê rồi thì nó đưa chân lên nghịch mặt mẹ. Hồi nhỏ, nó trắng trẻo như cục bột. Con đầu, cháu sớm, nó là trung tâm của hai bên nội ngoại. Đầy tháng nó, sân nhà chị kín họ hàng, bạn bè, rượu ông nội ngâm bao năm được rót như suối. Thầy nó mặc quần trắng, áo the bằng gấm đen, khăn xếp ngay ngắn, cười luôn miệng. Chị bận bịu chỉ đạo người ở làm cỗ, dọn mâm mà thỉnh thoảng vẫn thích liếc nhìn vẻ ngời ngời trên khuôn mặt anh. Thấy anh say, một người bạn biết thừa anh không ăn trầu nhưng cứ bắt anh ăn. Chiều bạn, anh nhăn mặt bỏm bẻm. Môi anh đỏ vì trầu, vương một chút trên cằm, nụ cười anh trắng tinh rạng ngời. Anh vào nhà bế thằng Chiến ra khoe mọi người, chị sợ anh say rượu, làm con đau nên vội đi sau, túm chặt lấy áo anh đề phòng. Đi hết một vòng bạn bè, anh quay lại bảo chị đỡ con cho anh. Chị vừa đỡ thằng cún trong tay thì anh đổ đánh rầm vào bàn. Anh cười, bíu bàn đứng dậy, huơ huơ tay bảo không sao, không sao… Bạn bè, họ hàng, người ở… được một phen cười ha hả. Hôm ấy anh nhất định không chịu nằm nghỉ. Anh bảo sao lại đi nằm khi bạn quý tới đầy nhà như thế này. Thấy anh lần từ bàn này sang bàn khác tiếp bạn, mọi người hiểu tấm lòng của anh, không dám ép anh uống nữa. Đêm ấy anh ngủ thông suốt tới tận tối hôm sau. Chị lo phát sốt nhưng ông nội bọn trẻ chỉ cười khà khà, bảo đừng lo, không sao đâu, rượu của ông để bao năm, uống say nhưng tốt lắm. Mà có vẻ tốt thật. Anh ngủ dậy, lại thấy cười tươi như hoa, bảo vui quá, vui quá, tiếc tửu lượng của mình kém chứ không còn vui hơn nữa.

Đấy, hạnh phúc là thế đấy... nhưng tất cả đã mất đi như một giấc mộng tuyệt đẹp. Bao công chăm chút, bao yêu thương nâng niu giờ là đây sao hả trời! Nó đẹp như thế cơ mà. Chị yêu vẻ lầm lì nhưng vô cùng tình cảm và tinh tế của nó. Điều gì thầy mẹ chưa nói, thoáng qua là nó biết, đã lao vút đi làm. Lớn một chút, nó cũng yêu sách vở, yêu văn thơ như thầy nó, cũng lãng đãng đắm chìm say mê vào một thế giới nào đấy chị chẳng hề biết nhưng chị cảm nhận được vẻ đẹp của thế giới ấy. Chị đã mất anh, hồn chị đã chết một phần lớn, chị nguyện sống vì tình yêu với các con, với quyết tâm nuôi dạy chúng thành người để hương hồn ông nội chúng, hương hồn cha chúng được mát mẻ nơi suối vàng, vậy mà giờ đây... Chị biết những ngày qua nó buồn lắm vì mất ông, mất cha nhưng không ngờ nó đã làm điều kinh khủng mà chị cũng không biết chính xác thế nào. Ai đã bắn nó? Kẻ khốn nạn kia đã bắn nó hay một kẻ nào khác, hay là chính con đàn bà có mặt lúc đó đã bắn nó? Kẻ ấy là ai? Chị khao khát muốn biết điều gì đã xảy ra, chẳng để làm gì vì con chị đã chết rồi nhưng chị rất muốn biết. Trời ơi, phật ơi, trên đời này có nhân quả thật không? Chị sống yêu thương như lời Phật dạy mà tại sao chị bị đày đoạ trong đau khổ tang tóc thế này?

Con trai của mẹ ơi, con chó của mẹ ơi! Tỉnh dậy đi, mẹ sẽ yêu con hơn xưa, sẽ chăm sóc con tốt hơn xưa. Con là mặt trời của mẹ. Con từng nói con yêu mẹ như quả đất, như bầu trời, như vũ trụ cơ mà. Sao con tự mình làm điều dại dột, sao con bỏ mẹ đi, giờ đây mẹ sống thế nào được nữa hả con?

Dưới kia dòng sông vẫn lặng lẽ chảy. Người đàn bà ôm con gào khóc vật vã. Nước mắt chị tuôn rơi, rơi mãi... Nước mắt chị hoà vào dòng sông, hoà vào nước mắt của bao phụ nữ khác, bao bà mẹ mất chồng, mất con khác. Chốc chốc chị lại ngửa mặt lên bầu trời gào lên như xé nát cuống họng nhưng bầu trời vẫn đen đặc lạnh lẽo, vẫn vô hồn dửng dưng.

Đêm ấy chị ngồi như vậy cho tới sáng. Khi tia nắng đầu tiên chiếu vào những giọt sương đọng ở những ngọn cỏ mọc trên mộ thì chị kiệt sức gục xuống, mê man. Cu Quý cũng ôm lấy mẹ ngủ. Chị lại mơ thấy anh trong bộ áo the bằng sa tanh anh mặc vào ngày cưới, anh đang bế thằng Chiến mũm mĩm, mỉm cười rạng ngời long lanh chào đón chị. Thằng cún co chân ngọ nguậy liên tục trong tay anh. Trong mơ chị mỉm cười sung sướng. Như vậy mới được chứ, những gì xảy ra chỉ là một cơn ác mộng, và đây mới là hiện thực, một hiện thực đẹp đẽ chị đã có bao năm. Chẳng

194

có gì xoá được cái hiện thực này. Chẳng có sự tráo trở bất lường, chẳng có bạo lực nào có thể tước đoạt được cái hiện thực này của chị.

*

Con bé Vi lại là người đầu tiên nhìn thấy ba mẹ con. Nó hoảng sợ khóc oà, chạy về báo cho mẹ, nhưng mẹ nó đang đi chợ. Thấy nó đứng khóc tức tưởi một mình, anh Ân đang đánh lưới gần đấy chạy lại hỏi. Nó nói trong tiếng khóc nức nở, phải một lúc thì anh mới hiểu nó nói gì. Cả cư dân làng nối kéo ra nghĩa trang. Họ cứ để cho yên cho hai mẹ con ngủ rồi họ góp tiền mua áo quan, đồ lễ. Ni sư Thích Lãng Vân cùng sư cô tới. Ni sư nhờ mấy người khác lót rơm dưới một bóng râm rồi bế hai mẹ con ra đấy. Anh Ân và mấy người nữa đào huyệt ngay cạnh mộ anh Phú. Ni sư ngồi khoanh chân, nhắm mắt, gõ mõ tụng kinh. Gần tới mười giờ sáng, khi áo quan được trở về, huyệt đã đào xong thì chị Phú thức dậy nhưng chị đã thành một người khác.

195

Chương 27

Các anh nằm chờ ở suối Chà Lì bên Lào. Đơn vị pháo cao xạ của anh đang chờ để bảo vệ cho một đơn vị xe tăng đang trên đường chuyển quân tới đây. Hôm nay tới phiên Quý xuống giúp anh nuôi gánh cơm lên cho đơn vị. Cùng với anh có lái xe Gia, lính quân khí tên Đức và y tá Mạch xuống giúp anh nuôi nấu cơm. Lái xe lúc pháo di chuyển mới phải lái, lính quân khí chỉ phải sửa khi pháo hỏng, y tá có mỗi việc là chiều chiều, anh em vừa tắm xong thì đi một vòng, xem ai bị ghẻ, hắc lào, bắt chổng mông, cầm panh chấm i-ốt vào. Thằng nào tâm trạng u sầu đến đâu, nhìn cảnh ấy cũng phải phì cười. Nhiều lính bị nặng, chấm i-ốt xong thì nhăn nhở, nhảy tưng tưng kêu vang trời, chim cò lủng lẳng. Quý cảm giác lúc ấy cả lũ là những thằng trẻ con vừa tắm sông về, chứ không phải bọn lính chiến đã từng giáp mặt với cái chết nhiều lần. Trong lính có câu đùa "phi hắc lào, bất thành lính!" Thằng nào cũng bị, không phải do bẩn mà trong rừng ẩm ướt quá.

Khi Quý gánh đồ xuống trả, anh nuôi Quân cùng y tá Mạch, Gia và Đức quân khí đang uống trà, loại trà cám, ba hào một lạng. Y tá Mạch, người Hà Tĩnh nhiều tuổi nhất đại đội, bọn lính trẻ gọi xách mé là Mạch Già, ngẩng lên trời, cười nói: "Trời âm u chán quá, đánh tiến lên đi. Quý xuống hầm, lấy hộ bộ bài trong ba lô của tao, để trong cùng ấy!" Tuy là lính cũ nhưng anh vẫn là trẻ nhất so với mấy người ấy. Chính thế nên ông Mạch y tá mới sai anh như thế. Đời lính, luật bất thành văn, cứ thằng nào trẻ nhất là bị sai vặt. Anh vui vẻ xuống hầm, nghĩ: "Bốn lão già này đúng vừa đẹp một hội tiến lên. Chiến tranh mà mấy bố cứ ung dung thư thả như đi chơi ấy, thích thật. Mà bom đạn cứ như tránh mấy bố ấy, bao năm chẳng hề biết xước xát là gì!"

Đang lần tìm bộ bài trong góc hầm chữ A thì trên đầu bỗng có một tràng uỵch uỵch uỵch. Bom định hướng rồi, anh vừa nghĩ thì khói đen xộc vào hầm khiến anh ho sặc sụa. Anh vớ cái áo ba lỗ gần đấy bịt lấy mũi. Hết tiếng bom, Quý lao lên, thở hổn hển. Khói tan, Quý sững người. Toàn bộ cảnh vật tan nát hết. Cây cối trụi lá, cành gẫy gục. Xoong nồi, bếp núc tung toé. Cả bốn người vừa đấy, giờ chết gục cả, máu me tung toé, chân tay bị cắt khỏi thân, vương khắp nơi, ruột treo lủng lẳng trên cành cây. Mấy hố bom định vị to bằng cái lồng bàn ngay gần đấy. Quý vớ súng bắn năm phát, thông báo có người chết. Theo quy định, hai phát súng là hỏi ai đấy, ba phát: có người bị thương, bốn phát: tắc đường, có mìn trước mặt, năm phát: có người chết. Bọn lính các anh thường hát xuyên tạc câu "năm tấn thóc để góp phần đánh Mỹ" thành "năm phát súng là có thằng báo tử!"

Đơn vị xô đến. Vội cũng chẳng giúp được gì. Tất cả chết hết rồi. Anh em tìm khắp nơi cho đủ tay, chân của mấy người. Chân, tay thì còn đoán được là của ai, chứ ruột thì chịu. Đành chia ra, mỗi ông một ít. Sống chia nhau từ mẩu thuốc, chết chung nhau khúc ruột cũng chẳng sao. Có ông thiếu chân, có ông thiếu tay, không hiểu bay đi đâu mà xa thế. Trời đã về chiều, đành chấp nhận vậy, phải khẩn trương mang sang phía đồi đất mềm bên kia để chôn. Nhưng khổ nhất là bố Mạch Già. Người to béo không lầm được nhưng không tài nào tìm được đầu. Loanh quanh mãi, anh em đành bó người vào tăng rồi đem chôn. Chôn xong, trời đã xâm xẩm, anh em quay về thu dọn đồ bếp. Thằng Nghị, pháo thủ số một tiểu đội anh, bỗng hét tướng lên: "Ông Mạch!" Anh em ngơ ngác không hiểu. Vừa chôn ông Mạch rồi, còn ông Mạch nào nữa? Hoá ra là đầu ông Mạch ở dưới cái chảo quân dụng. Bom phát quang văng đầu ông, khiến cái chảo úp sấp xuống. Không ai ngờ có thể bắn xa như thế mà tìm. Có lệnh vào vị trí chiến đấu. Quý đành cho đầu ông Mạch vào ba lô rồi chôn cạnh thân của ông.

Chương 28

Ha ha ha! Sao các người kéo tới nhà ta đông thế này. Ăn mừng gì thế? Thịt chồng ta, thịt con ta và cả thịt ta nữa đây các người cứ ăn đi, và máu bố chồng ta, máu những người thân yêu của ta nữa đấy, uống cho no nê đi, uống cho phè phỡn sung sướng vào. Ha ha ha! Các người cứ lấy hết đi, khuân hết đi. Ta đâu còn ở cái cõi sống tráo trở này nữa mà cần, ha ha ha!

Chị Phú cứ ngồi một chỗ cười nói ha hả khi các ông đội, dân quân và các ông bà bần cố nông tới để tịch thu tài sản, để chia quả thực. Cu Quý ngồi một lát rồi nó đi vào chuồng để vuốt ve con ngựa. Con Vện cũng đi theo nó. Những lúc căng thẳng, nó chỉ muốn được gần hai con vật này. Từ ngày anh Chiến chết, mẹ bị điên thì nó cô đơn hơn bao giờ hết. Mẹ thỉnh thoảng nhớ ra thì lại ôm nó khóc, vội vàng đi nấu cơm cho nó ăn. Nhiều lần mẹ cũng nấu được cơm canh hoàn

201

chỉnh y như hồi trước. Mẹ làm mà mẹ khóc không ngừng, nước mắt rơi vào nồi cơm, rơi vào bếp lửa. Nhiều lần nó giật mình vì tiếng cười ha hả của mẹ và nó biết mẹ lại vào cái thế giới riêng của mình rồi. Lúc ấy nó phải vội vàng chạy đến làm nốt những gì mẹ đang làm. Lúc đầu nó sợ tiếng cười của mẹ lắm nhưng rồi nó sợ những giọt nước mắt của mẹ hơn. Chẳng thà mẹ cứ vui vẻ trong cái thế giới riêng của mẹ còn hơn là phải nhìn thấy mẹ đau khổ trong thế giới thực.

Mấy chục con người trong một không khí náo nhiệt như một ngày hội. "Anh đội ơi cho em cái này nhé... anh đội ơi cho tôi cái kia nhé... này từ từ, phải ghi vào sổ nữa đã... không, tôi lấy cái này kia... tốt quá cảm ơn anh đội nhiều... ứ, em không chịu đâu, công em vất vả công tác ngày đêm mà được có thế thôi à... bà này tham thế, phải bảo anh đội vào sổ đấy... thôi, nhường tôi cái này đi... con điên này nói nhiều thế, sao không ai đưa nó ra ngoài đi, điên mà trông vẫn sắc nét đáo để nhỉ... ừ, vợ nhà địa nó thế đấy, có thử tí không, hí hí..."

Thằng Quý cầm bao tải đi cắt cỏ cho ngựa. Ở nhà lúc này làm gì khi đang đầy người như thế. Mẹ chắc vẫn còn du ngoạn lâu trong thế giới của mình. Những ngày này, mỗi lúc đi ra ngoài là nó thấp thỏm lo mẹ tỉnh lại. Có lần mẹ tỉnh lại, không thấy nó ở nhà, mẹ chạy khắp làng gọi toáng tên nó. Khi thấy nó, mẹ lao tới, sờ sờ nắn nắn xem nó có làm sao không, rồi mẹ bảo không được đi đâu khuất tầm mắt của mẹ, rồi mẹ vội kéo nó về nhà. Lần khác, nó vừa đi khỏi nhà thì mẹ cầm dao đuổi theo, nó sợ chết khiếp, nhìn phong thái mẹ lúc ấy thì trời mới biết là mẹ định làm gì, biết đâu mẹ lại tưởng nó là một kẻ khác mà mẹ chém thì chết. Lũ trẻ con đang chơi thấy vậy nên kêu ré lên, chạy toán loạn, nó cũng co cẳng chạy thì mẹ gọi tên nó. Nó thở phào, mới dám đứng lại. Lần ấy một tay mẹ dắt nó về, mắt long sòng sọc, một tay khua dao, mồm quát tháo dạo nạt một kẻ vô hình nào đấy trên đường làng:

"Mày thử động vào con tao xem thằng kia, tao sẽ xả mày ra trăm mảnh!"

Người làng đứng hai bên đường vừa sợ, vừa thích thú, họ trốn sau hàng rào, thò đầu ra nhìn. Giờ thì giữa nó với trẻ con làng Đại An này cách biệt lắm rồi. Nó là con nhà địa, là con nhà điên, nhưng không sao, bọn nó gọi nó thế nào cũng được. Nó biết thân phận của mình rồi.

Cắt cỏ lúc gần trưa rất nóng. Chưa được một nửa bao tải mà người thằng Quý đã sũng mồ hôi. Để chiều cắt tiếp vậy. Bao giờ tình hình yên ổn, nó sẽ lại được cưỡi ngựa ra sông, được tắm cùng con ngựa. Lúc con ngựa gặm cỏ, nó sẽ ngồi đọc truyện. À, mà tình hình này thì chắc hết hè, nó phải bỏ học thôi. Mà hai mẹ con sẽ sống thế nào đây, chả lẽ cứ để ông bà ngoại nuôi? Gạo ở nhà là của ông bà ngoại bảo cậu

chở sang. Người nhà người cửa mà cậu cũng phải lấm
lét như kẻ trộm. Cậu bảo, nếu không khéo cậu cũng
sẽ bị bắt vì tội tiếp tế cho thành phần địa chủ. Các ông
đội đã chia gần hết hết ruộng nhà nó cho các ông bà
nông dân. Lúc nãy mấy ông đội còn đo đạc trong nhà
nó rồi ghi ghi chép chép vào sổ. Không biết mấy ông
ấy làm thế để làm gì? Liệu họ có lấy nhà nó không?

Chỉ có cô Sương là chẳng e ngại gì. Cô vẫn tranh
thủ lúc vắng khách để chạy từ bến đò lên giúp cu
Quý chăm vườn rau, lợn gà. Giờ nó biết làm đủ việc
rồi. Mà không làm mấy việc ấy thì cũng chẳng biết
làm gì khác. Loanh quanh với con Vện, con ngựa mãi
cũng chán. Kho sách của anh Chiến để lại, nó chỉ
thích vài quyển có tranh, những thứ khác nhiều chữ
quá, đọc hơi ngại. Chưa thạo việc lắm nên nó cũng
loanh quanh cả ngày cho việc nhà, chưa kể còn phải
chăm mẹ. Ông bà ngoại bảo về làng bên ấy ở nhưng
mẹ nhất định không đi. Mà nó thì không thể rời mẹ
một bước được rồi.

Từ ngày mẹ bị điên, thỉnh thoảng nó ngủ luôn ở
chuồng ngựa. Những ngày này, mẹ ăn ngủ thất
thường, ngày đêm lẫn lộn. Có lần vào ban ngày mà
mẹ cứ ôm rịt lấy nó, bảo ngủ đi. Hai tay mẹ cứng như
sắt chứ không mềm như trước nữa. Như thế thì ngủ
làm sao được? Nó cố nằm yên, hy vọng mẹ ngủ thì sẽ
chuồn được khỏi vòng tay của mẹ. Có đêm mẹ lôi nó
ra tắm tới mấy lần, mẹ kỳ cọ khiến da nó đỏ ửng. Cả

người đau rát mà nó không dám kêu. Mẹ cứ làm như nó chỉ có bốn, năm tuổi không bằng.

Khi cu Quý về tới nơi thì đồ đạc trong nhà trống trơn. Căn nhà trên được chia làm ba gian, những sợi dây được chăng giữa các gian. Một ông nông dân người loắt choắt, những sợi gân lộ hẳn ra từ đôi chân vòng kiềng, đen cháy. Ông ta đang buộc mấy tấm liếp ngăn giữa hai gian nhà. Thấy nó đứng nhìn, ông hất hàm bảo:

"Này thằng địa con, từ giờ, mẹ con mày chỉ được sống ở nhà ngang kia nghe chưa? Nhà này là của chúng tao, đừng có bước chân vào trên này nữa đấy!"

Một bà đang loay hoay xếp mấy hòn gạch thành bức tường tạm ngăn giữa hai gian bảo nó:

"Mày phải bảo làm sao cho mẹ mày hiểu, nhà này là nhà của chúng tao rồi!" Rồi bà quay sang nói với ông nông dân: "Tôi sợ con điên ấy lắm, khi lên cơn mắt nó long sòng sọc, trắng dã nhìn rất ghê. Sống cạnh nó thế này, không chừng nó nổi điên chém mình chết ấy chứ. Ông xem chỗ nào có dao, có gậy, ông giấu đi cho lành."

Không biết mẹ đi đâu rồi. Sân nhà trống trơn, từ cái cối đá, thùng nước, cái thớt cũng bị lấy đi đâu mất. Thế này thì nó băm bèo nấu cám thế nào nữa đây? Trong bếp cũng trống trơn nồi niêu. Con Vện chui tịt vào góc bếp, lấm lét nhìn ra. Cu Quý tặc lưỡi gọi nhưng dường như nỗi sợ đã khiến nó không nhận ra chủ. Trong đôi mắt con vật có một vẻ thất thần kinh hoàng. Cu Quý ngạc nhiên tự hỏi sao con Vện lại sợ đến mức ấy. Nó bỗng nghe ngoài chuồng ngựa lao xao tiếng nhiều người. Nó vội lao ra. Đột nhiên nó cảm thấy như một tia chớp đánh vào đỉnh đầu. Cả người nó choáng váng, đờ dẫn trước cảnh tượng trước mắt. Một đám chừng chục người đang hì hục băm chặt con ngựa.

Cái đầu của con ngựa bị cắt rời, hai ông bà nông dân đang khệ nệ bê cái đầu ấy đi ra. Máu khắp nơi, máu toé lên tường chuồng ngựa cả mảng to rồi chảy xuống dưới thành những vệt dài, quần áo các ông bà nông dân đều nhuộm đỏ lòm, đất dưới chân họ biến thành một vũng bùn máu. Người ta đang chia chác nhau tim, phổi, dạ dày, ruột... Những khuôn mặt bần cố nông vương vãi máu tươi. Họ đang ngoác miệng cười sung sướng, phô ra những chiếc răng vàng khè, lởm chởm của cuộc sống bần hàn, tăm tối, mắt họ ánh lên thứ ánh sáng ma quái của loài quỷ dữ. Những bàn tay chai sạn sần sùi nhuộm đỏ máu, đang tìm thấy khoái cảm trong giết chóc, trong cảm giác âm ấm trơn trơn của dòng nhựa sống vốn chảy trong cơ thể đẹp đẽ của con ngựa, người bạn yêu quý nhất, trung thành nhất của thằng bé.

Cu Quý hét lên một tiếng. Nó vớ một con dao dưới đất rồi vung lên, con dao chặt củi nặng, nó phải dùng hai tay. Nó lăn xả vào đám người. Trong nó không còn chỗ cho nỗi sợ. Giây phút ấy thằng bé đã lột xác.

206

Tâm hồn đọa đầy bao ngày qua, chuỗi sự kiện tàn khốc đã đè nó xuống, xuống mãi. Nhưng giờ đây, nó như chiếc lò xo bị nén tới tận cùng khốn nạn, cái chốt hãm bỗng bật tung, tâm hồn nó bỗng được tung cởi. Nó nhìn thấy sức mạnh nội tâm của chính mình, sự giận dữ căm hờn đã khai mở một điều gì đó quan trọng trong linh hồn nó. Nó gầm thét, hai tay cầm con dao lia qua lia lại. Hành động ấy chỉ là doạ nạt, chứ nó không nhằm vào ai cả nhưng cũng khiến đám người hoảng sợ, nhốn nháo dạt vào góc vườn. Một ông nông dân to khoẻ từ đằng sau đạp vào lưng khiến nó ngã sấp, con dao tung ra khỏi tay nó. Ông nông dân nhảy lên, đầu gối tì vào lưng nó. Thằng bé gào khóc, có vùng vẫy nhưng nó chết cứng dưới chân kẻ quanh năm ngày tháng làm công việc cơ bắp.

"Cầm lấy con dao!" Ông nông dân hét, bảo một bà đứng gần đấy. "Giống nhà địa này ghê thật, đời ông cha nó, giờ tới anh em nó. Thằng này phải cho vào giam, phải đánh cho nhừ tử mới chừa được cái nọc phản động."

Bỗng có một tiếng rú dài. Người đàn bà điên từ đâu lao tới. Từ đằng sau, chị ghì chặt lấy đầu của gã đàn ông rồi ghé mồm cắn vào gáy gã, móng tay bao ngày không cắt bấm sâu vào mặt, vào mắt gã. Gã đàn ông rú lên, cố giằng hai bàn tay của chị ra nhưng sức lực của người điên là một sức mạnh man bạo lạ kỳ, gã không làm gì được. Gã nghĩ ra cách khác, gã đưa cánh tay ra đằng trước lấy đà rồi thúc mạnh ra sau, cùi chỏ đúng vào ức người đàn bà. Chị Phú hự lên một tiếng, ôm bụng quằn quại dưới đất, mặt chị trắng nhợt, mắt trợn trừng trắng dã, chân đạp đạp vào không khí. Gã đàn ông đứng dậy, máu từ cổ gã ròng ròng chảy sau lưng, ra trước ngực.

"Đồ chó điên," gã gào lên, vung tay tát một cú trời giáng vào mặt người đàn bà, tiện chân gã đá thốc một phát vào sườn cu Quý, khiến nó lật người, lưng giáng vào hàng gạch đặt chéo ngăn giữa sân và vườn. Thằng bé mặt mày tím tái, oằn người trên những góc gạch lởm chởm. Đám người hối hả vơ vét tất cả những gì có thể được rồi hớn hở mang về nhà. Con Vện đợi cho đám người đi hết rồi mới dám cụp đuôi len lén ra vườn. Nó liếm liếm vào chân cu Quý, rồi nằm lăn ra, dụi dụi đầu vào chân thằng bé.

Chương 29

Đơn vị Quý vào Quảng Trị từ những ngày đầu tiên. Lúc bọn anh mới vào, phố xá, nhà cửa hai, ba tầng còn nguyên vẹn, rất đẹp. Vậy mà chỉ sau ít ngày thì cả thành cổ đã thành một đống đổ nát tan hoang. Mỗi ngày B52 đánh hai mươi trận bom, không kể ngày đêm. Toàn bộ thành cổ không có đất để đào hầm như các chiến dịch khác nên cùng với bom, gạch ngói bay vù vù, tôn lợp nhà bay vèo vèo loảng xoảng rơi xuống lổm nhổm khắp nơi. Ban ngày mọi người càng căng thẳng hơn bởi phi pháo đủ loại. Chiến dịch này khiến thần kinh của anh căng như dây đàn suốt hai tư giờ. Suốt tuần đầu Quý hầu như không ngủ, nhưng rồi sự mệt mỏi quá độ cũng khiến anh lả đi trong những giấc ngủ ngắn, chớp nhoáng giữa những trận bom, trận pháo.

Lính chết như ngả rạ. Đơn vị anh được bổ sung quân tới lần thứ chín mà vẫn chưa có tín hiệu gì kết thúc chiến dịch. Ai đó sau này thống kê rằng số bom đạn đổ xuống cái diện tích gần ba cây số vuông ấy tương đương với bảy quả bom nguyên tử. Hơn một vạn quân Bắc Việt chết trong chiến dịch này, như vậy mỗi ngày có hơn một trăm người lính Bắc Việt ngã xuống. Bom đạn ầm ầm, mọi thứ bị cày đi cày lại nát vụn, mặt đất chao đảo liên tục khiến anh kiệt sức. Nhiều lần chính anh ngạc nhiên là mình còn sống. Xác đồng đội liên tục được đưa ra ngoài, những đồng đội vừa mới quen mặt được vài ngày là được thay bằng người khác. Hàng ngày có những đội tải thương vào chuyển thương binh, tử sĩ ra. Đội tải thương cùng với lính bổ sung có nhiệm vụ mang nước, lương khô, đạn dược và đồ cứu thương cho đồng đội bên trong.

Chưa có chiến dịch nào mà ta, địch đan xen san sát thế này. Anh chạm trán thám báo địch nhiều lần. Có lần nổ súng tiêu diệt, vây bắt, có lần phải lờ đi vì lực lượng bên ta mỏng hơn. Thám báo mặc giả quân phục lính ta, rất khó phân biệt, chỉ lính già mới phát hiện ra. Thám báo thường mặc quần áo sạch sẽ hơn ta. Dù chúng đã cố bôi bẩn nhưng vẫn không lẫn được với cái bẩn dài ngày của quần áo các anh. Hơn nữa, những đường chỉ may đơn, không phải kép như của lính ta. Nhưng rồi anh bỗng giật mình nhận ra rằng những khuôn mặt bên kia chiến tuyến thực ra chẳng khác gì các anh.

Một ý nghĩ chợt lóe lên trong tâm tưởng của Quý. Biết đâu, bên kia chiến tuyến có thằng Tí, thằng Miền, thằng Tân, em họ Quý. Bao năm rồi anh chẳng hề nghĩ về chúng. Giờ gặp lại cũng khó nhận ra nhau. Hồi nhỏ, mấy thằng thân anh lắm. Trạc tuổi nhau nhưng chúng rất nể anh. Một điều anh, hai điều anh rất lễ phép. Suy nghĩ ấy khiến anh đờ người hồi lâu. Anh bỗng ước cái địa ngục này kết thúc đi. Có cái gì phi con người quá ở đây. Anh hiểu xương máu ở đây có ý nghĩa quan trọng trên bàn đàm phán ở Paris, nhưng sự chết chóc quá nhiều khiến anh như tê liệt. Anh bắn như một cái máy, như một bản năng sinh tồn chứ đầu óc anh không nghĩ được gì. Sự mệt nhọc thể xác và tinh thần đã bị đẩy tới giới hạn của con người. Thỉnh thoảng giữa hai trận bom, pháo, các anh huýt sáo gọi nhau. Sau đống đổ nát, những bộ mặt nhem nhuốc, quần áo rách nát bẩn thỉu như những bóng ma thò ra, sẽ giơ tay chào nhau, nhoẻn miệng cười. Việc kiểm quân, người còn người mất được tiến hành. Những người còn sống lôi xác đồng đội ra khỏi đống đổ nát để đội tải thương tới sau chuyển ra.

Ngày mười hai tháng chín đơn vị anh được lệnh rút. Chỉ trước bốn ngày trước khi chiến dịch thành cổ kết thúc. Lệnh trên ban xuống: "T8 được phép di chuyển chiến thuật." Đây là lúc vận dụng tất cả những kĩ năng để rút một cách an toàn nhất cho cá nhân và đồng đội. Buồn thay, đa phần đồng đội không giấu được sự háo hức, vội vã rút quá lộ liễu. Anh nán lại tại vị trí chừng một tiếng để quan sát. Lính T8, có lẽ do tinh thần và thể xác kiệt quệ sau suốt mấy chục ngày liên miên nên không suy nghĩ tỉnh táo. Tất cả ào ào rút như đi trẩy hội. Anh đau quặn lòng khi thấy máu đồng đội lại nhuộm đỏ một khúc sông Thạch Hãn, vậy mà nhiều người vẫn cứ lao về đúng cái khúc sông thoai thoải ấy. Đại liên, phi pháo của địch tha hồ hướng về đấy khạc đạn. Bọn thám báo gọi điện chỉ toạ độ. Anh thầm gào thét đau đớn: chỉ huy đâu mà để lính chủ quan thế? Chờ được bao nhiêu ngày, sao giờ vội vàng quá vậy?

Anh cùng mấy đồng đội đi ngược lên chừng bốn cây số rồi bọn anh nhảy tùm xuống bơi. Chỗ này an toàn hơn nhiều, tiếng súng chỉ lác đác. Sang bờ bên kia, các anh túm rễ cây, đu người lên. Vậy là sống rồi. Lần đấy T8 của các anh mất mát nhiều quá. Trung đoàn của anh phải chờ bổ sung quân một đợt lớn nữa mới lại tiếp tục được nhiệm vụ.

Chương 30

Trong khi cuộc cách mạng cải cách ruộng đất đang cuồn cuộn khắp nơi thì người làng Dềnh vẫn đứng ngoài tất cả. Được động viên tham gia vào phong trào nhưng họ từ chối. Là những người trải qua nhiều sóng gió, với họ sự yên bình là quý nhất.

Nhưng người làng nổi không thể thoát khỏi cái bầu không khí chung ấy. Dân sông nước vốn quen với việc gặp xác người trôi sông, điều này xảy ra từ đời cha, đời ông của họ nhưng thời kỳ này số xác chết nhiều quá. Lúc đầu, không ai để ý nhưng rồi họ đoán ra ngay là do những vụ trả thù trong cải cách ruộng đất. Lưới anh Ân mắc vào xác người hai lần. Lần khác vào ban đêm, nghe tiếng lục cục đập vào thuyền, anh cầm đèn ra xem. Một xác đàn ông nằm sấp, đầu bập bùng theo sóng nước va vào mạn thuyền nhà anh.

Đa phần nạn nhân từ nơi khác trôi về, rất ít trường hợp có người nhà đến nhận. Chính quyền nhờ đàn

213

ông làng nổi mang họ đi chôn. Vào thời kỳ đồng ruộng, mùa màng đói kém nên những con người xấu số ấy được chôn không có áo quan. Điều an ủi là Ni sư Thích Lãng Vân và sư cô tới tụng kinh cho họ.

Số người chết trôi sông vẫn xảy ra trong thời kỳ sửa sai. Người bị oan trả thù kẻ hại mình hay chính kẻ đặt điều, tố sai người khác, sợ bị trả thù nên đã chủ động ra tay trước. Một buổi sáng, bà Đợ, thành phần bần cố nông cốt cán nhất xã không thấy con gái đi trực đêm về. Ba hôm sau người ta tìm thấy xác con gái bà bị mắc ở một khe đá cách làng nổi mấy trăm mét. Xác bà Dánh đã trương phềnh, trên trán có một vết đánh sâu hoắm, vết của một vật dụng bằng sắt, có vẻ như của một cái xà beng. Cán bộ đội sửa sai chỉ đạo lực lượng dân quân tăng cường công tác tuần tra, cắt đặt nhiều hơn trạm gác quanh làng, để phòng bọn phản động lợi dụng phong trào sửa sai để xúi bẩy hành động trả thù, làm tình hình phức tạp hơn.

*

Sinh hoạt trong gia đình anh Ân vẫn theo vòng quay mọi ngày như một. Tình trạng vợ anh vẫn vậy. Cuộc sống đơn điệu khiến anh không khỏi cảm thấy bức bối, nhưng chứng kiến những gì xảy ra ở làng Đại An, anh cảm nhận rõ hơn sự êm đềm của làng nổi. Sau việc xảy ra với gia đình cụ Phúc, anh ít khi lên làng Đại Anh. Anh không muốn gặp mặt với những kẻ quay lưng lại với họ. Với anh, cha con họ là những người tốt nhất ở làng. Cậu Phú tuy trạc tuổi anh nhưng là người học rộng hiểu sâu. Anh thấy mình may mắn được gần con người ấy.

Anh chưa hết buồn với những gì xảy ra thì anh lại mất Chiến, cậu học trò giỏi giang, chịu khó mà anh đặt nhiều kỳ vọng Thằng bé tự mình hành động dại dột. Anh dằn vặt mãi. Tối hôm thằng bé đến, giá như anh đừng vội nói ra ý kiến của mình, đừng vội ngăn nó thì biết đâu mọi việc đã khác, anh có thể biết kế hoạch của nó, rồi có thể đi theo, ngăn được sự việc đau lòng ấy.

Tình cảm anh Ân với Sương vẫn vậy. Anh biết Sương tính dứt khoát, rõ ràng. Điều ấy khiến anh thanh thản, dường như ngọn lửa trong anh cũng tắt hẳn. Anh tự nhủ nên tập trung chăm sóc vợ con. Họ chính là sợi dây nắm giữ anh với cuộc sống, cho anh thấy cuộc sống có ý nghĩa. Chỉ có điều tâm hồn anh cứ hiu hắt dần trong triền miên xám xịt.

Rồi một sự việc xảy đến khiến anh thức tỉnh khỏi trạng thái đờ đẫn.

Hôm ấy, anh đang đánh lưới cách thuyền nhà chừng một cây số thì Tâm, một hàng xóm rất thân với nhà anh, hớt hải chạy ra.

"Anh Ân ơi, anh về xem chị nhà làm sao ấy!"

"Nhà tôi làm sao?" Anh Ân vội lên bờ.

"Em không biết, chỉ thấy mồm chị đầy máu, em có gọi mấy nhà gần đấy lên xem rồi."

Anh Ân chập chừng chạy trên bờ sông đầy đá cuội. Tâm theo sau. Tâm và mấy phụ nữ sống gần vẫn sang chơi với vợ anh và giặt giũ giúp anh. Hàng xóm đang đứng lố nhố trên thuyền nhà anh.

"Chị ấy ổn rồi, anh yên tâm." Thanh, cậu hàng xóm vừa nói vừa nhảy ra từ thuyền xuống, rồi Thanh thầm thì. "Em nghĩ... Khi em chạy sang thì chị vẫn ra sức nhay, em đoán là chị cố cắn lưỡi để..."

Nghe thấy thế, anh gạt Thanh ra rồi chạy lên ván. Hàng xóm dãn ra cho anh lại gần vợ. Nhìn ánh mắt của chị lúc ấy, anh hiểu là cậu hàng xóm nói đúng. Chị trông tỉnh táo bình thường. Máu vương trên cái khăn lót dưới cổ chị, dây ra cả cái cổ áo. Chị đang ngậm một cái khăn được gấp lại cho dầy.

"Trời ơi! Sao em làm thế?" Anh buột miệng, nhìn chị thảng thốt. Qua ánh mắt, anh biết chị hiểu anh nói gì.

"Sao em làm thế hả Lan?" Anh hỏi lại, mặt nhăn lại đau đớn. "Làm thế, em đi thì hai bố con bơ vơ biết làm thế nào?"

Chị khóc lặng lẽ. Hai dòng nước mắt chảy dài xuống má. Mấy người hàng xóm biết ý đi ra. Định nói tiếp điều gì, nhưng anh chỉ thốt lên "em" rồi nghẹn

216

lời, không nói tiếp được. Quay ra ngoài trấn tĩnh một lát, anh mới hỏi được chị:

"Em làm thế là vì em giận anh phải không?"

Chị lắc đầu rất nhẹ.

"Vậy tại sao em làm thế?" Anh tìm khăn lau nước mắt cho chị nhưng không thấy, anh lấy ngón tay gạt nước mắt đang đọng trên má chị. "Em làm thế anh sẽ ân hận cả đời, sống không ra sống, em biết không? Thôi, đừng khóc nữa. Nếu anh có vô tình làm em buồn thì tha lỗi cho anh, đừng bao giờ làm thế nữa nhé!"

Đúng lúc ấy thằng Bảo đi học về, nó hỏi: "Mẹ làm sao thế hả bố?"

"Không có gì, mẹ chỉ bị chảy máu cam chút thôi."

"Chảy máu cam sao phải ngậm khăn thế kia?"

"À, trong ấy có thuốc cầm máu!"

Nó lẩm bẩm:

"Mẹ nằm một chỗ như vậy mà lại chảy máu cam được nhỉ! Một lần con bị bạn đấm vào mũi, cũng bị thế. Mẹ thấy người thế nào, có đau không ạ?"

Chị nhắm mắt lại, lắc lắc đầu. Đợi thằng Bảo đi ra ngoài, anh nhắc lại:

"Em hứa là đừng bao giờ làm như thế nữa nhé? Em mà làm thế là anh sẽ đi theo em đấy! Anh nói thật đấy."

Chị nhìn anh âu yếm.

"Hứa với anh đi, cho anh yên tâm!"

Chị gật gật đầu, ầm ừ trong miệng.

*

Đêm hôm ấy, anh Ân không ngủ được. Vào lúc suýt mất chị anh mới hiểu là mình yêu vợ nhiều như thế nào. Đấy là người bạn đời thân thiết, đã sát cánh cùng anh bao thăng trầm của cuộc đời. Anh sẽ không bao giờ làm gì để lương tâm anh phải hổ thẹn với chính mình. Nghĩa vợ chồng sâu nặng, hai người có bao kỉ niệm cay đắng và ngọt bùi. Số phận khiến chị thiệt thòi, anh sẽ bù đắp, sẽ hết lòng sống vì chị, vì con. Anh sẽ cho chị hiểu tấm lòng của mình, để chị không bao giờ làm điều dại dột như thế nữa. Giờ đây, anh hiểu rõ ràng sự thiệt thòi của người bạn đời chính là số phận của mình.

Đêm hôm ấy anh lấy lại được sự thanh thản khi nghĩ tới Sương. Anh đã yêu, đã khao khát. Sương như chất xúc tác khiến dòng máu đam mê chảy lại mạnh mẽ trong anh, nhưng từ giờ, điều ấy sẽ được gạt bỏ hẳn khỏi tâm trí của anh.

Chương 31

Cơn bão dù tàn khốc đến đâu cũng tan. Di chứng tàn phá còn đấy nhưng mưa sẽ dịu đi, gió sẽ không quật quã giằng xé nữa và sự yên bình sẽ tới trong một sắp đặt mới. Chị Phú dần dần hồi phục. Trong thời kỳ sửa sai, gia đình chị được xếp vào diện địa chủ kháng chiến, bố chồng chị, chồng chị được minh oan,, chị được trả lại ngôi nhà chính. Giờ hai mẹ con sống như bao gia đình nông dân khác trong làng.

Mỗi bước đi trong cuộc sống đều khiến cu Quý nhớ tới anh Chiến, nhớ tới thầy, nhớ tới ông nội. Nó cũng sắp bằng tuổi anh Chiến khi anh mất rồi. Kho truyện của anh, cu Quý đã đọc hết. Giờ nó hiểu tại sao ngày xưa anh cứ khúc khích cười khi đọc truyện. Đoạn nào buồn cười thì nó cũng khúc khích y, xong nó lại bần thần nhớ anh. Thỉnh thoảng nó tới cột nhà nơi ngày xưa anh Chiến hay đo, đánh dấu chiều cao của anh. Anh có ghi ngày tháng vào từng vạch.

Những con số, nét chữ vẫn còn rõ như vừa mới được ghi. Cu Quý giờ đã cao bằng anh Chiến rồi. Nhận ra điều ấy lòng nó thoáng vui nhưng rồi nỗi nhớ người anh trai, nỗi nhớ tuổi thơ xoáy sâu vào lòng nó. Góc kia thầy hay ngồi khi cả nhà ăn cơm... Góc kia anh Chiến... Góc kia là ông... Nhóm tổ tôm trên sập gụ đằng kia... nhưng mọi đồ vật đã bị người ta lấy hết vào dạo đó rồi... Thầy được mẹ chuẩn bị quần áo góc kia, nơi có chiếc gương gắn trên cột nhà... Càng lớn cu Quý càng hiểu rằng kỉ niệm đẹp cũng là kỉ niệm buồn khi kỉ niệm ấy gắn liền với người đã khuất. Những kỉ niệm ấy khiến con người ta như rơi vào trạng thái không trọng lượng, tâm hồn sẽ day dứt tiếc nuối mãi không thôi. Mang những ký ức ấy, cu Quý thấy mình khác các bạn nhiều.

Nhìn các bạn cùng tuổi đùa nghịch vô tư, nó thấy thèm. Như một người già, nó cảm nhận rõ cái đẹp của sự vô lo thơ trẻ nhưng khác với người già là trong lòng nó nhói đau khi nhìn cảnh ấy. Sự phi lý ghê sợ của những gì xảy ra đã tàn phá tâm hồn nó. Hình thức bên ngoài của nó đẹp đẽ nhưng phần lung linh trong tâm hồn nó đã xin mầu, chỉ còn lại thứ ánh sáng đùng đục của nỗi khắc khoải âm thầm.

Hiện tại cu Quý không có ước mơ gì. Quá khứ đau buồn ám ảnh nó suốt những năm về sau. Nó không muốn đi đâu xa mẹ. Mẹ là người thân duy nhất nó còn. Hình ảnh những sinh linh sống động, thiêng liêng và cao quý của tạo hoá, dưới ý chí độc ác của kẻ khác bỗng thành những thây ma bất động, vô tri vô giác cứ săn đuổi nó mãi. Không có một triết lý cao siêu nào, không có một lý do thần thánh nào có thể lý giải được điều phi lý ấy. Mà nạn nhân lại là những người thân yêu, những hình mẫu đẹp đẽ nhất đối với nó. Tâm hồn cu Quý bị ám ảnh bởi sự phản trắc bất lường của con người. Nó nghi ngờ hạnh phúc bền lâu. Nó đã thấy mọi sự có đấy mà mất đấy, mọi sự có thể chuyển từ tốt sang xấu trong nháy mắt. Tâm hồn nó dường như sẽ mãi cô đơn, sẽ mãi tật nguyền, sẽ mãi bị cầm tù bởi ký ức đen tối. Trong những cơn ác mộng, nó thấy đám đông man rợ đang la hét đòi giết nó, đòi giết mẹ. Nó tỉnh giấc trong tiếng khóc nức nở, tim đập thình thình hoảng sợ, và rồi nó mừng rỡ nhận ra tất cả chỉ là mơ. Nó đang ngủ trong ngôi nhà của mình và mẹ vẫn còn kia…

Mới lên mười lăm nhưng cu Quý đã cao hơn hẳn mẹ. Lao động nhiều nên trông nó rắn rỏi. Sau vài năm, sự kì thị đối với con nhà địa không còn. Cu Quý học giỏi, hiền lại đẹp trai nên được chúng bạn thích. Ngày nào cũng có vài ba đứa qua rủ nó đi học. Vào cấp ba trường huyện nên cu Quý đi học bằng xe đạp. Hàng ngày nó phải đi đò sang bên kia sông.

Cu Quý thích con đường tới trường. Con đường chạy song song với một con kênh dài, hai bên là cánh đồng mênh mông. Tới trường rồi, đi tiếp hơn hai chục cây sẽ tới chân núi Cóc. Nó nhớ anh Chiến bảo đi cắm trại ở chân núi Cóc thích lắm. Ở đấy có nhiều hoa dại mọc quanh một hồ nước rộng, có bãi cỏ xanh rờn rất rộng và bằng phẳng. Nước hồ trong chứ không đục như nước sông Nhành. Ở chân núi Cóc, gió thổi qua khe núi nên lúc nào cũng lộng, lúc nào cũng thả diều được. Cắm trại ở đấy thích nhưng lều phải làm cẩn thận, nếu không vào ngày gió to thì sẽ bay tơi tả ngay. Cu Quý muốn tới nơi đấy khi có dịp.

Nhà một mẹ một con nên nó chẳng muốn xa mẹ lâu. Một ngày nào đấy nó sẽ đèo mẹ đi chơi ở chân núi Cóc. Anh Chiến nói chân núi Cóc rất thích hợp với việc cưỡi ngựa nhưng điều ấy đã lùi vào dĩ vãng xa vời. Không bao giờ nó muốn có ngựa nữa. Có lần nhìn thấy một con ngựa trắng khá đẹp, nó quay mặt đi, không dám nhìn lâu.

Nó thân với bạn làng Dềnh hơn là bạn cùng làng. Nó thân thằng Bảo nhất. Thằng Bảo bỏ học sau khi trượt tốt nghiệp cấp hai. Hàng ngày nó phụ bố đánh bắt cá. Chú Ấn có lần bảo với cu Quý là chú chán cuộc sống sông nước rồi, chú ước mơ thằng Bảo học hành tấn tới, để sau này thành đạt, mua đất làm nhà cho bố mẹ ở trên bờ, nhưng có vẻ như giấc mơ ấy không thành. Cu Quý thấy thằng Bảo học khá chăm chỉ nhưng điểm số cứ lẹt đẹt mãi. Cu Quý tiếc cho thằng Bảo, khuyên nó đừng bỏ học, cố gắng học lại nhưng nó cứ ậm ừ. Biết nó buồn, cu Quý muốn tìm bạn để an ủi nhưng dường như có một khoảng cách nào đó giữa hai thằng. Thằng Bảo có vẻ tránh mặt cu Quý. Điều này khiến cu Quý canh cánh trong lòng.

Trong những tháng ngày đen tối, thằng Bảo vẫn gần gũi với nó, khác hẳn với vẻ tráo trở như những thằng bạn con em bần cố nông ở làng Đại An. Do vậy mà cu Quý rất muốn san bằng khoảng cách mơ hồ giữa hai thằng.

Khỏi bệnh rồi, biết người làng nỗi lo việc ma chay anh Chiến, mẹ xúc động lắm. Mẹ dặn phải ghi nhớ ân tình ấy. Chính họ đã giúp hai mẹ con lấy lại lòng tin vào con người và nhìn cuộc sống đỡ u ám bất lường hơn.

Ngày nào cu Quý cũng sang sông khi đi học bằng đò cô Sương. Em Vi đang học lớp ba trường làng. Mẹ quý Vi lắm. Trưa nào ngơi việc, mẹ ra trường đón em về chơi. Mẹ nhận Vi làm con nuôi. Nhiều lần mẹ bảo cô Sương dọn về sống cùng nhưng cô bảo sống ở làng nỗi lâu thành quen, có chị có em sáng tối ríu rít quấn túm. Mẹ bảo cô nên ở tạm một thời gian để thuê thợ xem xét thuyền có phải sửa chữa gì không. Cô nói, thuyền vẫn tốt lắm, chưa hề rò rỉ chỗ nào. So với tuổi thọ của những thuyền ở đây, thuyền của cô còn mới lắm. Cu Quý ngạc nhiên về độ bền của những chiếc thuyền gỗ ở làng nỗi. Có những thuyền được đóng mấy chục năm mà vẫn dùng tốt.

Số lượng thuyền ở làng Dềnh vẫn tăng lên. Sau thời kỳ cải cách ruộng đất, số người ra nhập làng nỗi tăng đột biến. Trận bão khiến những mảnh bèo cuộc đời từ khắp nơi dạt về. Số thuyền tăng lên một phần cũng là do chính cuộc sống. Con trai làng nổi lấy vợ thường được bố mẹ cho ra thuyền mới. Khá giả thì thuyền to, nghèo thuyền nhỏ, khó khăn nữa thì dựng nhà trên bè. Cu Quý thấy thuyền của mẹ con cô Sương là nhỏ nhất làng, chỉ rộng chừng hai mét, dài hơn bốn mét. Phần giữa khoang làm chỗ ăn, ngủ. Bên ngoài mui là chỗ nấu nướng, giặt giũ. Cu Quý hay lên thuyền nhà cô chơi. Cuộc sống bập bềnh mang một vẻ lãng mạn, thú vị đối với thằng bé, nhưng rồi nhận thức ấy của nó sớm thay đổi.

Có lần đang ngồi câu cá trên thuyền nhà cô Sương thì có mưa. Cô Sương ra ngoài trông chừng. Cô dặn nó để ý em Vi. Con thuyền lắc liên tục khiến nó say, nôn oẹ. Em Vi mang khăn, mang nước cho nó. Từ đấy, thấy gió to là cu Quý chuồn khỏi thuyền ngay. Cảm giác lãng mạn của đời sống sông nước cũng mất hẳn. Cu Quý không thể hiểu được tại sao cô Sương và em Vi có thể sinh hoạt ngày này tháng khác trên một diện tích hẹp, lại chòng chành, khiến người ta có cảm giác lúc nào cũng liêng biêng như say rượu như vậy. Thuyền đối với nó là phải di chuyển trong một hành trình thú vị còn thuyền mẹ con cô chỉ đứng yên một chỗ.

Một điều lạ là cu Quý không bao giờ thấy cô Sương về thăm quê. Nó hỏi, cô cười bảo, giờ làng Dềnh là quê của cô, mẹ và cu Quý là gia đình của cô. Cô Sương yêu cu Quý lắm. Biết nó thích câu cá, cô học từ chú Ân cách câu rồi dạy lại cho nó. Cu Quý cũng đã học một chút từ thằng Bảo và anh Chiến nhưng nó vẫn thích học những mẹo câu của dân chài lưới chuyên nghiệp. Biết cu Quý và mẹ thích ăn cá, cô Sương thường bảo em Vi mang cá lên cho. Vi lên, bao giờ cũng hỏi mẹ và anh Quý thích ăn như thế nào, rồi em vào bếp làm cá, nấu nướng loáng một cái là xong. Mẹ thích lắm, cứ cười khen con gái mẹ đảm quá, mới mười tuổi mà làm giỏi hơn cả người lớn.

Em Vi học được cách nấu ăn từ cô Sương. Sông Nhành rất nhiều cá mè, cô Sương lại rất giỏi chế biến. Mọi người thường không thích cá mè nhưng vào tay cô Sương ai cũng khen. Dân chài có hôm không bán được cá, chỉ mang về cho nhau. Nhiều cá mè quá, cô Sương nghĩ cách muối. Cô lấy một cái hũ to ở nhà cu Quý, rồi cứ một lớp cá, một lớp muối, trộn với thính. Sau mấy chục ngày, cô mang phơi khô. Lo cu Quý ăn chán cá muối, cô làm món cá mè hấp dấm. Lớp dưới nồi cô lót đầy sả, cá xắt miếng, phủ thính, đun bằng một chén dấm, ăn rất ngọt. Cu Quý thích nhất gỏi cá mè nhưng chỉ được ăn trên thuyền nhà cô Sương vì mẹ không thích. Cô xắt mỏng lườn cá, ngâm vào nước chanh gừng, cuốn với lá sung, đinh lăng, mơ lông, mùi tầu chấm nước mắm ngon tuyệt. Cu Quý rủ thằng Bảo nhưng nó không thích.

Cả làng nổi ai cũng quý cô Sương. Cô xinh mà tính tình cũng hay. Hồi em Vi còn nhỏ, cô Sương còn trẻ, có nhiều đàn ông thích, cô chỉ muốn yên phận, một mình nuôi con. Mấy năm lại đây, cô bị toàn đàn ông có vợ ở làng Đại An ve vãn. Đầu ngõ cuối ngõ, đàn ông hay lấy cô ra làm câu chuyện đùa. Cô Sương ghét chuyện ấy lắm. Có chú chẳng biết nói gì khi đi đò mà cô cho lộn xuống sông, nguyên mũ mãng, quần áo bùng nhùng, mãi mới bơi được vào bờ, lướt thướt lên bờ, ai hỏi thì cười bảo vô ý ngã ấy mà. Hỏi sao không gọi Sương cứu. Chú bảo đằng nào cũng ngã rồi thì bơi luôn cho khoẻ.

*

Từ ngày cu Quý có xe đạp, em Vi càng quấn nó hơn. Vi thích được cu Quý chở xe đạp đi chơi trên đê. Nhìn từ đê lại, làng Đại An trông đẹp lắm. Nếu theo hướng đi chợ huyện, bên phải là làng Dềnh lẩn khuất sau hàng tre, dưới là cỏ quanh năm xanh rì, lúc nào cũng có trâu bò nhởn nhơ, ruộng ngô, qua sông là đồng lúa, tít xa là dãy núi Cóc chập chùng. Bên trái là cánh đồng lúa mênh mang suốt từ đê tới làng. Làng Đại An có tre trồng quanh trông giống một cái đảo tròn tròn giữa biển lúa. Thành thử nếu lúc lúa chín vàng, đạp xe khoảng một cây về phía chợ huyện mà nhìn lại thì cảm giác như con đê, con đường chạy từ đê xuống và làng Đại An sẽ giống như bức tranh nền vàng, quả bóng bay màu xanh lá cây được buộc với một cái que dài mầu nâu hồng bằng một sợi chỉ nhỏ cũng mầu nâu hồng.

Chỉ có điều là quả bóng sẽ muôn đời ở đấy mà chẳng bao giờ bay đi đâu cả.

Vi ngồi sau xe cười nói, hát hò liên mồm. Em giơ hai tay sang hai bên để có cảm giác như đang bay. Những ngày lộng gió, cu Quý sợ gió mạnh, nhưng Vi cứ giục:

"Đi nhanh lên, đi nhanh nữa lên anh Quý ơi!"

Cu Quý buộc Vi với yên bằng khăn quàng đỏ của em rồi mới dám đạp nhanh. Vi cười giòn tan, giang tay ngửa hẳn người ra sau, kêu u u sung sướng. Đạp xe mệt rồi, hai anh em quay về, nằm trên nóc lô cốt, ngắm nhìn bầu trời. Cu Quý thích quan sát sự thay đổi sắc màu trên nền trời lúc chiều muộn. Màu xanh xám dần sậm lại, vào những ngày trời nắng to những tia nắng đỏ hoà với nền trời tạo thành sắc tím hiếm hoi. Cu Quý tính sẽ ra đây vào những đêm nhiều sao. Nằm sân nhà ngắm sao cũng thích nhưng ở đây cao, không gian thoáng đãng mênh mông, gió cũng nhiều hơn. Cu Quý mới đọc truyện Tinh Vân Tiên Nữ, cái thế giới khoa học viễn tưởng vô cùng đẹp và lãng mạn ấy khiến nó mê mẩn. Nó kể với Vi về cuốn sách ấy, và hứa một đêm trời trong sẽ chỉ cho em dải Ngân Hà với các chòm sao.

Nghĩ tới gió và bầu trời cu Quý nghĩ tới diều. Phải rồi, nó đã hứa với em Vi hè này sẽ làm diều cho em chơi, tất nhiên sẽ nhỏ thôi. Ở nhà vẫn còn dàn sáo diều ngày xưa thầy mang về. Rất may thời đó dàn sáo được gác ở bếp, trông nó đen sì lẫn vào những thanh tre khác nên không ai lấy đi. Thỉnh thoảng cu quý lấy xuống. Lớp bồ hóng bám dày trên dàn sáo năm tầng. Cu Quý cầm bằng hai tay rồi quay tròn, tiếng vi vu trầm bổng, to nhỏ theo tốc độ quay của nó. Bồ hóng lả tả rơi đen khắp sân. Nếu được bay lên cao thì tiếng nó chắc sẽ liên tục và hay hơn nhiều. Thầy cất công mới mang về được chiếc sáo diều này. Một ước muốn của mấy cha con nhưng chẳng bao giờ thực hiện được. Quay tới khi mồ hôi ướt sũng, chóng mặt, thì cu Quý ngồi phệt xuống hiên nhà. Nỗi nhớ ông nội, thầy, anh Chiến và cả tuổi thơ trong trẻo lại ùa về trong nó.

*

Đêm ấy trời trở gió to sau một ngày dài nóng đổ lửa. Tiếng sấm lúc đầu còn ì ùng xa xôi rồi thành đùng đoàng ầm ầm như toác cả trời đất. Cu Quý giật mình choàng dậy. Qua cửa sổ những ánh chớp loằng nhoằng vẽ trên nền trời xám đen.

Ruột gan cu Quý bỗng lộn tùng phèo khi nghĩ tới cô Sương và em Vi. Mẹ cũng đã dậy từ lúc nào.

" Bão đấy, thế này thì mẹ con nhà nó xoay xở ra sao đây?" Mẹ như nói một mình.

"Thôi, để con ra xem thế nào!"

"Sấm chớp thế này, ra ngoài nguy hiểm lắm con ạ!"

Đúng là nguy hiểm thật. Gió đập cửa sổ rầm vào tường khiến Cu Quý giật mình. Hôm nay có đám cưới ở làng nổi, mẹ và cu Quý cũng dự. Rất vui.

Những thuyền to buộc chặt với nhau, những tấm ván bắc từ thuyền này sang thuyền kia. Cô dâu chú rể theo những tấm ván sang chúc rượu hàng xóm. Ni sư Thích Lãng Vân và sư cô cũng tới. Hai người không uống rượu, chỉ ăn một chút xôi. Vui nên uống nhiều, chốc chốc lại có một bác hay một chú nào đấy ngã tủm xuống nước, mọi người lại được một trận cười, thò sào xuống cho người bị ngã túm vào rồi kéo lên. Có xôi cá rô, tôm, cá và rượu nếp nhà chú rể tự ngâm. Cu Quý được dịp sống giữa không khí trong trẻo, đầy tình người của người làng nổi. Được gặp thằng Bảo, nó vui lắm. Đi làm mấy tháng mà thằng Bảo trông cứng cáp hẳn lên. Da đen cháy, người rắn rỏi dây dây, nó cao vượt cu Quý. Thằng Bảo xui cu Quý uống rượu đi, sợ gì. Cu Quý lưỡng lự, nhưng rồi cũng tặc lưỡi làm tới. Rượu nhẹ, ngòn ngọt như rượu nếp của tết sau bọ nên cu Quý uống liền mấy chén, thành ra nó biêng biêng chập chững suốt đường về. Thằng Bảo cũng say, lưỡi ríu vào. Mấy chén rượu khiến khoảng cách mơ hồ giữa hai thằng bị xoá sạch. Lơ mơ nghĩ vơ vẩn mà nó vấp vào con chó nằm giữa đường. Nó ngã sõng xoài, may không sao. Con chó đau, sủa ăng ẳng chạy mất. Mẹ phải túm lấy tay nó tới nhà mới thôi.

Hôm nay mẹ cũng vui. Gương mặt mẹ đỏ ửng. Thấy nó thế mẹ lại có vẻ thích, cứ tủm tỉm cười bảo trông nó khi say rượu lại càng giống thầy hơn. Nói xong mẹ lại im bặt, hỏi mẹ không trả lời. Nó biết là mẹ đang xúc động. Chắc mẹ đang nhớ tới điều gì đấy.

229

Mẹ mà nói lúc ấy thì giọng nghền nghẹn ngay. Về đến nhà, cu Quý lăn quay ngay, ngủ li bì tới giờ.

Đây là cơn bão đầu tiên của mùa hè năm nay. Suốt một tháng qua trời nắng nóng. Đây cơn mưa trả bữa, bù lại bao uất ức oi nồng tích tụ suốt những ngày qua. Vừa nghe lộp bộp trên ngói đã rào rào ầm ầm hối hả mù mịt khắp đất trời. Cu Quý giật mình. Đàn ông làng nổi say rượu hết, ai lo cho mẹ con cô Sương đây? Lúc về, nó nhác thấy thuyền cô Sương đang đậu trơ trọi một góc. Lúc ấy, mặt cô Sương cũng đang đỏ bừng, mắt long lanh, nâng lên đặt xuống như đàn ông. Cũng phải thôi, làng nổi mấy khi có dịp vui đâu. Cô dâu, chú rể đều là người làng. Không biết giờ cô và em thế nào? Mưa gió to, khiến nó thoáng ngại.

"Mẹ ơi, con phải ra xem đây!" Nó hét to rồi chân đất, cởi trần phóng ra ngoài, chị Phú chẳng kịp phản ứng thì nó đã mất hút trong bóng đêm mờ mịt.

Những tia chớp bừng lên soi sáng đường. Nhớ lại vụ sét đánh mấy người chết đen thui trên đê hồi năm ngoái, cu Quý bỗng thấy sợ, nhưng kệ thôi, sống chết có số, người làng hay nói thế. Mưa to khiến đường gạch trong làng sạch bong nhưng con đường đất dẫn lên đê trơn quá. Cu Quý ngã lên, ngã xuống mấy lần. Nó xòe rộng các ngón chân, bám chặt lấy đất. Con đường đê cũng trơn chẳng kém. Tránh vũng nước to thì cu Quý trượt chân. Chân dính đất dẫm lên cỏ trơn như mỡ, nó ngã lăn lông lốc một lèo xuống chân đê, thế nào mà trúng vào cái chỗ xử bắn ông nội mấy năm trước. Thế nào mà nó lăn y như cảnh người đàn ông bị xử bắn buổi sáng hôm ấy. Cu Quý bỗng rợn người. Nó không hề sợ ma, nhưng ký ức rõ mồn một và sự trùng hợp kỳ quái khiến nó rùng mình.

Tới chùa Linh Vọng Giang, cu Quý trượt bằng mông từ đê xuống bãi cỏ rồi chạy thẳng ra làng nổi. Các thuyền vẫn buộc vào nhau như lúc chiều nhưng thuyền cô Sương và em Vi đâu? Nó căng mắt chờ ánh chớp loé lên để nhìn lại cho chắc nhưng vẫn không thấy. Nơi đây thuyền cô Sương neo lúc chiều, buộc vào cọc xi măng này. Những lúc thế này, thuyền của cô thường được buộc vào mấy thuyền to. Bị trôi rồi! Nó chạy dọc theo dòng nước. Chả lẽ trôi xa thế? Hay thuyền của cô được buộc vào góc bên kia của làng nổi nên nó không thấy? Nhưng không, có bao giờ cô ấy chuyển chỗ đâu. Dòng nước thường ngày hiền hoà, giờ mưa to thành chảy xiết.

Thôi đúng rồi. Đằng trước, qua bóng đêm nhờ nhờ, hình một chiếc thuyền chúi mũi xuống nước. Tim nó bỗng đập loạn lên. Nó cố chạy nhanh mà không được. Dọc bờ sông đầy những tảng đá sỏi to nhỏ đủ cỡ. Nó vừa nhìn đường để luồn lách giữa những tảng đá sỏi, vừa hốt hoảng theo dõi con thuyền. Độ lệch của con thuyền đang tăng lên, phía mũi chúi xuống nhanh. Cu Quý thỉnh thoảng vẫn ra đây nằm trên những tảng đá sỏi nhẵn bóng, ngắm trời ngắm đất. Bơi ở đây thích vì dưới chân tuy lổn nhổn đá nhưng không có cảm giác nhũn nhũn ghê ghê đầy bùn như khu vực làng nổi. Giờ nó mới hiểu tại sao người làng nổi không thích dừng chân ở chỗ đẹp như thế này. Những tảng sỏi to, khi gió lớn, thuyền đập vào dễ vỡ.

Trời ơi, con thuyền đang chìm rất nhanh mà nó cứ phải trèo lên trèo xuống, hay đi vòng qua giữa những tảng đá sỏi. Sao nó không nghĩ ra từ đầu nhỉ? Cu Quý nhào người ra dòng sông, cố ra giữa dòng để được đẩy đi nhanh hơn. Nó sải tay về hướng thuyền. Quả là nhanh hơn, nhưng con thuyền cũng chúi hẳn một nửa xuống dưới rồi. Sức người so với sức nước thành nhỏ bé, bất lực. Chạy một quãng đường dài khiến nó mệt lử, giờ cố lắm nó cũng chỉ quều quào trên nước. Chân đập hối hả được một chút rồi cũng lử đử chậm hẳn đi. Trời ơi, cô Sương ơi, Vi ơi!

Đuôi thuyền đã trở nên dựng đứng thành một chỏm nhọn hoắt chĩa lên trời và sắp chìm hẳn xuống nước. Cu Quý gắng sức vung tay nhanh hơn nhưng chẳng ăn thua. Nó trôi được chủ yếu là nhờ sức đẩy của dòng nước. Giây phút ấy cu Quý hoảng loạn tột bực, đã từng chứng kiến bao người thân chết trước mắt, giờ đây chẳng lẽ nó phải gặp lại tình huống này một lần nữa. Sao đời nó lại thế hả trời? Trong tâm tưởng, nó đang kêu gào tuyệt vọng. Tiếng khóc câm lặng nhói buốt trong linh hồn nó. Đuôi thuyền hình tam giác chỉ nhô lên khỏi mặt nước khoảng ba mươi phân khi tay nó chạm được vào. Cu Quý bám tay vào cái chóp bê tông của đuôi thuyền, dướn lên hít một hơi thật dài rồi lặn xuống. Dòng nước đen như mực, có mở cũng như nhắm, tốt hơn là nhắm mắt, mui thuyền đan bằng tre, rất có thể đâm vào mắt. Nó quẫy chân, lần theo lòng thuyền trườn xuống.

Nó bỗng giật mình hốt hoảng, rồi nỗi vui mừng cũng bùng lên khi một bàn tay nhỏ bé túm chặt lấy tay nó. Tay em Vi ngày thường như một bông hoa trắng, nhỏ xinh xinh và mềm mại, giờ mạnh hơn nó tưởng tượng nhiều. Nó xoay người, một tay bám vào gờ thuyền, một tay kéo em Vi thật mạnh nhưng không được. Nó hết hơi rồi. Nó cuống cuồng gỡ tay em Vi để nó ngoi lên mặt nước lấy hơi. Đuôi thuyền đã chìm hẳn xuống nước, nó hối hả hít hơi rồi lặn xuống. Như vậy là em Vi bị mắc phần dưới. Nó cố tình lần theo mép kia của mạn thuyền để tránh tay em Vi, nó chạm vào lưng của em, nó cảm thấy tay em quờ xuống định túm lấy nó, nó đạp chân vào mui thuyền cho người nó xuống thấp hơn, tay nó lần theo chân em Vi. Chân phải của em đang đập loạn xạ. Chân trái đây rồi. Cổ chân bị mắc vào giữa một cọc tre và hình như một góc của cái chạn gỗ. Có lẽ cái chạn gỗ bị đổ ra, nổi lên nhưng bị kẹt trong khoang. Một tay nó bám vào mui thuyền, một tay cố đẩy cái chạn ra nhưng không được. Nó xoay hẳn người lại, bám cả hai tay vào mui thuyền, lấy chân đạp mạnh cái thang gỗ của chạn. Vẫn cứng đơ! Nó sắp hết hơi rồi. Sự hoảng loạn lên tới tột cùng. Nó cuống cuồng lấy hết sức bình sinh đạp liên tục, cả hai chân. Cái

233

mui thuyền bằng tre mềm thật vô tích sự vào hoàn cảnh này vì không tạo được điểm tì vững chắc. Chân em Vi đã không còn đạp nữa. Nỗi sợ khoan vào tim nó. Có chết nó cũng phải cứu em bằng được. Nó lặn hẳn xuống, thử giải pháp cuối cùng, hai chân đứng một bên mạn thuyền, vai và tay đẩy mạnh cái chặn gỗ. Được rồi! Cái chặn nhích ra, tuột khỏi một điểm mắc nào đấy rồi tung ra. Nó cảm thấy cơ thể em Vi trôi lên trên. Phổi nó đói khí, cả lồng ngực đau nhức. Theo bản năng nó hớp lấy không khí nhưng chỉ là nước. Nó mệt quá rồi, lý trí nó như một ngọn lửa sắp lụi. Toàn bộ cuộc sống bỗng như một thước phim quay nhanh lướt qua, giống như ngọn lửa sắp tắt thường loé lên mãnh liệt vào khoảnh khắc cuối. Nó choàng tỉnh, lý trí lại bật sáng trong tia chớp cuối cùng, nó đạp mạnh chân cho người vọt lên, đầu nó va vào lưng em Vi. Tay nó lập tức túm lấy lưng em, chân nó đạp liên tục để cả hai vọt lên thoát qua mui thuyền. Nó đạp mãi, đạp mãi... chân nó chậm dần, hai tay nó buông em Vi ra, lý trí của nó tắt dần, bụng nó đã no nước, bộ não thiếu khí đang mất kiểm soát, tất cả sắp tắt lịm... Bỗng nhiên một luồng khí đập vào mặt nó, cảm giác mát lạnh trong trẻo đánh thức nó dậy, nó hít một hơi dài, đồng thời tay nó cuống cuồng túm lấy áo em Vi, kéo em lại gần. Nó hối hả đạp chân, hối hả hít vào, hối hả thở ra, dồn dập, vội vàng để giành lấy sự sống cho mình và cho sinh linh nhỏ bé xinh đẹp kia... Ánh chớp loé lên khiến nó nhìn được bờ, nó đạp nước để chỉnh lại tư thế, nó để đầu em Vi ngửa trên mặt nước, một tay vòng qua cổ của em kéo, tay kia khua liên tục.

Chỉ có mấy mét nhưng thành xa lắc. Nó mệt quá, tay chân nó hầu như không còn lực nữa. Nó gần như sắp mất tự chủ, gần như buông xuôi thì nó nghe ai đó kêu lên mừng rỡ, hình như giọng của chú Ân:

"Đây rồi! Hai đứa đây rồi!"

Nó trôi vào miền vô thức. Nó nhìn thấy anh Chiến, thầy và ông nội. Nét mặt anh Chiến vẫn lì lì như xưa, nhưng hình như anh đang cố giấu một nụ cười khi thấy nó. Thầy chìa rộng hai tay đón nó với nụ cười rạng rỡ. Ông nội cười khà khà, chòm râu rung theo tiếng cười...

*

Mẹ đón em Vi về nhà. Đàn ông làng nổi chia thành mấy nhóm đi tìm xác cô Sương. Sau bốn, năm ngày đi suốt dọc dòng sông tới bảy, tám cây số, mọi người đành bỏ cuộc. Cuộc sống sông nước, sống được là nhờ con cá, con tôm, họ phải quay về với mưu sinh đời thường. Chú Ân cùng mẹ đứng ra làm đám ma cho cô Sương tại làng nổi. Ni Sư Thích Lãng Vân và sư cô xuống tụng kinh cầu siêu cho cô.

Vi ngơ ngác hàng tháng sau. Mẹ xin cho em nghỉ học để mẹ có thể đưa em đi chơi cho khuây khoả. Mẹ muốn bù đắp, muốn em cảm thấy có một người mẹ yêu thương em hết lòng. Tình yêu của mẹ như vị thuốc quý, đã khơi lại sức sống non trẻ trong em. Em bắt đầu cười nói lại, vẻ xinh xắn rạng ngời lại dần bừng sáng như xưa. Giọng nói, tiếng cười của em lại lảnh lót lúc ngồi sau xe đạp. Mùa thu đang lúc đẹp nhất, hai anh em chơi đùa suốt ngày trên đê mà không sợ nắng cháy da.

Có lần trong bữa ăn cơm, Vi bỗng buông đũa, tần ngần. Mẹ hỏi:

"Bé Vi ăn đi con, nghĩ ngợi gì thế?"

Em lặng im, định hỏi điều gì nhưng lại thôi.

Chờ một lát, mẹ nói dịu dàng:

"Mẹ tuy không sinh ra con nhưng mẹ yêu quý con không khác gì con đẻ, có băn khoăn gì thì con nói cho mẹ biết nhé. Giữa mẹ con ta chẳng có điều gì ngại ngần đúng không?"

"Thế mẹ là mẹ của con thì anh Quý là anh trai của con ạ?"

"Đúng rồi, các con là anh em của nhau"

"Thế..." Vi ngập ngừng, liếc nhìn cu Quý. "Thôi, để lát nữa con nói với mẹ."

Cu Quý không để ý lắm tới chuyện ấy. Ăn xong, nó ra ngồi chơi ngoài hiên. Giờ nó không ngủ ngoài hiên nữa. Con Vện già quá nên đã chết hồi đầu năm rồi. Mẹ bảo hôm nào ra chợ huyện mẹ sẽ tìm mua một con chó thật đẹp. Cu Quý bảo mẹ thích thì nuôi thôi chứ đối với nó chuyện ấy chẳng quan trọng. Con Vện là con Vện. Con Vện đã gắn bó với bao kỉ niệm tuổi thơ, với cả bao kí ức đau buồn của nó, một con chó khác không thể thay thế được. Con Vện, cũng như con ngựa sẽ luôn có một vị trí đặc biệt trong kí ức của nó.

Cô Sương mất rồi nên cu Quý cũng không thích câu cá nữa. Mỗi lần qua đò nó lại nhớ đến cô. Một người khác đang dùng cái đò của cô nhưng cu Quý tránh sang sông bằng cái đò ấy. Giờ có lẽ nó hiểu tại sao người già phải ra đi, phải chăng vì năm tháng cuộc đời chất chứa quá nhiều trong họ? Khi người ta sống nhiều rồi thì đi đâu, làm gì cũng có một điều gì đấy gợi nhớ tới những người đã khuất, những ký ức buồn. Vì vậy mà đến một lúc nào đó họ sẽ muốn được rời khỏi cõi sống này để chuyển sang một cảnh giới khác, nơi họ sẽ gặp lại người xưa, nơi ký ức buồn sẽ không khiến con tim họ se sắt nữa. Cu Quý nghĩ, nếu quả thực có thế giới tâm linh, cái chết cũng sẽ không đến nỗi nào. Mỗi người khi chia tay thế giới này sẽ được bao người thân yêu chờ đón ở thế giới khác.

Có thể lắm, cái thế giới ấy sẽ khác nhiều với cuộc sống này, mọi thứ sẽ bền vững hơn, sẽ không bị chi phối bởi sự vô thường, một từ nghe nhẹ nhàng như gió thoảng, một quan sát về cuộc sống nhưng ẩn chứa bao dằn vặt, đau khổ.

Bỗng nhiên trong nhà mẹ bật cười ha ha. Cu Quý giật mình, nỗi sợ quá vãng thoáng qua tim nó, nhưng không phải, mẹ đang rất vui, đang ôm Vi vào lòng.

"Ôi, sao con gái mẹ lo xa thế, cứ để đến lúc ấy rồi tính cũng được mà!"

Em Vi thấy cu Quý nhìn vào thì có vẻ mất tự nhiên, mặt quay đi. Cu Quý hỏi:

"Em lo cái gì hả mẹ?"

"À..." mẹ vừa ầm ừ thì Vi đưa tay bịt miệng mẹ.

"Mẹ không được nói, mẹ nói là con không yêu mẹ nữa đâu!"

"Ừ, ừ... mẹ biết rồi!"

Tối hôm ấy, khi Vi ngủ rồi, cu Quý hỏi mẹ:

"Mẹ, chiều nay em và mẹ nói chuyện gì thế?"

"Chuyện mẹ và con gái với nhau ấy mà..." Mẹ thủng thẳng.

"Ôi dào, mẹ cứ làm bộ quan trọng, con cũng chẳng cần biết!"

Hỏi vậy nhưng quả thật cu Quý cũng không quan tâm mấy. Ngồi quạt cho em Vi mà mẹ cứ tủm tỉm cười. Cu Quý thấy rất vui. Đúng là mẹ cần có ai đó để chăm sóc. Dạo này trông mẹ tươi tỉnh hẳn ra. Lúc nào cũng tíu tít Vi ơi, Vi à...

Rồi tự nhiên mẹ thì thầm, như sợ Vi nghe thấy:

"Mẹ nói, nhưng con không được cho em biết nhé!"

"Gớm, có chuyện gì mà mẹ cứ như trẻ con thế nhỉ?" Cu Quý phì cười.

"Nhưng nhất định không được lộ ra là con biết, không thì nó xấu hổ, nó giận mẹ thì chết!"

"Được rồi, con hứa sẽ giữ kín!"

"Con bé bảo nó không muốn làm con gái của mẹ."

"Ơ, sao lại thế?" Cu Quý tò mò.

"Ừ, mẹ cũng ngạc nhiên, hỏi tại sao thì nó bảo vì nó là con gái của mẹ thì con là anh trai nó..."

"Vâng, thì làm sao?"

"Vì anh em một nhà không được lấy nhau!"

"Nghĩa là sao?"

"Nó bảo, con muốn sau này lớn con sẽ lấy anh Quý làm chồng, mẹ mới rũ ra cười là vì thế. Đời thủa nhà ai mới mười tuổi mà nó đã lo xa như vậy!"

"Ôi trời, tưởng chuyện gì," Cu Quý lắc đầu. "Trẻ con nói linh tinh ấy mà!"

*

Từ ngày Sương mất, anh Ân trách mình nhiều. Là chỗ dựa của Sương từ ngày cô mới đặt chân xuống làng nổi nhưng chỉ vì quá ham vui mà vô tình anh để xảy ra sự việc đau lòng. Anh giống một kẻ thất phu vô tâm, rượu say nên quên điều cần làm. Bao đêm anh ám ảnh bởi ý nghĩ Sương đang trôi vật vờ đâu đó. Có lúc thiếp đi nhưng hình ảnh Sương nằm sấp, mái tóc đen dập dờn phủ cuốn quanh người khiến anh chồm dậy, lòng đau như cắt. Những đêm như vậy, anh phải ra đầu thuyền ngồi cho tĩnh tâm lại. Giá hôm ấy anh quan tâm hơn tới mẹ con Sương, đừng uống nhiều thế… Hàng đêm, anh chìm vào giấc ngủ với lời khấn xin lỗi và mong Sương báo mộng cô ở đâu để anh rước về. Sương đừng giận mà làm thinh như thế, nỗi dày vò khiến anh đủ khổ rồi. Nhưng cuộc tìm vẫn vô vọng. Một mình lặng lẽ, anh đi xuôi dòng tới mấy chục cây số, dò hỏi mọi người hai bờ sông nhưng chẳng hề có kết quả.

Chương 32

Chiến dịch thành cổ Quảng Trị là chiến dịch ác liệt nhất trong đời lính của Quý, và chắc cũng là ác liệt nhất đối với tất cả những ai tham gia vào cái chảo lửa ấy. Sau này cái cảm giác thực thực mơ mơ, ngạc nhiên tại sao mình còn sống cứ bám lấy anh mãi. Mà cảm giác ấy cũng hợp lý thôi. Thời đại học anh đã nghe tin nhiều bạn bè hy sinh. Giấy báo tử liên tiếp gửi về hậu phương. Nhà nào không có người hy sinh thì hàng xóm, hay họ hàng có. Điều ấy gây ra tâm lý cứ ai vào bộ đội là hy sinh. Người ra trận vừa hăm hở được tham gia vào một dòng chảy lớn, hừng hực khí thế, cũng vừa lây tâm trạng buồn, lo lắng của người ở nhà. Lúc đưa tiễn, ai cũng có cảm giác như sẽ không gặp lại người thân của mình nữa. Vậy nên cảnh khóc sướt mướt vào ngày tiễn bộ đội nhập ngũ là phổ biến. Vào ngày ấy, bố mẹ, anh chị em, người yêu sẽ có mặt đầy đủ. Lúc ô tô lăn bánh, có người cố mỉm cười cho người ra đi được vui, có người đưa tay vẫy còn tay

241

kia lau nước mắt, người thì mếu máo chúc con, chồng, người yêu lên đường mạnh khoẻ, dặn nhớ viết thư nhiều, người thì khóc nấc lên chẳng nói được gì, thả cho cảm xúc cuốn trôi... Nhiều chàng tân binh, trước vẫn tươi rói như đi hội, cười cười nói nói nhưng tới lúc ấy cũng không cầm lòng được, cũng kín đáo lau những giọt nước mắt, không muốn anh em khác nhìn thấy sự yếu đuối của mình. Những hình ảnh ấy sẽ đóng dấu vĩnh viễn vào tâm khảm người lính, sẽ hiện lên vào bất kỳ lúc nào, khi hành quân, trong những đêm mất ngủ ở rừng, khoảng cách chờ đợi giữa hai trận đánh... Có lúc hình ảnh ấy chỉ thoáng hiện lên, làm mềm tâm hồn người lính, vốn bị khói súng khét lẹt, tiếng nổ chát chúa của đạn pháo và những cái chết làm trơ lỳ, có lúc làm con tim nhói lên tê tái, khiến dòng cảm xúc ồ ạt đổ về và khát khao về cuộc sống bình dị nhưng rất đỗi thân thương ngọt ngào của ngày hoà bình sẽ trỗi dậy cồn cào, sẽ thành một cái gì đó tuyệt đẹp nhưng vô cùng xa xôi.

Mấy ngày qua Quý sốt liên miên. Kế hoạch chiến đấu thay đổi liên tục khiến các anh phải đào công sự suốt ngày. Đất vùng này cứng đanh, lâu ngày không mưa, xẻng chọc xuống chỉ chực nảy ngược lên vì sỏi, đá, cứ phải hì hụi moi từng chút một. Hít bụi cả ngày nên đờm khạc ra toàn đất. Cả người anh đau như dần, không rõ vì sốt hay vì cơ bắp hoạt động quá tải.

Dường như địch phát hiện được kế hoạch của ta, bom B52 cày nát con đường tiếp vận, khiến lương thực không chuyển vào được. Khẩu phần ăn giảm xuống còn ba lạng gạo một ngày, rồi một lạng, mấy ngày qua đơn vị Quý phải ăn cháo cầm hơi.

Quý kiệt sức. Vào lúc xâm xẩm tối, lúc đang đào công sự, Quý bỗng mệt mỏi ghê gớm. Biết là có vấn đề, anh lăng cái xẻng công binh sang một bên để chống hai tay trên đất, nhưng rồi hai tay anh mềm oặt, Quý ngất, đập mặt xuống đất. Quý được chuyển tới một trạm giao liên để nghỉ ngơi. Đấy là lần đầu Quý như vậy, lần ở thành cổ Quảng Trị, suốt gần tám mươi ngày đêm, anh chỉ bị căng thẳng về tinh thần, còn thể lực của anh vẫn tốt.

Quý sốt cao, mê man suốt mấy ngày. Một điều lạ là những cơn ác mộng thuở xưa lại quay về, nỗi sợ kinh hoàng một lần nữa lại bóp nghẹt tim anh. Đến nỗi mà khi tỉnh lại, anh sợ phải chìm vào giấc ngủ mê mệt nhưng cơ thể của anh quá suy kiệt, anh không cưỡng lại được. Anh lại thiếp đi vào bể ký ức đen tối của đời anh. Trong những cơn ác mộng, anh lại thấy những khuôn mặt lạnh lùng của những ông đội cùng hàng ngàn khuôn mặt nông dân đang gào thét đòi giết, tiếng đả đảo ầm ầm vang trời đất. Anh gặp lại ông nội, gặp lại thầy và anh Chiến, cả ba người bị đánh đập, đều rũ rượi như những mảnh giẻ sũng máu. Anh mơ thấy mẹ và mình bị trói vào cột, bị những ngón tay xỉa xói vào mặt, bị những ánh mắt căm hờn như khoan vào da thịt, bị họ khạc đờm, nhổ nước bọt vào mặt. Anh bật khóc, gào lên, cố giãy giụa để dứt tung sợi dây trói, rồi anh cõng mẹ chạy, chạy mãi, chạy mãi... Có cái gì đấy cứ giữ chân anh lại, cả rừng người vẫn bám sát theo sau, người gậy, người dao thét gầm căm phẫn... Anh bừng tỉnh, mắt vẫn mở mà anh vẫn còn mơ. Mấy nữ thanh niên xung phong đang đứng quanh giường, người giữ chân, người giữ tay để anh khỏi bị thương, người chườm nước lên trán... nhưng anh lại tưởng là họ chuẩn bị giết mình, anh càng hét to, càng giẫy giụa mạnh hơn. Phải tới mấy chục phút anh mới tỉnh hẳn.

Hết sốt thì những cơn ác mộng cũng hết. Anh bỗng nhận ra rằng, bao năm qua ở chiến trường, dù bom đạn ác liệt, những cái chết của đồng đội diễn ra hàng ngày nhưng chưa bao giờ anh có một nỗi sợ kinh hoàng như trong những cơn ác mộng, mà thực chất là nỗi sợ anh phải trải qua vào thời kỳ đen tối ấy. Anh nghĩ mãi sao lại thế, rồi anh cũng lý giải được.

Hoá ra những gì diễn ra ~~vào~~ khi anh lên mười một quả thật là đáng sợ hơn nhiều so với bom đạn Mỹ. Bởi những khuôn mặt trong những cơn ác mộng ấy là những khuôn mặt cận kề quen thuộc, những khuôn mặt từng rất tử tế, thân thiện với cuộc sống hàng ngày của gia đình anh, những khuôn mặt "bên ta". Chiến tranh khốc liệt nhưng chỉ mình anh ở đây, nếu có gì không may thì chỉ mình anh chịu, còn những gì xảy ra thời ấy thì ghê sợ hơn nhiều, bởi anh phải chứng kiến những người thân yêu bị sỉ nhục, đày đoạ và bị giết trong oan ức, đau khổ. Nghĩ tới đấy, anh bật khóc, không phải khóc trong ác mộng nữa mà khóc trong đời thực, khóc vì lần đầu tiên ký ức đau buồn được cô đặc lại thành một khối đen sì âm u rồi nó nhấn chìm toàn bộ tâm thức của anh vào đấy, để anh cảm nhận được trọn vẹn sự tàn nhẫn của nó.

Chương 33

Tốt nghiệp xuất sắc khoa cơ khí trường đại học Bách Khoa, nguyện vọng của Quý là được giữ lại trường làm giảng viên để có thể học tiếp lên nữa nhưng anh được phân về làm ở một xí nghiệp cơ khí Hải Phòng. Quý hiểu rằng dù anh có phấn đấu thế nào thì vẫn luôn bị coi là công dân hạng hai bởi vì không gì có thể xoá được dòng địa chủ kháng chiến trong sơ yếu lý lịch của anh. Thời còn học phổ thông, Quý là người cuối cùng trong lớp được kết nạp vào đoàn mặc dù điểm học tập của anh bao giờ cũng cao nhất lớp và hạnh kiểm luôn tốt. Điểm thi đại học của Quý đạt chuẩn đi học nước ngoài nhưng ông tổ chức cán bộ của trường lắc đầu nói:

"Rất tiếc, đây là quy định chung rồi, em không đủ tiêu chuẩn về thành phần giai cấp, thôi, học trong nước cũng tốt em ạ!"

Vừa bước chân vào xí nghiệp, Quý đã có cảm nhận
không hay rồi. Xí nghiệp cơ khí mà máy móc sơ sài,
còn nghèo nàn hơn cả cái xưởng thực tập ở trường
anh. Nhiều bạn cùng lớp, sức học nhàng nhàng
nhưng được phân công vào những nhà máy lớn ở Hà
Nội, hay vào viện nọ, viện kia, còn công việc của anh
thì một người công nhân cũng thừa sức làm. Quý cố
chịu nhưng sau ba tháng thì anh thất vọng. Lãnh đạo
trình độ lơ mơ, xí nghiệp chỉ được giao những việc
vặt. Vài lần, anh đề đạt hướng cải thiện xí nghiệp
nhưng giám đốc cứ ề à, chẳng quan tâm. Đang buồn
thì tin Vi đỗ đại học y đã an ủi anh phần nào. Như
vậy là tốt quá rồi, Vi đã đạt được ước mơ của mình.
Học ở Hà Nội, mấy tuần một lần, Vi có thể đi ô tô
khách, hay đạp xe về thăm mẹ chứ không xa như anh
bây giờ.

Cần thay đổi thôi nhưng bằng cách nào? Anh trốn
đâu khỏi cái dòng về thành phần giai cấp trong sơ
yếu lý lịch? Cảm giác chán chường tăng lên hàng
ngày. Đôi lần nổi xung với đồng nghiệp, sau đấy nghĩ
lại anh ngỡ ngàng, từ trước đến nay, anh luôn là
người hoà nhã với mọi người. Sự bế tắc đã khiến tâm
lý anh thay đổi. Cuối cùng Quý quyết định xin thôi
việc. Xung phong đi bộ đội là điều hợp lý nhất lúc
này nhưng mẹ chắc chắn sẽ phản đối.

Trên đường về nhà, Quý nghĩ rất lung về vấn đề
này. Anh không thể ở quê để làm ruộng với mẹ, sống
cuộc sống ì trệ, phí bao năm tháng học hành. Anh sẽ

cùn mòn dần, cũng như gần nửa năm qua. Mà xin việc với tư cách con địa chủ thì tổ chức nào dám nhận, nhất là khi anh đã không theo sự phân công của nhà trường? Đúng rồi, chỉ có đi bộ đội thôi. Anh sẽ cống hiến, sẽ cầm súng như một đấng nam nhi thực thụ, sẽ hoà mình vào cái dòng chảy lớn ấy. Và qua đấy, biết đâu anh sẽ lấy lại được tư cách của một công dân bình thường, sẽ được xã hội công nhận mà không bị nhìn với con mắt e dè như hiện nay. Nhưng trở ngại lớn nhất là mẹ. Làm sao mẹ có thể để anh ra chiến trường được. Mẹ đã quá sợ máu và nước mắt, sợ bạo lực và nỗi sợ thẳm sâu nhất là sợ mất anh, giọt máu cuối cùng của dòng họ Hoàng. Nhưng sống thế này thì anh cũng sẽ chết dần chết mòn mất thôi.

Hình ảnh mẹ một mình trong căn nhà khiến lòng anh thắt lại. Anh ao núng nghĩ lại cái ý định kia. Vi mấy tháng mới về một lần. Thiếu em, mẹ buồn hẳn đi. Lần trước Quý về, đúng lúc Vi có giấy báo vào đại học nên cả nhà rất vui. Giờ, mẹ sáng chiều cô quạnh. Nếu anh nói ra điều ấy, mẹ sẽ như thế nào? Mẹ đã quá khổ rồi.

Sau hai tuần cân nhắc, Quý quyết định nói. Nghe chuyện công việc của anh, mẹ chỉ im lặng thở dài nhưng nghe tới ý định đi bộ đội thì mẹ giãy nảy.

"Trời ơi, con là tất cả những gì còn lại của mẹ. Con đi, nếu có gì xảy ra với con thì mẹ sống thế nào được?"

Mẹ sững sờ nhìn anh rồi mẹ quay ra sân. Quý cũng chỉ dám nhìn thoáng qua khuôn mặt mẹ lúc ấy vì dường như mọi đau khổ của quá khứ lại kéo về. Lúc ấy anh đã nghĩ mình tàn nhẫn, mình bất hiếu khi nói điều ấy với mẹ. Hôm ấy mẹ im lặng cả tối. Anh ngơ ngác không biết mình đã quyết định đúng chưa, liệu ý tưởng ấy có điên rồ quá không?

Mấy ngày sau anh vẫn không biết nên nói với mẹ thế nào. Thực ra câu chuyện cũng chỉ có thế, có nói thêm cũng chỉ là nhắc lại những điều anh đã nói. Rồi đột nhiên, sau một bữa tối mẹ hỏi:

"Con thấy em Vi thế nào?"

"Dạ," Quý đoán ý mẹ là gì, mẹ định hỏi là em ấy có học giỏi không, có ngoan không chăng, mà chắc không phải thế, anh chịu không đoán được. "Mẹ hỏi thế nghĩa là sao ạ?"

"Vi nó yêu con lắm đấy!"

"Thì..." Quý cũng vẫn không hiểu mẹ muốn nói gì. "Hai anh em con lúc nào chẳng yêu quý nhau, điều ấy mẹ biết quá rồi còn gì."

Mẹ phì cười: "Con còn nhớ năm em Vi mới về nhà mình, nó bảo muốn lấy con làm chồng không?"

"À," Giờ thì Quý đã hiểu mẹ nói gì. "Nhưng chúng con là hai anh em..."

"Con thừa biết em Vi là con nuôi..."

"Nhưng, dù sao đối với người ngoài thì chúng con... nếu có gì khác mọi người sẽ nghĩ thế nào?"

"Con nghĩ rằng, sau những gì xảy ra thì mẹ con mình còn nên coi việc mọi người nghĩ thế nào là quan trọng sao? Ở đây mẹ muốn biết tình cảm của con với Vi, con có cảm thấy có thể yêu nó, có thể lấy nó làm vợ không? Các con cứ làm gì khiến cho mình hạnh phúc là được!"

Quý bất ngờ. Bỗng dưng mẹ mang ra một điều lạ lùng. Điều này chưa bao giờ thoáng qua đầu óc anh. Anh yêu quý Vi vô cùng. Hồi học đại học, nhìn thấy một bạn sinh viên nào xinh đẹp là anh lại thầm so sánh xem Vi đứng cạnh người ấy thì sẽ như thế nào, ai xinh đẹp hơn ai, nhưng hình như có một rào cản vô hình đã ngăn anh không được nghĩ tới Vi như một người bạn khác giới. Bản thân Vi cũng chưa bao giờ thể hiện là có tình yêu đôi lứa với anh, vậy làm sao mà mẹ biết được điều đó?

"Làm sao mẹ biết được là Vi yêu con?"

Mẹ lắc đầu, mỉm cười hỏi lại: "Trong năm năm đại học, con chưa từng yêu ai đúng không?"

"Vâng..." Quý ậm ừ, cố hiểu ý mẹ.

"Nó nói với mẹ như thế đấy, nó lo con sẽ yêu ai đấy lúc đi học. Nó lo tới phát ốm lên ấy. Mẹ thấy nó là một đứa con gái đặc biệt, câu nói của nó lúc lên mười, ai ngờ vẫn đúng cho tới nay. Chả nhẽ nó biết

251

yêu từ lúc ấy? Mẹ biết nó thông minh và sâu sắc nhưng không ngờ nó phát triển sớm đến thế."

"Thế sao tự nhiên hôm nay mẹ lại nói với con điều ấy?"

"Bởi vì chính nó nhờ mẹ nói với con."

Quý mỉm cười, giờ anh mới hiểu tại sao thư nào Vi viết cũng hỏi anh có người yêu chưa. Mà Vi viết rất nhiều, tuần nào cũng viết, cứ bắt anh phải viết lại, bắt anh kể tỉ mỉ chuyện sinh viên thế nào. Vi có vẻ rất thích sự thật là khoa cơ khí trường anh có rất ít nữ và anh không hay đi sang chơi các trường y, trường sư phạm. Anh cứ nghĩ đấy là sự quan tâm của một em gái với anh trai. Nhưng quả thực anh không hề nghĩ tình cảm của Vi là như vậy.

Câu hỏi của mẹ khiến Quý băn khoăn mãi. Anh có yêu Vi không nhỉ? Chắc là không yêu theo kiểu yêu một người con gái mới gặp. Tình cảm của anh đối với Vi có đơn thuần là tình cảm của anh trai đối với em gái không? Anh quan sát mấy gia đình hàng xóm thì thấy anh trai, em gái chẳng thân thiết nhau lắm, thật khác với anh và Vi, hai anh em quấn quít với nhau từ bé. Phải chăng vì hoàn cảnh khác thường? Hai mẹ con Vi là những người đặc biệt quan trọng đối với anh, họ bù đắp lại sự ghẻ lạnh và tàn nhẫn của những người khác. Mà sao Vi đã có thể biết rõ tình cảm của mình đến thế chứ? Vi lại ít hơn anh những năm tuổi. Chẳng lẽ anh là kẻ chậm phát triển trong việc này?

Quý cứ loanh quanh với những suy nghĩ ấy mãi. Nếu Vi yêu anh mà anh lại không yêu Vi như cách em mong muốn thì liệu em có buồn không? Xinh đẹp, thông minh và tinh tế như em thì rồi sẽ nhiều người thích lắm. Có một điều gì đó vừa loé lên trong Quý. Cái ý nghĩ Vi sẽ có một người yêu, rồi sẽ đi lấy chồng bỗng khiến anh gợn trong lòng. Căn nhà này sẽ hiu quạnh và mẹ sẽ buồn biết bao nếu không có Vi. Vi sẽ có gia đình riêng, sẽ có con với một người con trai khác. Giây phút ấy đã khai mở một nhận thức trong anh. Tuy hai mươi ba tuổi nhưng kinh nghiệm tình cảm nam nữ của anh chưa có gì, anh chỉ biết tới tình cảm ấy qua những cuốn tiểu thuyết. Cảm giác gợn nhói, tiếc nuối khi tưởng tượng Vi đi lấy chồng đã khẳng định một điều bấy lâu mơ hồ trong anh. Phải chăng anh không yêu ai trong suốt bao năm đại học bởi vì anh đã có Vi, đã có sự quan tâm, chăm sóc của Vi? Tình cảm ấy đến quá tự nhiên đến nỗi anh không phải bận tâm, không phải băn khoăn nó là gì. Một cảm giác cồn cào, có lẽ là lòng ghen mà người ta hay nói trong tình yêu đã thoáng xuất hiện khi anh tưởng tượng Vi sẽ đi khỏi nhà này, đến sống ở một nhà khác, sinh con với một người con trai khác.

Những ngày tĩnh lặng ấy là cơ hội Quý nhìn lại mình. Tới một ngày, anh thừa nhận với chính mình là anh yêu Vi với tình cảm đôi lứa. Anh đã không nhận ra điều ấy vì lúc nào anh cũng có Vi. Nhưng giờ thì anh hiểu rồi.

Thật kì diệu, chính sự vận động nội tâm đã khiến Quý nhận ra điều quan trọng và tâm hồn anh bỗng bừng lên bởi một ánh sáng dịu dàng lộng lẫy. Anh bỗng thấy nhớ Vi, mong Vi về, được thấy Vi đi lại trong nhà, cười nói. Anh muốn Vi sẽ chải tóc cho mẹ, sẽ thầm thì to nhỏ chuyện phụ nữ, thỉnh thoảng lại khúc khích cười như xưa. Phải rồi, anh nhớ tiếng cười Vi, nhớ vẻ nhí nhảnh thông minh, nhớ vẻ tươi mát đã mang lại sức sống cho căn nhà này, cho hai mẹ con anh suốt bao năm qua.

*

Từ ngày Quý nhận ra tình cảm của mình với Vi thì cái ý định xung phong đi bộ đội lại có một sức cản mới. Cuối tuần này Vi sẽ về, anh không biết Vi phản ứng thế nào với việc ấy. Thời gian ở nhà khiến anh càng thấy quyết định của mình là đúng. Thanh niên làng Đại An nhập ngũ gần hết. Đi trong làng, gặp người quen anh có cảm giác xấu hổ. Sức dài vai rộng như anh không thể loanh quanh ở nhà khi bao thanh niên khác ra trận. Anh thấy mình giống một kẻ đứng ngoài xã hội.

Có lẽ một phần do mặc cảm về cái dòng sơ yếu lý lịch nên suốt từ thời phổ thông và đại học, anh luôn nỗ lực trong những hoạt động tập thể của nhà trường. Nhưng những nỗ lực ấy vẫn không giúp được anh nhiều. Lớp đại học của anh đã có vài người được kết nạp vào Đảng nhưng điều ấy xa vời đối với thành phần như anh. Phải rồi, đi bộ đội, cầm súng chiến đấu là con đường để anh khẳng định được mình.

*

Vi về được hai ngày. Cũng vẫn là Vi mà Quý cảm thấy như là một người hoàn toàn khác. Càng kín đáo ngắm Vi thì Quý càng cảm thấy rõ tình cảm của mình. Đối với anh thì Vi đúng là một cô gái hoàn hảo. Xinh đẹp, tươi vui và thông minh mà lại rất tình cảm. Chiều ngày thứ ba, anh rủ Vi lên đê chơi. Anh muốn có cơ hội nói chuyện riêng với Vi và cũng muốn sống lại cảm giác xưa. Nhưng mỗi thời một khác, anh không thể để tâm thức của mình quay lại những phút giây thơ trẻ được nữa. Đạp xe trên đê mà anh không biết bắt đầu câu chuyện thế nào. Vi cũng im lặng. Có lẽ mẹ đã nói chuyện với Vi về ý định đi bộ đội của anh, em có vẻ trầm trầm hơn bình thường. Mặt trời chỉ còn cách đường viền của núi Cóc chừng gang tay, nắng đã rất nhạt. Từ xa nhìn lại, những con thuyền của làng nổi đã sắp lẫn hẳn với màu của nước sông Nhành, chỉ có mui thuyền là còn phớt lại mảng nắng vàng.

"Thôi, mình ngồi đây ngắm mặt trời lặn đi!" Quý bảo rồi hai người ngồi trên đôi dép cao su của anh. Quý muốn bắt đầu nhưng sao khó nói quá. Vi là người nhà thân thiết nhưng dường như giờ đây có một điều gì mới mẻ ngăn cách anh với Vi. Em bỗng trở thành vừa quen vừa lạ thế nào ấy.

255

Đã bao năm anh mới có dịp ngắm cảnh trên con đê này. Đây là nơi anh thích nhất vì có thể nhìn được bao quát mọi thứ. Giờ chỉ có những ngọn tre ở làng Đại An là còn chút nắng, làng Dềnh bắt đầu nhạt nhòa, chìm dần vào tranh tối tranh sáng. Từ ngày huyện làm thêm đường mới, có cầu bắc ngang sông Nhành, anh ít có dịp đi đò làng Dềnh. Mai này khi đã dấn thân vào quân ngũ, anh sẽ nhớ nơi này lắm đây.

"Thế anh cứ nhất định bỏ mẹ và em ở nhà để đi bộ đội à?" Vi đột nhiên hỏi. Quý quay sang, sững lại. Nước mắt Vi đang chảy dài trên má. "Tại sao anh cứ băn khoăn về chuyện người ta nghĩ gì về mình nhỉ? Sao anh không sống làm sao mình hạnh phúc là được?

Anh là trường hợp đặc biệt. Mẹ chỉ còn mỗi mình anh. Mà có thể cống hiến bằng nhiều cách, sao cứ phải cầm súng? Anh là kỹ sư giỏi, sao anh không ở nhà làm việc thật tốt chuyên môn của anh. Việc ấy, có phải người nào cũng làm được đâu!"

"Em nói đúng nhưng chính sự kì thị giai cấp đã không cho anh làm việc hết khả năng của mình. Anh không thể làm việc cầm chừng, uể oải được. Làm mà biết rằng năm tháng tuổi trẻ cùng với năng lực của mình trôi đi lãng phí thì để làm gì? Đấy là một sự tồn tại chứ không phải sống."

"Thế anh không nghĩ tới mẹ, tới em sao?" Là sinh viên đại học nhưng trông Vi non nớt làm sao khi em khóc. Nước mắt trên khuôn mặt xinh xắn khiến anh bối rối như mình có lỗi.

"Em đừng nói thế... lòng anh cũng ngổn ngang lắm... nhưng sống thế này thì anh cũng tàn lụi đi, anh cảm thấy mình không xứng đáng với chính mình và mọi người. Em giúp anh nói với mẹ. Mẹ như vậy, anh lên đường nặng lòng lắm."

"Anh thật là... Em còn chưa quen với ý nghĩ ấy nữa là." Vi ngẩng đầu, nhìn thẳng vào mắt anh. "Em đã nhờ mẹ nói với anh tình cảm của em nhưng giờ em có thể tự nói được. Em yêu anh, không phải chỉ là tình cảm của một người em gái với anh trai mà là... yêu... anh. Anh hiểu không?"

Quý lặng người, mặc dù đã biết nhưng nghe chính Vi nói ra điều ấy khiến anh choáng. Gương mặt xinh đẹp với nước mắt vừa thân quen, vừa mới lạ. Vi mà anh biết từ lúc mấy tuổi giờ dường như biến thành người khác. Trong người con gái kia đang ẩn chứa cả một trời bí ẩn hấp dẫn. Cảm xúc dâng tràn, anh muốn nói với Vi rằng tình cảm của anh với Vi hơn là đối với em gái, anh yêu Vi, anh muốn cả đời được sống cùng Vi trong một mái nhà như bao năm qua... Nhưng thói quen nhút nhát khiến anh đỏ bừng mặt, cổ họng nghẹn lại, người cứng đơ.

"Thế anh có hiểu em nói gì không?" Vi quay hẳn sang, nhìn anh chăm chú. Thiên nhiên dường như phụ họa, có ý giấu sự bối rối của anh. Khuôn mặt kẻ chưa từng yêu nóng bừng như bị bỏng nắng. Mặt trời đã trôi khuất sau núi Cóc.

Ánh sáng trở nên mềm mại. Vạn vật hòa vào nhau trong một gam trầm ấm áp mơ màng. Khoảnh khắc ấy, trong anh bỗng trỗi dậy một ý muốn bỏ mặc mọi thứ, mặc sự đánh giá của xã hội, mặc tấm bằng đại học, mặc khát vọng chứng mình bản thân... để anh có thể lấy người con gái này làm vợ, để được sống với em ngày qua ngày trong hạnh phúc tinh khiết của tình yêu, để được gần mẹ thân yêu, được chăm tuổi già của mẹ. Anh ngồi lặng như hóa đá, sự giằng xé khiến anh như bị tê liệt. Anh không biết nói sao nhưng hiểu là mình cần phải nói một điều gì đó.

Nhưng nói gì đây, nói ra thì anh có thể vẫn nhập ngũ được không? Làm sao biết được điều gì chờ đợi anh nơi bom đạn. Biết đâu câu nói cháy bỏng và ngọt ngào ấy sẽ khiến người con gái sẽ chờ mãi. Anh có thể quên mọi thứ để được sống với tình yêu, lấy vợ sinh con nhưng một ngày nào đó anh sẽ hối tiếc đã để tuổi trẻ đi qua mà không làm gì cho đáng mặt nam nhi.

Khi Quý nhớ ra thì Vi đã đi tự lúc nào. Anh loáng cuống bật dậy. Đằng kia, trên con đê là dáng hình người con gái anh yêu. Vi cúi đầu bước đi dưới ánh sáng nhợt nhạt hắt xuống từ nền trời xanh xám tim tím. Anh thảng thốt gọi "Vi ơi!" rồi hối hả xỏ dép. Trời tối, luýnh quýnh mãi, ngón chân anh cứ đưa ra ngoài. Anh dắt xe chạy theo Vi.

"Vi ơi, chờ anh với!" Anh gọi to. Vi cúi đầu đi nhanh hơn. Khi đã kịp, anh giật mình bởi tiếng thổn thức của Vi.

"Ôi, em khóc à?" Quý hỏi, víu cánh tay Vi. "Thôi, em đừng khóc!"

Câu nói như van xin ấy chỉ làm người con gái tủi thân hơn, Vi vùng chạy. Quý buông xe đạp đuổi theo. Chiếc xe đạp đổ rầm xuống đường. Anh ôm trọn Vi trong tay. Anh cảm thấy nước mắt của Vi trên ngực mình, rồi bao suy nghĩ, lý trí bỗng bay biến sạch, hoàn toàn chẳng chuẩn bị gì trước, hoàn toàn vô thức, anh thốt lên vội vàng như cố ngăn dòng nước mắt của Vi:

"Anh yêu, anh yêu em!"

Bất giác như trong một bộ phim nào đấy, anh cúi xuống hôn Vi. Cảm giác mềm mại nơi môi người con gái, vị mặn nước mắt, cảm giác no đầy, ấm áp của người em trong vòng tay. Khoảnh khắc ấy dường như cả người Quý bỗng bùng nổ trong một niềm khao khát mơ hồ mà vô cùng mãnh liệt. Anh muốn làm một điều gì đấy mà không biết là gì. Anh chỉ cảm nhận một sự ngọt ngào đầy quyến rũ đang chiếm trọn lấy cơ thể và tâm trí anh, hướng dẫn anh phải ghì siết, hít hà, cảm nhận trọn vẹn tất cả những gì hiện hữu nơi người con gái. Anh cuống quít hôn và Vi đáp lại bằng cặp môi dâng hiến, run rẩy mãnh liệt. Người

259

con gái là đi trong vòng tay của anh, khiến anh phải trấn tĩnh để không bị ngã cùng.

"Ê ê ê," bỗng một đám học sinh kêu to. "Hôn nhau, hôn nhau ngoài đường, ê ê ê!" Mải cười, một đứa đâm phải xe đạp của Quý, ngã sóng soài.

Quý chợt tỉnh, anh vội chạy tới chỗ thằng bé.

"Làm sao không em? Anh xin lỗi!"

"Vứt xe giữa đường để hôn nhau!" Ánh sáng nhờ nhờ khiến Quý không nhìn được rõ mặt thằng bé, nhưng qua chiều cao anh đoán nó chừng mười lăm tuổi. Nó đứng dậy ôm sườn, cằn nhằn, rồi lại cười khanh khách được ngay, nó trêu:

"Thôi, anh ra hôn tiếp đi, để cho chúng em học tập!" Lũ bạn nó nghe thấy vậy, cười ngặt nghẽo, vẻ khoái chí lắm, rồi cả bọn lên xe đi tiếp.

Quý dắt xe lại chỗ Vi, cảm giác êm đềm dâng ngập tâm hồn anh. Vậy ra hôn là thế, anh mỉm cười nghĩ, giờ có ra trận thì anh cũng đã biết hôn là thế nào rồi.

Đợi anh lại gần, Vi nói:

"Ở nhà với em và mẹ nhé!"

Quý im lặng. Biết nói sao để Vi hiểu đây? Anh đã suy nghĩ bao lâu về quyết định này rồi.

"Anh đừng đi, chúng mình sẽ làm đám cưới, rồi sinh con. Nhà chỉ có anh là đàn ông trong nhà, anh..." Vi bỏ chừng giữa câu, im bặt.

"Vi ơi, anh muốn ở nhà với em, với mẹ nhưng lòng anh sẽ không yên được đâu, anh không thể chỉ sống với gia đình. Chỉ ru rú trong nhà sao được khi mọi người tòng quân ầm ầm như thế!"

"Nhưng..." Vi ngập ngừng. "Mẹ bảo nhà anh đã oan ức đau đớn quá rồi, đã thiệt thòi quá rồi, sao anh còn phải băn khoăn về chuyện cống hiến làm gì?"

"Em ơi, anh không thể để quá khứ cầm tù anh. Không phải vì những gì xảy ra mà anh đành cam phận sống thu mình như con sâu trong cái kén được. Mà em biết đấy, anh đi một phần vì nghĩa vụ của một thanh niên, mà cũng một phần anh muốn phá đi những gì quá khứ áp đặt lên anh. Em hiểu cho anh, hãy để anh đi, rồi anh sẽ lại về với mẹ, với em."

Vi im lặng, cúi đầu bước đi. Từ đấy tới lúc về tới nhà, Vi không nói thêm câu nào nữa.

"Em ở nhà chăm mẹ giúp anh. Anh hứa là sẽ trở về!"

*

Có lẽ do Vi nói lại nên hai hôm sau, mẹ gọi anh ra bảo:

"Thôi, con đã quyết thì con cứ đi đi, nhưng thư thư lại một chút được không? Mẹ làm lễ cưới cho hai đứa, cố sinh cho mẹ một mụn cháu rồi con đi."

Quý lặng im một lát.

261

"Mẹ ạ, con không thể làm thế được. Con không muốn bằng một đám cưới và một đứa con để Vi phải chịu rủi ro ở vậy cả đời chờ con. Con xin mẹ để con nhập ngũ được thanh thản, mẹ đừng..." Quý không nói hết câu vì lúc ấy gương mặt mẹ như nhợt đi. Đấy là lần cuối cùng hai mẹ con nói về việc ấy.

Sau đấy mấy ngày, một đêm Quý tỉnh giấc vì nụ hôn của Vi. Em đã nằm cạnh từ lúc nào. Quý tỉnh ngủ ngay bởi cảm giác bất ngờ, đầy phấn chấn, lạ lẫm và ngọt ngào. Anh đờ người, không biết làm gì, trong lòng nghĩ sao Vi lại có thể hành động đường đột và táo tợn đến thế. Mẹ nằm đằng kia, nếu mẹ biết thì mẹ sẽ nghĩ thế nào? Vi thầm thì vào tai anh:

"Ôm em đi!"

Quý chưa kịp phản ứng thì Vi đã choàng tay kéo anh sát vào người em. Quý ngây ngất vùi mặt vào bộ ngực thanh tân căng tròn mềm mại của người con gái. Mùi hương da thịt trinh nữ níu kéo êm đềm, ru anh vào say mê. Vi cầm tay anh đặt vào ngực em. Cả người Quý bỗng trào lên một niềm khao khát mạnh mẽ, một lần nữa anh muốn vứt bỏ hết, vứt bỏ tất cả để được ở nhà, để sớm sớm chiều chiều được gần người con gái anh yêu, để được hưởng mật ngọt của tình yêu nam nữ, để được đêm đêm vùi mặt vào bộ ngực tuyệt vời này, nơi ẩn chứa bao điều huyền diệu. Bàn tay anh vô thức bỗng thành tham lam tận hưởng, người Vi cong lên áp chặt vào anh, nhưng rồi anh đã làm một việc mà anh sẽ tiếc nuối mãi sau này. Anh bỗng bừng tỉnh, lý trí ngu ngốc trỗi dậy trong anh, anh kéo áo Vi xuống rồi thầm thì như hụt hơi:

"Thôi, em về giường đi, em thương anh thì về giường đi. Sẽ có ngày anh về, rồi anh sẽ sống chỉ vì em, vì mẹ, vì các con chúng ta."

Vi nằm yên hồi lâu trước khi ra khỏi màn. Tần ngần một thoáng rồi Vi lại vén màn, đặt một nụ hôn lên môi anh, nụ hôn nhẹ nhàng ngọt lịm và tròn trịa, khác hẳn với nụ hôn luýnh quýnh vụng về chiều nay của anh, xong Vi đi về giường của em và mẹ.

Chương 34

Chiếc ô tô chở lính phục viên đã đi được hai ngày. Tất cả đều chung cảm giác mong ngóng tới nghẹt thở. Chỉ mấy ngày nữa thôi là được về với người thân, về với quê hương. Chiến tranh kết thúc rồi, kết thúc thật rồi. Không ai reo lên câu ấy nhưng chắc giống như anh, chắc hẳn câu "chiến tranh kết thúc" cứ vang lên trong đầu mỗi người lính.

Trong ba lô ai cũng có một con búp bê nhưng anh thì không. Anh có mấy tấm vải cho mẹ và Vi. Anh còn mang một cây hoa sứ đỏ. Có lẽ chỉ mình anh có quà này. Các cán bộ binh trạm của hai đêm nghỉ chân đều chưa từng nhìn thấy, ai cũng hỏi cây gì? Nó đặc biệt ở cái gì mà anh phải cầu kỳ mang mấy nghìn cây số như thế? Anh cười, nói vì thích thôi. Mà coi là đặc biệt cũng được vì anh đoán ở ngoài Bắc chưa ai có loại hoa này. Vi thích hoa, anh muốn có một món quà đặc biệt cho em. Bọn bạn lính, thằng mang khung xe đạp, thằng mang chiếc quạt điện nhưng anh không thích mấy thứ đó, tuy có thì cũng tốt nhưng mấy món quà ấy cứ thế nào ấy. Anh nhớ mãi hình ảnh hồi Vi chừng mười ba tuổi, vào sinh nhật của Quý năm anh mới vào đại học năm thứ nhất. Em mặc chiếc váy đỏ, tay cầm kéo đi dọc triền đê cắt hoa Xuyến Chi. Anh đi cạnh ôm hoa. Cả một ôm to tướng trước ngực khiến anh rất khó nhìn đường. Không để ý nên nhựa hoa ra đầy chiếc sơ mi trắng mới của anh. Về tới nhà, trong khi anh giúp mẹ làm gà thì Vi hì hục một mình khuân cái lu nước nhỏ ra giữa sân để cắm hoa. Xong rồi em ngậm nước phun lên. Màu trắng tinh khiết nhỏ nhắn của cánh hoa nổi bật lên trên nền lá xanh mướt, dưới ánh nắng phớt nhẹ của mùa thu, những chấm nhụy vàng bỗng chói lên rực rỡ. Khi nhìn thấy áo trắng của Quý, Vi chép miệng, nhăn mặt đầy tiếc nuối. Em bắt Quý cởi áo rồi em loay hoay tìm cách tẩy nhưng không được. Vi ngồi thừ người ra, phải an ủi mãi em mới tươi tỉnh lên.

Qua hai đêm nghỉ chân, anh đã cảm thấy sự ấm áp của hậu phương. Những cán bộ binh trạm nấu cơm, chuẩn bị chỗ nghỉ cho các anh với một vẻ ân cần, chân thành tự đáy lòng. Hình như đối với họ hình ảnh người lính với chiếc mũ tai bèo, khăn rằn và chiếc ba lô con cóc mang một ý nghĩa vô cùng đẹp đẽ. Trong sự đón tiếp ấy có lòng biết ơn và lòng kính trọng đối với những con người đã từng vào sinh ra tử, đã từng chứng kiến nhiều mất mát trong bom đạn.

Trong chuyến đi, nhiều lần Quý thiếp đi trong niềm hạnh phúc mong chờ nhưng rồi tiếng gầm của động cơ lại đưa anh về với chiến tranh. Trong giấc mơ anh lại nghĩ chuyến ô tô đang về quê hương kia chỉ là một giấc mơ, còn anh đang nằm giữa một cuộc đụng độ, đạn, pháo đang liên tục nổ ùng oàng, tiếng nổ cứ kéo dài mãi, dài mãi không thôi... Anh choàng tỉnh, mỉm cười sung sướng. Không, không phải là mơ! Chiếc ô tô này là thật, đồi núi, cánh rừng này, cánh đồng lúa kia, những cánh cò, những khuôn mặt sạm nắng, da mặt bì bì của sốt rét, của mưa nắng đang ôm ba lô ngủ kia là thật, rất thật. Mỗi tiếng gầm gừ của động cơ, tiếng lạch cạch liên hồi của cái cánh cửa lỏng lẻo kia là âm thanh chứng thực rằng anh đang đi gần về với mẹ, với Vi, với dòng sông Nhành, với con đê đầy ắp kỷ niệm đau khổ và hạnh phúc.

Sẽ không còn những cuộc hành quân suốt ngày đêm, không còn tiếng bom rơi rung chuyển mặt đất khiến đầu óc u u câm lặng, không còn tiếng súng chát chúa hủy diệt, âm thanh tàn nhẫn cướp đi những gì thiêng liêng nhất của sự sống, âm thanh vô cảm trong nháy mắt có thể xóa đi bao ký ức, khát vọng, ước mơ của một sinh linh. Sẽ không phải rùng mình mỗi lần có tiếng đạn xé lướt qua, bỏng rẫy cả tai, không còn ý nghĩ mỗi lúc mở mắt là có thể hôm nay sẽ là ngày cuối cùng của đời mình. Sẽ không còn phải lần mò trong hẻm núi, khe suối, ngọn đồi để nhặt từng mảnh xác của một người vừa nói chuyện với mình nửa tiếng trước, không còn cảm giác trơ lì khi tiễn đưa đồng đội, không còn phải hỏi mình sẽ thành cái gì khi không biết khóc nữa.

Tám năm liên miên với đạn bom, chết chóc, với cuộc sống phi tự nhiên thật dài như cả một thế kỷ. Con người sinh ra đâu phải dành cho súng đạn, con người sinh ra để yêu thương, để lấy vợ, lấy chồng, sinh con đẻ cái, lao động, học tập. Có những lúc Quý cảm thấy cuộc chiến này chẳng bao giờ kết thúc, và cuộc đời anh thế là xong, anh sẽ chẳng bao giờ được nhìn thấy dòng nước đo đỏ đục ngầu của sông Nhành nữa, sẽ chẳng có nụ hôn nào nữa trên môi Vi, sẽ chẳng bao giờ được nhìn ngắm những nếp nhăn trên khuôn mặt mẹ...

Mấy ngày nữa thôi, nỗi nhớ đằng đẵng về mẹ, về em, về căn nhà chứa bao kỷ niệm thân thương và đau khổ, về dòng sông, về triền đê... sẽ không còn nữa mà tất cả sẽ hiện hữu trước mắt anh. Anh có thể nhìn ngắm, được ôm lấy mẹ, được cảm nhận hương bưởi trên mái tóc em, được khuấy chân lên dòng nước mát lạnh, được cảm thấy cỏ gòn gọn ram ráp dưới chân, được ngọn gió đượm mùi lúa ve vuốt mặt... chứ không phải bằng sự tưởng tượng, bằng ký ức xa xăm như một giấc mơ.

Nửa năm rồi anh không nhận được thư Vi. Bức thư cuối mẹ gửi cách đây gần một năm. Hòm thư thay đổi liên tục, việc thất lạc là thường. Trong thư, mẹ bảo Vi đã ra trường, về làm bác sĩ trong bệnh viện huyện. Hàng ngày Vi đạp xe đi làm. Vi thích lắm. Mẹ sung sướng tối tối có Vi ở nhà, mẹ con lại tíu tít bên nhau như ngày nào. Chiều chiều mẹ đun một nồi nước bồ kết, có vỏ bưởi, có hoa nhài cho Vi về gội. Con đường đê vẫn bụi mù mịt như xưa. Mỗi sáng mẹ hào hứng đi chợ, cố nghĩ mua gì hôm nay để Vi thích, để không lặp lại những gì hai mẹ con đã ăn hôm qua, hôm kia. Mỗi tối, trong bữa cơm, Vi mang về cuộc sống ở bệnh viện, những câu chuyện bác sĩ, y tá, bệnh nhân. Thư nào mẹ cũng nói Vi gửi lời hỏi thăm anh. Anh đoán là mẹ tự thêm vào chứ Vi cũng chăm chỉ viết thư cho anh lắm, Vi đâu cần qua thư mẹ để gửi lời hỏi thăm. Thư mẹ viết dài, nội dung lặp đi lặp lại nhưng anh thích. Nào là đàn gà bao nhiêu con, đàn lợn lớn nhanh thế nào, ông nọ, bà kia ở làng ốm đau, nhà này lấy vợ cho con, nhà kia gả con mãi đâu, thú thực là nhiều tên người anh không nhớ nhưng điều ấy không quan trọng.

Những bức thư mẹ viết cho anh được sống lại trong không khí làng quê, khiến tâm hồn anh mềm ra, thả lỏng sau những căng thẳng khắc nghiệt của đời lính. Lính tráng bọn anh thèm thư nhà lắm. Thư là của chung, chuyền tay nhau đọc như trẻ con chuyền tay đọc truyện ngày xưa. Nhiều thằng đọc thư người khác mà cứ khóc nấc lên, cứ như là thư của mình. Những lúc ấy, chẳng thằng nào dám ho he, sợ đồng đội mất đi cái giây phút quý giá ấy. Quý giá vì đối với

269

người lính thì súng đạn, mùi thuốc súng, máu me, xác người, sự vất vả quặn thắt sức người... tất cả vây quanh, thường trực hàng ngày. Nếu người ta xúc động quá nhiều thì đánh đấm thế nào được, cũng phải chai lì trước những thứ ấy chứ, nhưng khóc vì mấy câu dặn dò lo âu của mẹ, mấy câu thương nhớ rụt rè của người yêu, mấy câu hỏi thăm khắc khoải của vợ... thì thật quý giá vô cùng. Nó chứng tỏ những thằng lính còn là con người, những linh hồn vẫn còn khả năng rung động bình thường. Những thằng lính như những con ma đói ăn về những gì ngọt ngào nơi hậu phương. Có thằng thích một lá thư của đồng đội đến nỗi khi người kia hi sinh, nó đành khấn xin lá thư để thỉnh thoảng đọc.

Mỗi cánh thư mỏng mảnh trong chiến trường bỗng trở thành một tác phẩm văn học, hơn nữa là một tác phẩm văn học gần gũi nhất, đi thẳng vào con tim người lính. Lính tráng thằng nào chẳng có một mái nhà, một lũy tre làng, người mẹ, người cha, anh chị em, một vài bóng hình con gái trong ký ức. Quý là trường hợp đặc biệt. Anh có nhiều thư nhất trong đám anh em. Mà toàn thư hay. Mẹ viết dài toàn chuyện làng xóm, anh em rất thích vì đọc được lâu. Thư Vi nói những chuyện hơi xa với anh em, về trường lớp, các thầy cô giáo, bạn bè, các môn học, chuyện ma khi đi trực bệnh viện, chuyện những lần đầu phải mổ tử thi, chuyện yêu đương trong sinh viên, rồi phần cuối em nói về tình cảm của mình với

Quý, đấy là phần thích nhất của anh em, khiến anh em cứ phải bàn tán mãi không thôi. Đến nỗi để hiểu được Vi nói gì, anh em lại bắt Quý giở những thư cũ ra để tổng kết về cách viết của Vi. Thực ra Quý hiểu Vi nói gì quá chứ, và có lẽ anh em cũng hiểu ngay nhưng đêm thì dài, rừng thì tĩnh lặng âm u như địa ngục, nên có chuyện mà tán ra tán vào là quý rồi. Quý chiều anh em, lấy ra tập thư, mỗi người một lá, được đoạn nào lại đọc to lên cho nhau nghe. Kiểu ăn dè. Ăn dè dĩ vãng, ăn dè suy ngẫm, ăn dè ngọt ngào... Cái tên Kiều Vi trở nên thân thuộc với tất cả đồng đội của Quý. Quả thực là anh yêu những lá thư của Vi vô cùng. Anh cũng qua đời sinh viên nên dễ đồng cảm với những câu chuyện của Vi hơn. Anh có cơ hội giải thích một vài điều trong thư cho anh em hiểu. Vi rất ít khi nói là Vi nhớ anh, yêu anh thế nào mà Vi chỉ kể nhìn thấy ai có giọng nói, nụ cười giống anh. Đi về trên con đường đê thì Vi nhớ lần đã ngã trầy xước hết cả tay khi ngồi sau xe của anh ra sao. Vi bảo nếu không có anh tới cứu lần ấy thì sẽ chẳng có bao câu chuyện để mà kể cho anh, sẽ chẳng có Vi của ngày hôm nay. Vi bảo do vậy mà Vi sẽ chờ anh, mười năm, hai mươi năm hoặc cả đời, nhưng anh phải hứa với Vi một điều là anh phải về với Vi, với mẹ... Những lúc ấy, anh thẫn thờ cả người. Qua dòng thư anh thấy được khuôn mặt của Vi, nét ưu tư hay nụ cười rạng rỡ của Vi, anh hạnh phúc lắm nhưng bảo anh hứa là sẽ trở về ư... Trời ơi, hàng ngày bao đồng đội ra đi mà toàn những chàng trai đáng yêu, đáng được sống vô cùng. Anh có khác gì họ mà anh có thể hứa được điều ấy?

Có những lúc tâm trạng của anh quá u ám nặng nề. Đồng đội mất nhiều quá, anh đã viết thư cho mẹ, nhờ mẹ thuyết phục Vi đi lấy chồng. Chiến tranh thì dài, biết đến bao giờ mới kết thúc. Con gái có thì, Vi chờ đợi như thế khổ lắm. Mẹ đã già, mẹ cần cháu bế cho vui cửa vui nhà. Mẹ viết lại, bức thư đầy nước mắt, bảo mẹ cũng thương em lắm, cũng nghĩ tới chuyện ấy hàng năm rồi. Vi có nhiều bạn trai yêu, theo Vi về tận nhà nhưng Vi nhất quyết nói không. Mẹ đã cho Vi đọc thư của anh. Vi đã khóc sưng cả mắt, mẹ hoảng quá dỗ dành mãi. Mẹ bảo từ giờ đừng bao giờ nói lại chuyện ấy nữa, thư anh gửi cho mẹ cũng có nghĩa là cho Vi. Ở hậu phương khao khát một lá thư của người ra trận lắm. Lâu không nhận được thư thì nóng gan, nóng ruột, chẳng thiết làm gì. Vừa nhận được thư mẹ thì Quý nhận được thư Vi. Vi trách nhiều lắm, bảo Vi đã nói hết lòng hết dạ rồi mà anh không chịu hiểu hay sao. Không có anh về thì Vi sẽ ở vậy cho chết già, để được đêm đêm ngủ cạnh mẹ. Tại sao Vi phải đi lấy một ai đó Vi không yêu, để Vi phải xa mẹ? Vi bảo anh phải viết thư cho Vi ngay, phải xin lỗi vì những điều linh tinh anh viết cho mẹ không thì Vi sẽ giận. Trong thư ấy Vi nói đi nói lại là có anh cứu thì Vi mới sống được đến ngày hôm nay. Cuộc đời Vi từ ngày ấy là sống để cho anh, Vi là của anh. Vi bảo anh đã làm Vi đau lòng đến thế nào khi anh khuyên Vi đi lấy chồng. Anh không yêu Vi nữa sao? Mà tại sao anh tiết kiệm lời yêu thế, thư anh viết cho Vi thì ngắn ngủi, chẳng chịu kể chi tiết chuyện chiến trường gì cả. Cuối thư thì chẳng dành vài dòng nói nhớ thương Vi gì cả.

Trời ơi, chuyện chiến trường. Anh ngẫn người. Chuyện chiến trường toàn chết chóc, toàn bom rơi đạn nổ mà Vi muốn anh kể. Mà chuyện có gì phong phú đâu. Đồng đội này ngã xuống, đồng đội kia ngã xuống, người này mất chân, người kia lòi ruột, người nữa thì cụt cả hai tay... Sao anh lại mang những cảnh ấy về chốn hậu phương yên bình làm gì.

Lần ấy anh viết cho Vi dài hơn hẳn những thư trước. Đấy là lá thư rất khó viết. Một mặt anh muốn giải thích anh viết như thế trong thư gửi mẹ vì sự tàn khốc của chiến tranh, khả năng một người lính trở về mong manh biết chừng nào, một mặt, anh cũng không muốn Vi và mẹ lo lắng. Ý tứ do vậy mà chập chừng, không thể rõ được. Anh biết điều ấy nhưng chấp nhận. Trong thư anh xin lỗi Vi, xin Vi đừng hiểu lầm anh. Từ xưa đến nay trong con tim anh chỉ có duy nhất một mình Vi, Vi đẹp và đáng yêu hơn tất cả những nữ sinh viên anh gặp ở đại học, hơn tất cả những nữ thanh niên xung phong anh gặp trên những chặng đường đầy khói lửa, gặp ai anh cũng nhớ tới Vi, anh khao khát ngày chiến tranh kết thúc để anh được ôm Vi trong vòng tay, để được cảm nhận bờ môi dịu ngọt của Vi, để được cưới Vi làm vợ và hai người sẽ sinh cả một đàn con để mẹ tha hồ mà bồng bế. Gửi thư rồi, lòng anh nhẹ hẳn đi. Anh đã sợ Vi giận thật.

Tối mịt thì xe tới binh trạm cuối cùng ở Thường Tín. Chẳng ai muốn ngủ lại, ai cũng sốt ruột muốn về luôn. Mỗi người được phát tám mươi đồng tiền Giải Phóng và hai mươi cân gạo. Tự nhiên thấy mình rủng rỉnh, anh đổi ý, tối nay anh sẽ ngủ lại Hà Nội. Sáng mai anh muốn mua thêm quà cho mẹ, cho Vi. Anh đã chờ được tám năm, một đêm nữa anh cũng sẽ chờ được. Hơn nữa, tối thế này, tìm được xe cũng là cả một vấn đề.

Chương 35

Cuộc đời dường như đang bù đắp lại cho Quý.
Hạnh phúc gia đình quá đỗi ngọt ngào với
một người lính xa nhà bao năm. Chỉ còn mấy tháng
nữa vợ anh sẽ sinh con đầu lòng. Mẹ vui lắm, nghĩ đủ
mọi cách chăm sóc con dâu. Dường như quên con dâu
là bác sĩ giỏi, mẹ cứ mang những kiến thức dân gian
về chăm sóc phụ nữ mang thai ra nói với vợ chồng
anh. Vi cười, mẹ bảo gì cũng vâng ạ, vâng ạ.

Thời kỳ nghén, Vi thích ăn chua lắm, mẹ bảo thích
ăn chua là mang thai con trai. Mẹ thỉnh thoảng lại kéo
áo con dâu lên ngắm nghía, rồi cười bảo:

"Tròn xoe mà thấp thế kia, con trai thật rồi!"

"Thế cháu gái thì bà không yêu hay sao?" Vi trêu
mẹ.

"Ô, đấy là mẹ đoán thế, cháu nào mà mẹ chẳng yêu, mà hai đứa đẹp thế kia, sinh con sẽ đẹp lắm đấy. Cứ đẻ thật nhiều cho mẹ, mẹ nuôi được hết."

Quý đang sửa xe đạp cho vợ ở sân. Nghe vậy, anh đùa:

"Thế chúng con cứ ở nhà đẻ, không đi làm, bằng cấp vứt xó hết hả mẹ?"

"Chẳng có bằng cấp, công việc gì giá trị bằng đông con, đông cháu."

"Thế mẹ nuôi hết cả con cháu nhé?"

"Được, mẹ nuôi cả, cứ ở nhà với mẹ!" Mẹ gật đầu, cười rạng rỡ.

Quý cười, anh biết mẹ đảm đang từ xưa, có khi mẹ nuôi được cả nhà được thật nhưng sức dài vai rộng như anh sẽ phải tìm một việc gì đó làm. Với tám năm quân ngũ, chắc anh dễ kiếm việc hơn trước nhiều. Thời kỳ này anh thích ở nhà lắm. Năm năm đại học rồi hơn tám năm dẳng dặc nơi bom đạn, giờ được gần những người phụ nữ yêu quý của đời anh, anh thấy chẳng gì bằng. Sống sót qua cuộc chiến là may mắn lớn rồi. Anh chẳng hề ham hố thành ông nọ bà kia làm gì. Hạnh phúc của anh là được gần mẹ, gần vợ. Về nhà mấy tháng, anh được bầu làm chủ tịch hội cựu chiến binh của xã mặc dù nhiều người trong hội nhiều tuổi hơn anh. Thành tích, danh hiệu nọ kia trong chiến tranh và cái bằng kỹ sư cũng khiến anh có

276

chút uy tín. Thú thực là anh không hãnh diện lắm về mấy điều đó. Anh chỉ muốn sống vì những gì anh yêu quý, mấy cái quan niệm thông thường của xã hội về uy tín, địa vị đối với anh không quan trọng. Anh nhận lời vì đang rảnh mà công việc của hội cũng không có gì mấy, chủ yếu đi thăm hỏi gia đình các anh em cựu binh, tổ chức họp hành, tham gia vào mấy hoạt động của ủy ban xã. Nhưng rồi đầu óc ưa vận động của anh cứ tự nhiên nảy ra hết ý tưởng này tới ý tưởng kia. Thấy anh em cựu chiến binh nhiều thời gian, anh lập hợp tác xã cựu chiến binh, xin ủy ban cho mượn ao nuôi cá, góp tiền cùng đóng gạch, xây lò nung, thành lập nhóm thợ xây rồi nhận việc cho anh em. Thấy anh làm tốt quá, ủy ban đề nghị anh đảm nhiệm thêm chủ nhiệm hợp tác xã, anh đồng ý, nghĩ bụng làm một thời gian rồi tính, thực ra anh muốn làm đúng chuyên môn được đào tạo nhưng khắp huyện chẳng có một xí nghiệp cơ khí nào cho ra hồn. Mà làm xa nhà thì anh không thích. Anh thừa nhận mình không thể sống xa mẹ, xa vợ được. Anh tính làm việc ở hợp tác xã, anh sẽ có cơ hội tìm hiểu về nhu cầu máy móc, dụng cụ sản xuất rồi anh sẽ thành lập một xưởng sửa chữa, tương lai có thể sản xuất máy móc nông cụ.

Nhưng hiện giờ công việc không quan trọng với anh. Anh đang tận hưởng dòng nước ngọt ngào của cuộc sống. Được gần mẹ, được ngắm nhìn người vợ xinh đẹp trong ngôi nhà của mình khiến lòng anh rộn lên sung sướng. Còn mấy tháng nữa thôi anh sẽ được làm cha. Anh như một kẻ vừa qua một cơn hành xác dài lê thê. Một kẻ vừa lê chân trên sa mạc trống trơn, nóng bỏng, chỉ có cát là cát, cả cơ thể đau nhức vì thiếu nước, cổ họng nứt toác... đã đinh ninh mình sẽ chết gục trên sa mạc, một bóng mát, một ngụm nước sẽ mãi chỉ là ảo ảnh không bao giờ đến với mình. Vậy mà, đây rồi, hạnh phúc là có thật, dòng nước trong lành mát rượi kia là có thật. Nó tràn đầy, no đủ giống như một hồ nước lung linh khiến anh ngờm ngợp. Anh vẫn chưa quen với hạnh phúc. Anh say mê ngắm mẹ, ngắm vợ. Anh bảo mẹ ngồi ở sân để anh nhổ tóc bạc cho mẹ như ngày nào. Mẹ cười bảo, giờ mà nhổ thì hết đầu à. Nói vậy nhưng mẹ cũng chiều anh, mẹ hiểu con trai muốn sống lại một chút của ngày xưa. Mẹ hiểu anh cần hạnh phúc giản dị đời thường để chữa lành những thứ chiến tranh đã ngấm vào anh.

Cả một năm qua là cả thời kỳ trăng mật. Đám cưới thật vui. Cả sân lại đầy khách. Ni sư Thích Lãng Vân, sư cô và cả làng Dềnh đều tới không thiếu một người, kể cả những thành viên mới và nhiều trẻ con mà anh chưa hề gặp mặt. Mọi người làng Dềnh vẫn thân thiết, tình nghĩa với gia đình anh như ngày nào. Có người cầm lên rượu nếp nhà tự làm, có cô, xưa chơi thân với mẹ của Vi vẫn nhớ anh thích ăn cá, cô đã nấu xôi cá rô, một cô khác thì làm gỏi cá mè cho anh theo cách cô Sương ngày xưa. Anh và Vi đã ra thắp hương mộ các cụ, mộ ông bà nội, mộ bố, mộ anh Chiến và đứng ở làng nổi vái xuôi theo dòng sông để xin phép mẹ của Vi cho hai đứa được thành vợ chồng.

Suốt từ ngày ấy đến giờ, Quý như lạc vào một thế giới hoàn toàn khác. Đêm tân hôn, anh là một chú lính mới tò te nên phải học từng chút một cách yêu vợ. Đây rồi, bao tưởng tượng, mong ước suốt tám năm qua giờ anh đang được cận kề chiêm ngưỡng. Cái đêm Vi vào với anh trước mấy ngày nhập ngũ trong suốt tám năm bom đạn đã biến thành một kỷ niệm xa tít và đẹp lung linh quá đỗi. Anh đã ôn lại cảm giác tròn đầy mềm mại của ngực Vi hàng ngàn lần trong những đêm mất ngủ nhớ nhà, ngay cả khi bom B-52 rung chuyển dữ dội, khiến mặt đất chao đảo. Giữa lúc ấy anh nghĩ mình sẽ chết và anh muốn sống lại hương vị ngọt ngào của bầu ngực con gái, cảm giác mượt mà của mái tóc và bàn tay anh đã mơn man, nâng niu cái báu vật kỳ diệu ấy ra sao... Và thật diệu kỳ, điều ấy quả thực đã giúp anh vượt qua nỗi sợ, chỉ có điều lúc anh nhắm mắt cố tưởng tượng lại chút hương trên ngực em thì mùi khói súng nồng nặc trong hầm đã làm anh sực tỉnh. Những khi nằm võng giữa mưa rừng miên man, nước mưa đập lên mặt, lên cả người trên lớp tăng, anh không dám động đậy vì sợ lớp tăng xê dịch, nước mưa sẽ len lỏi vào ướt người. Không ngủ được thì bàn tay lại vô thức nhớ lại cảm giác ấy. Có lúc anh chợt tỉnh, thấy phần dưới của mình cương cứng khát thèm, nhưng thời các anh, nói nhiều người không tin, còn chẳng biết cách tự giải tỏa cái sự căng thẳng ấy, do vậy mà cứ trằn trọc mãi mới thiếp đi được.

Đêm tân hôn rồi nhiều đêm về sau, anh mới dần dần biết hết về vẻ đẹp và sự bí ẩn của cơ thể nữ giới. Anh còn loay hoay chán, mà chẳng biết làm gì. Anh cuống quít như một chú bé con bỗng dưng được sở hữu cả một kho tàng quý giá. Cuống quít vì anh thấy cái gì cũng đẹp mê li, cái gì cũng hấp dẫn chết người. Sau mấy đêm thì anh hiểu, vợ chồng anh cần một không gian tách biệt để có thể thoải mái hưởng thụ mật ngọt của đời sống vợ chồng. Anh sửa lại một gian nhà ngang thường dùng đựng thóc làm phòng ngủ riêng của hai vợ chồng. Căn nhà trên, tuy rộng nhưng có mẹ ở phía gian kia, khiến anh thấy bất tiện. Giờ thì anh có thể thoải mái thầm thì nói chuyện với vợ khi ân ái và bật ngọn đèn bé tí xíu, ngọn đèn tỏa ánh sáng mờ mờ ấm cúng mà huyền bí như ánh sáng của thiên đường.

Anh có thể vuốt ve, ngắm nghía tận hưởng mọi nét đẹp của người phụ nữ. Nụ cười rạng rỡ, ánh mắt long lanh, vành tai cong cong xinh xắn, cánh tay tròn trịa, mái tóc óng ả đen nhánh sờ vào mát rượi, cặp vú căng đầy đẹp tới mức khiến anh nghẹn thở, anh thích được vùi mặt vào đấy hít hà hương thơm phụ nữ giống như anh đã được thưởng thức thoáng qua hơn tám năm trước, anh đê mê thấy mình như một chú bé con khi áp má vào cặp đùi mịn màng trắng lóa, rồi cặp mông tròn trịa nở bung sau vòng eo thon thả, rồi vùng tối huyền diệu khơi gợi sự khát khao chỉ chực bùng nổ nơi anh... Anh phát điên vì từng góc mà tạo hóa đã ban cho người phụ nữ, tất cả vẻ đẹp ấy được số phận ban tặng cho anh dưới một sứ giả là người vợ yêu quý của anh.

Giờ nghĩ lại mà thương đồng đội, những người đã ngã xuống mà chưa một lần được chiêm ngưỡng vẻ đẹp cơ thể phụ nữ. Anh đi lính khi hai mươi ba tuổi, đã học xong đại học nhưng hiểu biết của anh về con gái cũng chẳng hơn bọn lính trẻ mười bảy, mười tám là mấy. Thời của anh là thời của những chú lính gà tồ ngây ngô. Con gái là cả một thiên đường bí ẩn mà chẳng thằng nào được đặt chân tới. Đi hành quân trên rừng, qua một đám thanh niên xung phong thì cả tiểu đoàn đều nhao nhao lên đùa, cất lên mấy câu tán tỉnh. Bọn anh nói đùa với nhau là y như bọn vắt rừng ấy. Cứ thấy hơi người đi qua là hàng ngàn con đứng thẳng dậy rào rào…

Được một em thanh niên xung phong nào cho một cốc nước, được nhìn sâu vào mắt người con gái ấy mấy phút trước khi hành quân tiếp thì lòng dạ sẽ xốn xang suốt quãng đường, gương mặt, nụ cười ấy sẽ còn lưu lại trong tâm trí đói khát của thằng lính hàng tháng trời sau đấy. Đóng quân ở một nơi mới thì thằng nào cũng mau mau chong chóng tìm cơ hội tiếp cận với gái làng. Hôn được một cái thì về khoe ầm ĩ. Thằng nào liều lĩnh, nhấm nháy tí toáy đi sâu hơn nữa thì về miệng há hốc như cá ngão, cười nói bi ba bi bộ như bị điên. Bàn tay táo tợn vương được một chút hương vị con gái thì nâng niu như một thứ nước thánh, mấy ngày chẳng muốn rửa.

Anh mặc áo đi ra ngoài, thả bộ theo con đường làng. Người làng giờ gặp anh, người thì chào ông chủ tịch, người thì chào ông chủ nhiệm. Chủ tịch ở đây là họ ám chỉ chủ tịch hội cựu chiến binh, chứ không phải chủ tịch xã nhưng họ có ý trêu anh khi cố tình chào như vậy. Anh thấy cũng buồn cười, đang đời lính, bỗng chốc được gọi là ông này, ông kia. Nhưng đã quá rõ sự bất lường của cuộc sống, nên chẳng bao giờ anh có chút ảo tưởng về chức danh này nọ. Chẳng phải ngày xưa, ông nội và thầy được cả làng cúi gập người chào khi ra đường hay sao?

Ký ức tràn về lúc ào ạt đau đớn, lúc rỉ rả xót xa. Anh cứ sống trong ngày tháng hòa bình mà tưởng về những ngày bom đạn. Đến bao giờ anh mới lấy lại được sự thanh thản khi nghĩ về họ, những con người tràn đầy sức xuân nhưng bị vùi dập tàn nhẫn bởi bom đạn. Có lẽ không bao giờ, có lẽ sẽ như vậy cho đến chết.

*

Quý ra đến ao của hội cựu chiến binh. Hôm nay anh em đánh lưới thu hoạch, nhân tiện hút nước, vét bùn cho ao sâu hơn. Thấy anh, mọi người nhao nhao chào. Nhìn những khuôn mặt cựu binh lấm bùn, miệng cười tươi khi giơ những con trắm, con quả to

tướng lên khoe, anh vui lắm. Bao năm xa nhà, cũng
như anh, những con người này đang được hưởng lại
những hạnh phúc giản dị của đời thường. Giản dị
thật đấy nhưng với những người lính chiến thì cái
cảnh kia chính là thiên đường. Được sống sót qua
cuộc chiến để trở về với bố mẹ, vợ con hay người yêu,
lại vẫn khỏe mạnh để lao động chính là ước mơ của
những thằng lính. Cận kề với cái chết quá nhiều rồi
nên giờ đây thằng nào cũng thấy mình may mắn, cảm
giác hân hoan theo tâm lý: đáng lẽ chết lâu rồi, giờ
được ngày nào là lãi ngày ấy, cái tâm lý chỉ có bọn
lính chiến đã từng rát mặt với lửa đạn mới có, bọn
lính làng nhàng đánh đấm lơ phơ, chưa được tử thần
vuốt má thì không có cái tâm lý ấy.

Thời ấy, lính tráng các anh gặp nhau chớp nhoáng
trong những cuộc chuyển quân, hỏi tham gia chiến
dịch nào, trận nào... là biết ngay con người đang đứng
trước mặt kia đã được tôi luyện đến đâu, đã bị cái
nóng rẫy của chảo lửa chiến tranh xào xáo đến đâu.
Hình ảnh con người mới gặp bỗng trở thành thân
thiết, ẩn chứa bao câu chuyện vừa giống vừa khác với
những trải nghiệm của mình. Chỉ mấy câu là quý mến
nhau ngay, thuốc lá ngon rút ra mời, câu chuyện sẽ
nổ như pháo rang trước khi chào nhau để hành quân
tiếp. Bao giờ cũng lạc quan hẹn gặp lại như thể điều
ấy là chắc chắn, rằng chiến tranh chỉ là một trò chơi
vô hại và các anh sẽ đi qua nhẹ nhàng, chẳng hề hấn
gì.

Vui lắm, tình cảm đặc biệt lắm khi nghĩ về những kỷ niệm đời lính nhưng cũng đau xót lắm khi dòng kí ức chạm tới những gương mặt đã hi sinh. Nụ cười tươi rói, tiếng cười ha hả sảng khoái, câu chuyện còn nóng hổi đêm hôm trước, một vài tiếng trước bỗng thành kỷ niệm buồn âm u. Con người ẩn chứa bao câu chuyện chưa kể vừa mới đấy mà giờ đã cách biệt, đã thuộc về một thế giới xa lắc mù mịt, để rồi những bước hành quân tiếp theo bỗng nặng trĩu nỗi niềm, con tim một lần nữa lại bị bóp nghẹt trong những nhịp đập nghẹn ngào. Nước mắt Quý bỗng trào ra, anh vội quay lưng lại hồ cá để không ai thấy mình. Cánh đồng lúa trước mặt anh đang thì con gái. Cái tên ấy cũng làm anh đau lòng. Bao đồng đội đến khi chết vẫn chưa được một lần cầm tay, chưa được đặt môi hôn người con gái nào. Ai cũng cảm nhận được vẻ đẹp thanh tân của con gái, có vậy dân gian mới đặt cho lúa cái tên mơn mởn non tơ và thơm tho ấy nhưng đối với rừng người đã ngã xuống thì vẻ đẹp ấy mãi mãi chỉ là một ý niệm mơ hồ. Chiến tranh tàn bạo, cay đắng và tởm lợm, đáng lẽ nó đã giết anh nhiều lần rồi. Anh vốn không tin ở trời phật hay sự phù hộ của một đấng siêu linh nào. Anh sống được đơn thuần là do một sự may mắn hiếm hoi. Anh chợt hiểu rằng, những người lính trở về như các anh cần phải sống cho bản thân mà cũng là sống cho đồng đội, cho bao con người mãi mãi dừng lại ở cái tuổi xuân đầy sức sống ấy.

Chương 36

Cả chiều ông Ân ngồi uống rượu một mình trong khoang thuyền. Thỉnh thoảng ông đưa tay vuốt ve con Mực. Con này ông mới bắt về được một năm. Đâu có định nuôi nhưng ông đã thích mê bộ lông đen tuyền tuyệt đẹp khi nhìn thấy nó ở chợ huyện. Ông nghĩ đáng lẽ mình nên nuôi chó nhiều năm trước. Ông đi kéo lưới cả ngày, vợ ông sẽ đỡ buồn khi có nó ở nhà.

Hôm nay ông không nhận lời uống rượu với ai. Ông bỗng thấy nặng trĩu trong lòng. Là người luyện tập võ nghệ từ nhỏ, ông đã được thầy dạy rằng điều căn cốt trong con người của võ học không phải là sức mạnh của chân tay, sự điêu luyện của kỹ thuật mà là sức mạnh, sự bền bỉ của tinh thần. Cả đời, ông luôn tâm niệm và chính lời dạy ấy đã giúp ông vượt qua bao thử thách. Nhưng mấy năm trở lại đây thì dường như lời dạy ấy đã không còn tác dụng nữa rồi. Ông

285

như con ngựa thồ già thấm mệt sau khi đã vượt qua con đường thiên lý nhọc nhằn. Con ngựa đi mãi, đi mãi trên một hành trình đơn điệu buồn tẻ. Nó cứ tự nhủ thầm hãy cố lên, cố nữa lên, biết đâu sau chỗ ngoặt đằng kia sẽ có một ánh sáng mới, sẽ có một bãi cỏ xanh rờn ngọt ngào là phần thưởng cho bao nhọc nhằn đã qua. Nhưng sau bao chỗ ngoặt thì lại xuất hiện một con đường hun hút xám xịt. Nó lại tự động viên hãy cố lên, cố nữa lên nhưng năm tháng qua đi, nó đã có tuổi và nỗi nhọc nhằn triền miên đã in dấu lên thể xác và tâm hồn nó. Tới một ngày, nó bỗng hiểu rằng sẽ chẳng có một ánh sáng huyền diệu nào đang chờ đợi, sẽ không có một bãi cỏ êm đềm nào cả. Giây phút nó nhận thức được trọn vẹn điều ấy thì dường như sự mệt mỏi chồng chất suốt bao dặm đường bỗng sụp trên lưng nó. Con ngựa nằm bẹp một chỗ ngắm nhìn bầu trời u ám và điều nguyện ước cuối cùng của nó là cứ nằm bình yên như thế mãi mãi...

Thằng Bảo đã ra quân. Ông đã mong ngóng điều ấy bao năm. Thời gian trước, lâu không thấy thư nó là lòng ông như lửa đốt. Nhiều đêm mơ mất con trong cuộc chiến, ông choàng dậy hốt hoảng rồi lại mừng rằng đấy chỉ là giấc mơ. Thằng Bảo về được hai tuần rồi lại đi. Trong hai tuần ấy nó đi đánh cá với ông như ngày nào, nhưng nó đã già đi và trầm tư nhiều. Nó đâu còn là thằng bé ngày nào, cái gì cũng hỏi bố, mà hỏi luôn mồm. Nào là tại sao nước sông Nhành lại

286

đỏ như thế? Nước sông chảy từ đâu tới và đi về đâu? Sao trên trời đi đâu hết rồi? Ông mỉm cười khi nhớ lại những câu hỏi của nó, trong ấy có nhiều câu ông không biết trả lời, nhưng ông cố nhớ lấy rồi đi hỏi người khác, rồi trả lời nó sau. Giờ đây Bảo đã là một người đàn ông trưởng thành. Về mặt nào đấy, nó còn từng trải hơn ông. Nó đã cầm súng, đã trải qua bao đau khổ chiến tranh. Mùi khói súng, mùi bom đạn đã ngấm vào khiến da thịt nó sạm lại, ánh mắt nó trầm tư như một người già.

Không nói ra nhưng ông mừng lắm. Con ông cũng đã thành một người đàn ông từng trải, và điều kỳ diệu nhất đối với ông là nó nguyên vẹn trở về. Bao người trẻ tuổi như nó đã hy sinh hay để một phần máu thịt nơi chiến trường, vậy mà nó đang ở đây, bằng xương bằng thịt rõ ràng, đầy đủ khoẻ mạnh. Nó đã thay đổi nhiều. Dường như trong nó có một nỗi buồn sâu thẳm, nỗi buồn đã bám rễ sâu vào tâm hồn nó, không thể chia sẻ được. Ông không biết cách hỏi và cũng không dám bởi vì ông hiểu trong người đàn ông có những góc riêng, chẳng thích ai động tới.

Nó đi đánh cá với ông cả ngày. Bữa tối hai bố con ngồi uống rượu, câu chuyện rời rạc nhưng ông thích lắm. Nhìn thấy cái dáng vẻ xương xương gân guốc của nó là lòng ông vui lắm rồi. Nhìn nó mà dĩ vãng cứ chảy về mãi, ông thấy nó chập chững trên con thuyền này, nó bì bõm tập bơi trên dòng nước đỏ ngầu ngoài kia, lúc nó bắt được con cá đầu tiên trong đời, miệng nó hét lên sung sướng, nó cầm con cá chạy lại chỗ bố rồi nó vấp ngã chảy cả máu mồm, con cá văng tít ra xa, cong mình nhảy tanh tách bên bờ hồ. Ông vội lao tới bắt con cá, sợ nó sẽ thất vọng biết bao nếu con cá trốn mất. Nỗi thất vọng ấy còn tệ hơn nhiều vết thương đang chảy máu của nó. Ngày nó hẹn bạn gái đi chơi lần đầu tiên, ông phải tìm mãi mới được một cái áo đẹp nhất của mình đưa cho nó. Đêm ấy, ông không ngủ được. Gần nửa đêm nó về, lạch cạch kéo ván lên thuyền rồi nằm xuống cạnh ông.

"Thế nào, vui không con?"

"Dạ, cũng được!"

Nó nằm ngửa, duỗi dài. Ông liếc sang, dưới ánh trăng mờ mờ hắt vào, hình như nó mỉm cười. Thời gian ấy, ông đã mơ tới một sức sống non trẻ. Thằng Bảo sẽ lấy vợ, sinh con. Trên thuyền sẽ có một vài đứa trẻ lon ton, miệng bi bô như chim hót. Những mầm non ấy sẽ sưởi ấm sự già nua buồn bã của thế hệ trước. Nhưng rồi ông cũng lặng người nhớ ra là không có chỗ cho hai vợ chồng nó ở trên con thuyền này. Ông tự nhủ mình phải cố gắng nhiều hơn nữa để dành dụm cho con. Nếu không mua được một mảnh đất thì cũng phải lo cho con một chiếc thuyền để nó lập gia đình.

Nhưng mấy tháng sau, ông lại thấy nó buồn bã, ngồi lặng đi một mình ở đuôi thuyền. Ông không dám hỏi nhưng ông đoán nó chia tay bạn gái. Lòng ông nhói lên nghĩ biết đâu đấy là lỗi của ông vì đã không lo cho nó một chỗ ở đường hoàng, biết đâu bạn gái nó bỏ vì biết rằng con trai ông là cư dân làng nổi.

Nó đã gặp được một đứa con gái người Gia Rai trong Tây Nguyên từ mấy năm trước khi trên đường hành quân. Nó sẽ vào cưới vợ và làm ăn trong ấy, sẽ ra mắt bố mẹ khi nào có điều kiện. Nhà vợ nó hình như trồng cao su hay cà phê gì đó. Nó có nói nhưng lúc ấy tâm trí ông như phủ một lớp sương mù. Ông hiểu quyết định của nó là đúng. Nó không thể vì bố mẹ mà tiếp tục cuộc sống trôi nổi được. Đời ông đã thất bại, đã không làm được cho con một ngôi nhà vững chắc, giờ đây nó tìm được con đường tốt hơn, ông mừng lắm. Ông như vừa cất đi được một gánh nặng nhưng một điều gì đó đang rạn vỡ trong ông.

Những hôm ấy, uống rượu với bố xong, nó ngồi bóp chân, bóp đầu cho mẹ, vừa lầm rầm kể chuyện đời lính. Ông không rõ là vợ có nghe được hết chuyện nó kể không, còn ông thì nằm đấy lắng nghe chuyện của nó không sót một câu. Nó đúng là từng trải hơn ông nhiều. Nó đặt chân qua bao vùng miền, nó đã gặp bao con người từ những nền văn hóa khác nhau, nó đã giáp mặt với cái chết. Nó đã được ném vào một biển lửa và giờ đây nó đã là một loại thép đã qua tôi luyện. Càng nghe ông càng mừng, càng yên tâm là nó sẽ có một tương lai tốt. Ông biết nó sẽ vững vàng chèo lái con thuyền của mình qua những thác ghềnh cuộc đời, vì có lẽ những gì nguy hiểm nhất, khó nhọc

289

nhất nó đã vượt được qua rồi. Nhưng ông cũng cảm thấy sợi dây ràng buộc ông với cuộc đời cứ lỏng dần, được tháo gỡ dần.

Khi thằng Bảo đã sẵn sàng túi tắm lên đường, ông đưa nó một cái bọc, trong ấy là toàn bộ số tiền ông dành dụm được.

"Không, con không cầm đâu!" Nó giãy nảy, rụt tay lại. "Con vào trong ấy làm ăn rồi sẽ gửi tiền ra cho bố mẹ. Ở tuổi này, con chưa giúp gì, còn mặt mũi nào mà cầm tiền của bố mẹ chứ?"

"Con ạ," ông ấn cái bọc tiền vào tay nó. "Đây chỉ là một nửa số tiền bố mẹ có thôi. Nửa còn lại bố giữ để phòng lúc ốm đau, đừng lo! Con vào cưới vợ, cũng nên đóng góp, không người ta cười cho!"

Thực ra số tiền này ông dành để xây cho nó một chiếc thuyền, trên đấy sẽ có một cái nhà khá to để nó lấy vợ. Thằng Bảo cầm rồi bỗng nhiên nó buông rơi ba lô và với mấy cái túi. Nó ngồi phệt xuống thuyền, trân trân nhìn bọc tiền, khuôn mặt chợt đỏ sậm lại rồi nó bật khóc thành tiếng như hồi còn bé, bàn tay chai sạn đưa lên mặt. Ông vội khom người ra mũi thuyền. Ông không thể nhìn nước mắt của một người đàn ông trưởng thành. Mấy chục năm trước, nó có thể khóc thỏa thích nhưng giọt nước mắt trên một khuôn mặt sạm khói súng với những nếp nhăn từng trải thì... Giọt nước mắt ấy khiến con tim ông co rúm, bỏng xót.

Ông đang đứng nhìn vơ vẩn thì vòng tay rắn chắc như dây chão của thằng Bảo vòng qua người ông. Nó nói nhỏ:

"Con cảm ơn bố, con sẽ sớm ra với bố mẹ!"

Nói rồi nó hùng hục chạy xuống tấm ván, khiến tấm ván bật tưng tưng, con thuyền chòng chành nhẹ. Nó đi xuyên qua bãi ngô lên đê không một lần ngoái lại. Giờ đến lượt ông phải ngồi xuống, đến lượt ông phải đưa tay lên mặt... Bóng nó ẩn hiện giữa bãi ngô rồi hiện trên mặt đê. Con Mực chạy theo, đứng nhìn theo thằng Bảo một lát rồi mới chạy về. Mặt trời ban sớm biến vạt đê thành một vệt sáng chạy dài. Một chiếc xe ngựa chở hàng chạy qua, thằng Bảo vẫy vẫy tay với ông rồi nó nhảy lên ngồi cạnh người đánh xe. Vó ngựa cùng với bánh xe tạo một lớp bụi vàng óng dưới ánh nắng. Lớp bụi cuồn cuộn lăn trên con đê, nhỏ dần... nhạt nhoà rồi biến mất hẳn.

Chương 37

Vậy là anh sắp được làm bố rồi. Suốt hai tuần qua cả nhà náo nức, mẹ không đi chợ huyện nữa. Anh cũng không dám đi đâu xa, chỉ thỉnh thoảng chạy ra ủy ban một chút rồi về ngay. Anh em biết ý, ai cũng xua tay bảo: "Không có việc gì đâu, cứ về trông vợ đi!"

Mấy hôm nay Vi đi lại ì ạch lắm. Theo lịch còn một tuần nữa mới tới ngày sinh, vậy mà sáng nay khi anh đang tra dầu vào xe đạp ở ngoài sân thì Vi đi ra, áo sơ mi trắng, quần lụa đen.

"Ơ, em đi đâu bây giờ thế?" Anh ngạc nhiên hỏi.

"Bắt đầu đau rồi anh ạ, mình ra viện đi!"

"Thế à?" Anh hỏi lại, bỗng cuống lên, anh chạy ra giếng rửa tay, gọi mẹ đang hái rau ngoài vườn:

"Mẹ ơi, đi viện thôi, Vi đau bụng rồi!"

"Thế ạ, mẹ vào đây!" Mẹ cầm rổ rau, hớt hải vào. "Đau rồi hả con?"

"Vâng, hơi hơi thôi ạ!" Vi thoáng nhăn mặt. Vi đã sẵn sàng ngồi chờ ở hiên, chiếc túi đựng quần áo, tã lót trẻ sơ sinh bên cạnh. Anh lao vào nhà thay áo, va phải cái chậu nhôm trên hè khiến nó rơi loảng xoảng xuống sân. Vi bảo:

"Cứ bình tĩnh, không sinh ngay đâu mà sợ!"

Anh cười, nhớ ra vợ là bác sĩ, thấy yên lòng hơn. Chưa cài xong hết khuy áo so mi, anh đã chạy ra, dặn mẹ:

"Con chạy đi mượn xích lô, mẹ trông Vi nhé!"

"Ờ ờ, đi đi, vợ con bụng to thế kia, không trốn được đi đâu mà sợ!" Mẹ đùa, làm cả nhà bật cười. Anh đi như chạy sang nhà Hưng, một thành viên hội cựu chiến binh để mượn xích lô. Hưng mới phục viên được mấy tháng nhưng đã kịp hoà nhịp với cuộc sống ở nhà. Cậu ta mua một xe xích lô cũ để chuyên chở vật liệu cho những công trình xây dựng của hội. Hưng yêu đời lắm, suốt ngày hát hò, cậu ta là cây văn nghệ của hội cựu chiến binh. Chẳng liên hoan nào của hội mà Hưng không đứng lên hát vài bài. Dường như cái việc thiếu một bên mắt của Hưng không hề làm cậu ấy mặc cảm. Thế nào mà về gặp nhau ở nhà thì hai anh em mới biết đều là lính pháo ba bảy li. Hưng là pháo thủ số năm, chuyên nạp đạn. Lần ấy một mảnh rocket của địch cắm vào cái mũ sắt của Hưng,

294

tạo thành một lỗ toé ra những cạnh sắc. Một cạnh gắm vào xương ngay trên mắt của Hưng. Mãi hơn một ngày sau, khi được chuyển tới trạm quân y, chiếc mũ sắt mới gỡ ra được nhưng vì thời gian để quá lâu, vết thương hoại tử khiến Hưng phải bỏ mắt bị thương.

Quý ngạc nhiên, dường như chiến tranh không hề ảnh hưởng chút nào tới tính cách lạc quan, đầy sức sống của con người ấy. Bọn trẻ trong làng quý Hưng lắm. Vài lần anh thấy mấy chục đứa trẻ há hốc mồm, háo hức lắng nghe Hưng kể chuyện chiến tranh. Anh đứng nghe một lát, không khỏi khâm phục cái tài kể chuyện của cậu ta. Nghe Hưng kể thì cuộc chiến cứ như thể là một ngày hội của trò đánh nhau. Bọn trẻ con chắc hẳn sẽ tiếc không có dịp được cầm súng ra chiến trường như lớp cha anh. Anh suy nghĩ mãi, điều ấy tốt cho tinh thần bọn trẻ nhưng có đúng đắn không khi Hưng làm bọn trẻ nhìn chiến tranh qua lăng kính màu hồng như vậy. Những mất mát, đau khổ không được biết tới, như vậy chúng có thất vọng nếu bị ném vào cuộc chiến thật hay không? Anh ngạc nhiên vì thường những cựu binh đã qua cái chảo lửa đày đoạ ấy sẽ nhìn bằng con mắt điềm đạm, xác thực hơn. Với họ, đấy là một sự bất đắc dĩ để phụng sự tổ quốc, chứ không phải là trò chơi lập công như trong những câu chuyện của Hưng.

Hưng đang gánh hai thùng nước tưới rau, quần xắn quá bắp chân, vừa đi giữa hai luống rau cải, vừa hát to bài Tình Ca. Với giọng hát như thế, chắc hẳn Hưng cũng là cây văn nghệ trong những ngày quân ngũ.

"Vỡ đê rồi hả anh?" Hưng toét miệng cười. "Anh lấy đi, nhưng có đạp được không? Không thì để em đi giúp cho, người chưa quen, khó phết đấy!"

Anh chần chừ, anh thích được tự mình đưa mẹ và vợ đi. Hình ảnh ấy không hiểu sao rất quý đối với anh. Chưa đạp xích lô bao giờ nhưng anh tin là mình làm được. Mà không đạp được thì đẩy bộ cũng vẫn thích. Ngày bé anh chẳng từng cuốc bộ với mẹ đi chợ huyện mãi rồi sao. Hưng vừa đưa xích lô ra, anh nhảy lên luôn, hưng phấn quá khiến anh đạp mạnh, lại đúng chỗ dốc nên chiếc xích lô lao vút ra cổng. Hưng kêu ầm:

"Từ từ thôi anh ơi!"

Anh lúng túng không biết phanh ở đâu. Một người đàn ông đội nón dẫn trâu đi ngang qua, anh hoảng quá, quành lái đột ngột. Cả người và xe lăn quay trước cổng. Con trâu lồng lên, kéo chủ chạy theo. Hưng chạy ra, dựng xích lô lại.

"Trời ơi, đúng là lính chiến, quyết liệt thế! Lúc quành, anh phải rất cẩn thận, chở bà đẻ lại càng phải cẩn thận. Hay, để em đi cho an toàn?"

Anh đứng dậy. Cái áo vừa mới thay bị sát vào dậu duối, bẩn hết. Đúng là lái xích lô không dễ như anh nghĩ.

"Không sao, chú yên tâm, anh sẽ cẩn thận!"

Nhìn lại, anh mới thấy phanh ngay trước chỗ ngồi. Thế là được rồi, anh sẽ làm được, cứ chầm chậm làm quen, rồi đâu sẽ vào đấy cả thôi. Đạp vào tận sân, anh rung chuông lanh canh vừa reo:

"Kính coong, kính coong, xin mời quý khách lên xe!"

"Ông tài này chu đáo quá, mẹ con ta đi thôi con ơi!" Mẹ một tay xách túi đồ, một tay giúp Vi đứng lên.

"Đừng vội, đừng vội, chờ con một phút. Mà đừng có bước lên khi không có con đấy." Anh hét to, nhớ lần anh thấy bọn trẻ con trong xóm bị tùng bê do không có người giữ đằng sau. Anh chạy vào nhà thay chiếc áo bẩn, rồi thay luôn chiếc quần mới cho yên tâm. Bệnh viện huyện, toàn đồng nghiệp của Vi, anh cũng nên trông tươm một chút.

"Mẹ đưa Vi ra cổng giúp con, con phải khóa cửa, khóa cổng đã!"

Anh luýnh quýnh, cắm mấy chìa mà không mở được khoá, mở được thì lại làm rơi cái chốt ngang xuống miếng tôn hót rác xoảng một cái.

297

"Từ từ nào, làm gì mà cuống cuồng lên thế ông bố trẻ!" Mẹ cười, từ cổng nói vào.

Lên xe rồi, Quý cẩn thận kéo phanh cho xe đi chậm lại khi tới chỗ rẽ. Con đường lên đê giờ bằng bê tông nên đi cũng dễ.

"Để mẹ xuống," mẹ kêu khi tới dốc.

"Khô... ông! Mẹ cứ ngồi yên!" Anh hét to, nhảy phắt xuống hì hục đẩy, quả là nặng, nhưng anh nhất quyết phải làm được.

"Thôi, để mẹ xuống, đừng cố!" Mẹ nhắc lại. Không thể trả lời, anh mắm môi đẩy, chậm rì nhưng cũng lên được.

"Dịch... vụ văn... minh... phải... thế... chứ..." Anh thở hổn hển.

"Dịch vụ sắp phì khói ra đuôi rồi đấy!" Vi đùa, nhăn mặt, tay ôm bụng. Mấy mẹ con cười. Anh nghĩ mình quyết định đúng. Nếu anh nhờ Hưng thì làm gì có những giây phút này.

Đạp được một quãng, gió to quá khiến anh hơi hoảng. Anh gồng cứng tay, rạp người xuống đạp.

"Ông bố trẻ có khác, khoẻ thế!" Vi bảo. "Mà trông chuyên nghiệp ra phết, mẹ nhỉ!" Mẹ cười cười, hình như mẹ đang nghĩ về một điều gì đó. À, vừa qua lối rẽ vào khu nghĩa trang làng Dềnh. Cả ba người đã khuất đã được sang áo, chuyển về nghĩa trang của người làng Đại An bao năm rồi, nhưng có lẽ mẹ cũng giống anh, qua đây thì luôn nhớ về những ngày ấy...

Chợt nhớ ra câu đùa của Vi, anh thở phì phò, đáp:

"Ừ, có yếu mấy thì cũng cố mà khỏe lúc này, đời một người đàn ông mấy lần được đưa vợ đi đẻ đâu!"

"Sao lại mấy lần? " Mẹ đùa. "Nhiều chứ, hai đứa hứa với mẹ rồi mà."

"Lần này về, anh nhớ tập thể dục cho tốt, lần sau sẽ không phì phà phì phò như thế này nữa!" Vi bảo.

"Được thôi, em định đi đẻ mấy lần để anh còn biết mà tập nào?"

"Mười lần!" Mẹ nói, giọng như thủ trưởng.

Những điều này vô cùng đặc biệt với Quý. Anh là kẻ mới được đặt chân lên xứ xở hạnh phúc, vẫn chưa quen với hoa trái rực rỡ và ngọt ngào, nhiều khi anh vẫn tưởng mình đang mơ. Thậm chí những từ "chồng" và "vợ" đối với anh còn mới toanh, còn ngượng nghịu thiếu tự nhiên thế nào ấy. Anh vẫn thấy mình là một thằng lính chiến, cả tâm hồn lẫn cơ thể đều bị sắt lại, bị cô đặc cứng queo. Tiếng gầm man rợ của bom đạn, mùi khói súng khét lẹt, mầu máu của đồng đội, mọi thứ vẫn nguyên trong anh, vẫn hiện về trong những giấc mơ hằng đêm, vẫn mang đầy đủ sự tàn khốc man rợ.

Anh nghiến răng, còng lưng chống chọi với gió, thế này thấm tháp gì. Đây chỉ là sự căng thẳng cơ bắp như tập thể thao. Sự hành hạ thể xác trong chiến tranh mới ghê gớm. Thời ấy, cái chết không phải là thứ đáng sợ nhất, mà là sự đau đớn thể xác. Lần trở về đơn vị, vô tình anh đi cùng với một tiểu đội mười hai ly bảy. Tiểu đội này mới mất hai chiến sỹ. Thiếu người, anh phải giúp họ khiêng pháo. Anh cùng người nữa khiêng thân súng bằng một cái đòn làm từ thân tre già. Thân súng nặng chừng ba chục cân, ba lô, súng cá nhân, tư trang mỗi người cỡ mười lăm cân nữa. Mỗi người tổng số chừng bốn mươi lăm cân nhưng đi suốt ngày dưới cái nóng đổ lửa thì sự vất vả thành không chịu đựng nổi. Hành quân cùng họ một tuần. Anh đã nghiến răng ước giá như đừng gặp họ. Có lúc cơ bắp toàn thân đau quá, anh nghĩ nếu có một trận bom đổ xuống thì mọi sự thành nhẹ nhàng biết bao. Giờ nhớ lại, ý nghĩ đó sao mà xa lạ và tiêu cực nhưng lúc ấy cái chết nhẹ tênh, là cớ để giải phóng khỏi sự hành hạ thể xác. Nhưng rồi chính cậu lính khiêng cùng anh đã tiếp cho anh nghị lực. Cậu ta chỉ nặng khoảng năm mươi cân, người nhỏ hơn anh nhiều. Tức là cậu phải khiêng một trọng lượng gần bằng người cậu ấy. Vậy mà cậu không hề ca thán nửa câu, cứ nghiến răng mà bê, mà vác suốt quãng đường khổ ải. Anh vốn tự hào mình khỏe và chịu đựng tốt nhưng lần ấy anh thấy mình yếu đuối. Anh sợ nhất mỗi lần đổi phiên ra khiêng trước, lúc ấy cả người bị vặn ngửa ra sau, cơ bắp toàn thân phải gồng cứng để khỏi bị ngã quỵ. Tiểu đội được chia thành mấy tổ. Tổ thân súng, tổ bệ, tổ chân súng và tổ khiêng đạn. Thường tiểu đội trưởng không phải vác nặng nhưng vì thiếu người, tiểu đội trưởng cũng phải bê như anh em. Cả tiểu đội nghiến răng câm lặng, lê từng bước khó nhọc trên con đường khấp khuỷu phía Đông Trường Sơn, nơi mặt đất, cây cỏ bị khô héo bởi gió Lào. Gió nóng rẫy như được phả ra từ miệng con quái vật phun lửa. Ý nghĩ duy nhất nâng đỡ tinh thần anh lúc ấy là những đồng đội kia phải làm cái việc này cả năm trời, anh chỉ có mấy ngày, anh phải cố chịu thôi.

Chiến tranh đã cho anh gặp bao con người bất khuất vô song. Con người họ bằng xương bằng thịt nhưng ý chí của họ bằng thép. Nhiều người trong suốt đời quân ngũ không được trao tặng một danh hiệu nào nhưng với anh họ là những người anh hùng thực thụ. Sự anh hùng của họ còn đáng nể hơn cả khi cầm súng xả vào kẻ thù, kể cả lúc gay cấn nhất, bốn bề bị bao vây. Bởi vì anh hiểu, những lúc như vậy không đánh cũng chết, người lính phải chiến đấu bằng tất cả sự nhanh nhạy của lý trí và bản năng sống còn. Nhưng những người lính của tiểu đội pháo ấy đã phải chịu sự đau đớn cơ bắp tột cùng từ ngày này sang tháng khác.

Họ luôn phải chiến thắng bản thân trong một sự tranh đấu không ngừng nghỉ giữa ý nghĩ vứt bỏ tất cả hay tiếp tục chịu đau đớn liên miên.

Giờ đây, được tự mình đưa mẹ và vợ đi đón một sinh linh bé tí xíu, thành quả tình yêu của anh với Vi, hạnh phúc là tuyệt đỉnh với anh. Chút khó nhọc này như một niềm khoái cảm của cơ thể, nhất là khi tâm hồn anh đang ngân lên hạnh phúc. Nếu không phải vận gân cốt đạp, không phải dành hơi thở cho việc này thì anh sẽ hát một bài hát để mẹ và Vi biết được tâm trạng của anh. Mẹ thì khỏi phải nói rồi, bao tháng qua, mẹ tíu ta tíu tít chăm sóc con dâu từng tí một. Thời gian dường như đã xoá nhòa nỗi đau trong mẹ, và thời gian đã cho mẹ niềm vui sống mới. Anh hiểu là anh và Vi, và cả đứa con sắp ra đời chính là lẽ sống của mẹ. Mấy tháng qua, Vi hỏi nhiều lần anh muốn đặt tên con là gì. Anh đã nghĩ nhiều tên nhưng cuối cùng anh chọn tên con trai là Hoàng Bình Minh, con gái là Hoàng Hạnh Tường. Nếu sinh con trai, anh muốn thằng bé sẽ đánh dấu cho một sự bắt đầu tươi sáng của dòng họ Hoàng, những đau buồn quá khứ sẽ như bóng đêm tan biến dưới ánh sáng ngày mới, nếu sinh con gái anh ước con sẽ là hiện thân của may mắn và hạnh phúc.

*

Vi ở phòng ngoài mấy tiếng rồi mới được đưa vào buồng sinh. Hơn hai tiếng rồi mà vẫn chưa có bác sỹ hay y tá nào bước ra. Từ lúc gia đình anh tới vẫn chưa có sản phụ nào mới vào, số sản phụ đang ở trong bệnh viện huyện này cũng khá ít. Trời đã tối hẳn. Mẹ ra ngoài mua cơm về. Tâm trạng bồn chồn khiến anh chẳng muốn ăn chút nào, nhưng anh vẫn cố xúc vài thìa cho mẹ vui lòng.

"Đẻ mà cũng lâu thế nhỉ!" Quý lẩm bẩm như nói với mình.

"Ừ, lâu chứ, có người vào viện qua một ngày, một đêm mới đẻ được ấy chứ." Mẹ bảo. "Mà vợ con nó chịu đau giỏi ghê, nó chỉ mím môi mà không kêu như người khác."

Từ chiều đến giờ, từ buồng đẻ luôn vọng ra tiếng phụ nữ kêu. Anh đoán chắc phải đau lắm, nam giới phải mang nợ cái đau ấy. Những người mẹ phải chịu đau khi sinh ra họ, những người vợ chịu đau khi sinh những đứa con của họ. Trong chiến tranh, anh chứng kiến nhiều cơn đau của đồng đội khi bị thương. Có những lúc hết moóc-phin, người lính gào lên đòi được tiêm thuốc, khi biết không còn thuốc, có người đã van xin đồng đội hãy giúp họ kết thúc cái đau, hãy cho họ ra đi… Có lần anh giúp một đoàn tải thương đưa thương binh ra tuyến ngoài, bác sỹ cùng một số người đi trước bị bay mất xác cùng tất cả thuốc men. Một người lính đã bị thương vào đầu, sau đợt bom lại bị mảnh bom cắt cụt cả hai cẳng chân, ruột xổ ra ngoài, bị ngất. Quý băng cầm máu cho người lính ấy rồi cả đoàn đi tiếp. Vốn chứng kiến nhiều trường hợp tương tự trước đấy rồi nên Quý thầm mong là người lính cứ như vậy khi tới viện quân y. Nhưng chỉ khoảng mười phút sau, người lính tỉnh lại, lúc đầu anh rên khe khẽ nhưng rồi tiếng rên ấy dần trở thành tiếng gào thét, van xin mọi người làm ơn cho anh một phát đạn để kết thúc cơn đau. Người lính ấy còn rất trẻ, mới chỉ khoảng hai mươi hai tuổi. Nhìn khuôn mặt trẻ măng đang bị cơn đau khủng khiếp làm méo xệch cùng tiếng gào khóc xé lòng ấy, các anh không ai cầm lòng được. Hai tay khiêng cáng, chẳng còn tay lau nước mắt, ai cũng như ai, nước mắt đầm đìa trên mặt. Trên con đường rừng trơn tuột vào mùa mưa, cô y tá khiêng cáng cùng anh cứ nấc lên, khiến người lính nằm trên cáng suýt rơi xuống đường mấy lần. Anh muốn mở lời động viên cô mà cổ họng nghẹn cứng lại. Anh đành lầm lũi, nghiến răng giữ cáng thăng bằng. Mọi người nhìn nhau cầu cứu qua hàng nước mắt, dò ý nhau nhưng không ai đủ bản lĩnh để giúp người lính trẻ thực hiện được mong muốn ấy. Khi cách trạm khoảng mười phút đường thì người lính ấy tắt thở. Suốt thời gian sau đấy, Quý bị ám ảnh bởi đôi mắt rất đẹp của người lính. Tới giờ, ánh mắt ấy vẫn còn nguyên vẻ đau xót, nó như hai mũi khoan xói vào lòng mỗi khi anh nhớ lại…

Cuối cùng, bác sĩ cũng ra. Anh và mẹ vội đi lại, nhưng sao nét mặt cô ấy lại có vẻ nghiêm trọng thế kia? Trống ngực anh bỗng đập dồn.

"Thế nào rồi ạ?" Anh hỏi.

"Vâng, sinh rồi anh ạ!"

304

"Ơ, thế mà chẳng nghe cháu nó khóc, thế trai hay gái hả cô?" Mẹ hỏi.

"Dạ, con trai ạ, nhưng cháu phải nói với bà và bố cháu là cháu bé không bình thường."

"Không bình thường... nghĩa là sao?" Quý hỏi. "Thế Vi sao rồi?"

"Vi ổn anh ạ, mệt quá nên thiếp đi. Cháu bé không được nhanh nhẹn và trông không... như những đứa trẻ khác."

"Nghĩa là sao? Thế chúng tôi có thể vào thăm cháu được không?" Mẹ hỏi.

"Vâng, được chứ ạ, cháu mời bà và bố cháu vào đây!"

Mẹ và anh theo cô bác sĩ vào phòng trẻ sơ sinh. Trong phòng chỉ có ba đứa trẻ. Hai cháu kia đang ngủ, cháu thứ ba nằm ngoài cùng đang khóc i ỉ rất nhỏ, có vẻ như sức nó yếu.

"Đây, cháu nhà mình đây ạ!" Cô bác sĩ chỉ vào đứa trẻ đang khóc. Vừa nhìn thằng bé người Quý như bị trúng gió, anh choáng váng, tim anh như bị bóp nghẹt bởi một bàn tay vô hình, khiến anh đau đớn há hốc mồm. Con anh đấy ư! Trên khuôn mặt thằng bé thay vì đôi mắt thì chỉ là hai phần phẳng lì kín bưng. Định thốt lên điều gì đấy nhưng cổ họng anh tắc nghẹn như bị một mẩu gỗ tọng cứng lại.

"Trời ơi, cháu tôi!" Mẹ kêu lên, một tay mẹ quờ quờ chạm vào thằng bé, tay kia vịn vào thành giường như sắp khuỵu xuống. Cô bác sĩ đỡ lấy mẹ.

"Ôi, bà! Bà bình tĩnh nhé. Bà ngồi xuống đây." Chân anh lúc ấy cũng mềm nhũn như muốn sụp xuống.

"Ôi, cô bác sĩ ơi, sao cháu tôi lại ra nông nỗi này hả cô?" Mẹ đưa tay sờ mặt thằng bé, giọng như sắp khóc.

"Dạ, việc này chúng cháu cũng chưa biết thế nào, có lẽ phải lên bệnh viện tuyến trên thì mới rõ ạ, chúng cháu chưa bao giờ gặp trường hợp này."

Quý giở cái khăn cuốn quanh thằng bé ra, phần dưới nó bình thường như những đứa trẻ khác nhưng tại sao con anh lại không có mắt hả trời?

"Anh ơi, nhanh tay lên không cháu nó lạnh!" Cô bác sĩ nhắc. Thấy anh lóng ngóng, cô bảo:

"Anh để em làm cho!"

"Để bà bế con nào!" Mẹ nói giọng thào thào.

Quý bước ra ngoài. Người anh như bị hút hết sinh lực. Đi ngang qua nơi Vi nằm, anh vịn vào then cửa sổ ngắm vợ ngủ, lòng xót xa. Mặt Vi tái nhợt, mệt mỏi. Sân sau bệnh viện huyện trống trơn. Cỏ mọc um tùm từ những vết nứt xi măng. Người anh ngơ ngác bàng hoàng như bị sức ép nhẹ sau trận bom. Người

306

không ngất mà như đi mượn, đầu óc ngưng lại trong trạng thái u u mê mê quái gở, ngỡ ngàng phút chốc không biết mình ở đâu. Cánh rừng bỗng trống hoác một mảng như bị phù phép biến mất, mặt đất bỗng có cái ao cạn, sâu hoắm, đất cát, cây cối nát vụn, tung toé, lổn nhổn khắp nơi...

Trời ơi! Anh ngồi bệt xuống hiên. Vi sẽ đón nhận thế nào đây? Bao mong chờ! Anh đã làm gì nên tội? Con người ta sinh ra lành lặn, con anh lại thế. Tuổi thơ anh đã vậy, anh đã cầm súng chiến đấu theo lý tưởng chung, thân xác suýt tan tành bao lần. Anh đã trải qua những gì đau đớn, ác liệt nhất, sao giờ anh lại phải đối mặt với nỗi đau này? Mà nó dường như còn buốt xót, tàn khốc hơn những gì đã qua. Giọt máu chung của anh và của người phụ nữ anh yêu là đấy sao? Cả hai người đều lành lặn đẹp đẽ cơ mà, sao con anh lại không có mắt? Liệu có một đấng siêu nhiên đã tước đi cặp mắt của nó để trừng phạt anh? Tội gì? Anh đã làm gì? Hay bởi vì anh dám không tin vào sự tồn tại của họ? Nhưng tin hay không cũng không thể là tội được. Nếu thế thì phi lý quá. Nước mắt anh chảy dài. Chưa bao giờ anh thấy bất lực yếu đuối như thế này. Số phận đã giáng một đòn đau, vô cùng ác hiểm vào tử huyệt của một người đàn ông. Đứa con, giọt máu ấy là niềm hy vọng, niềm vui sống của anh, của Vi, của mẹ, thế mà...

*

Vi khóc nấc lên khi bế con. Mỗi giọt nước mắt của người phụ nữ thân yêu như một giọt a-xít bào mòn tim anh. Nhìn Vi khóc khiến anh mất tự chủ, cũng khóc theo. Giây phút ấy, anh vất bỏ lòng kiêu hãnh, sự mạnh mẽ, gan góc đáng có của người đàn ông. Anh nức nở như một thằng bé con đang đau khổ tột cùng. Mẹ ngồi yên, sau mẹ bảo:

"Các con đừng buồn nhiều, cháu nó là giọt máu họ Hoàng, thế nào thì mẹ cũng yêu thương, chăm chút. Các con phải giữ sức khỏe, rồi các con sẽ lại sinh những cháu khác khỏe mạnh. Mọi việc sẽ tốt thôi!"

Hai ngày đầu ở bệnh viện, anh thầm ngạc nhiên vì sự bình tĩnh của mẹ. Anh nghĩ có lẽ do chịu nhiều đau khổ quá rồi nên mẹ mới như vậy. Nhưng rồi anh hiểu đấy chỉ là vẻ bề ngoài. Trưa hôm thứ ba anh ra ngoài mua cháo, về tới cửa phòng anh nghe tiếng khóc của mẹ còn Vi thì đang nghẹn ngào an ủi mẹ. Anh rùng mình. Ký ức đen tối, tang tóc ùa về. Tiếng khóc của mẹ bật ra ai oán y như cái đêm mẹ ôm xác anh Chiến trước mộ thầy. Vết thương vốn bị lấp dưới một lớp bụi thời gian dày, dày đến nỗi tưởng như đã lành hẳn, giờ lớp bụi ấy bay sạch bởi một cơn gió tàn nhẫn lạnh lùng, vết thương bỗng trơ khấc, đỏ lòm toang hoác, nỗi đau vẫn nguyên như thuở nào.

Anh đặt cặp lồng cháo lên chiếc bàn góc hành lang và buông người xuống ghế. Tiếng khóc của hai người phụ nữ thân yêu xoáy mãi vào tim anh. Anh không thể bắt mình vào phòng được. Nếu bước vào, anh cũng sẽ khóc. Làm vậy sẽ khiến cả ba người cùng bị hút xuống cái hố đau khổ. Trong chiến tranh, anh từng có những giây phút hoảng loạn khi bốn bề vây quanh là bom đạn và chết chóc nhưng lúc ấy chỉ một mình anh chịu. Nếu không may, chỉ mình anh chết, trong long biết là những người thân yêu của mình vẫn bình yên. Hoàn cảnh này khó khăn hơn gấp bội bởi chính lòng anh đang bị dày vò, lại chứng kiến người thân đau khổ vật vã, đây là một đòn đánh đa chiều không thể đỡ nổi, khi mà chẳng có góc nào của con người được ngơi nghỉ.

Anh nhờ cô y tá mang cháo vào, còn anh ra sân sau ngồi hút thuốc. Anh hiểu, rồi cái gì cũng sẽ qua đi. Số phận có những đòn đánh của nó mà con người phải nghiến răng chịu. Là đàn ông, anh phải là chỗ dựa cho mẹ và Vi. Anh không thể buông theo cảm xúc được. Làm vậy sẽ chẳng giúp được gì mà chỉ khiến những người phụ nữ dằn vặt thêm.

Chương 38

Gần hai tuổi thì thằng bé cũng bập bẹ gọi bà, bố, mẹ nhưng âm của nó bị méo, chỉ người nhà mới hiểu. Vi hy vọng có thể do không có mắt nên thằng bé chậm nói nhưng rồi chị đau đớn hiểu là thần kinh thằng bé không bình thường và vấn đề nặng hơn chị nghĩ. Mấy tháng đầu, thằng bé trông không quá tệ, sau đấy nó gầy tọp đi, chân tay co quắp lại. Hai vợ chồng mang con đi bệnh viện tỉnh, bệnh viện trung ương nhưng các bác sĩ đều lắc đầu, không biết nguyên nhân. Họ nói hiện tượng co quắp có thể do nứt xương sống bẩm sinh nhưng không ai đưa ra phỏng đoán nào về việc không có mắt của thằng bé.

Từ khi sinh con, Vi mượn nhiều sách để tìm hiểu nguyên nhân dị tật bẩm sinh. Lúc đầu chị nghĩ là do mình bị cúm trong mấy tháng đầu mang thai. Nhưng theo sách thì các kháng thể cúm của người mẹ có thể lọt qua nhau thai và tác động xấu đến hệ miễn dịch

311

non nớt của bào thai và điều này có thể dẫn tới dị tật bẩm sinh nhẹ như hở hàm ếch hay thần kinh phân liệt.

Phải chăng là do di truyền? Mẹ bảo mọi người bên nội, bên ngoại của Quý đều khỏe mạnh. Vi nhờ chồng về quê mẹ, tìm ông bác ruột để tìm hiểu nhưng cả phía mẹ và bố chị cũng đều không có ai bị dị tật bẩm sinh. Sau những việc ấy, Vi chẳng thể làm gì hơn nhưng sự băn khoăn cứ canh cánh trong lòng chị. Từ khi có con, Vi lại càng thương anh hơn. Chị thấy như người có lỗi khi không sinh được một đứa con khỏe mạnh cho anh. Chị biết anh buồn nhưng anh không nói ra. Anh luôn động viên chị là cuộc sống có những điều không may mình phải chấp nhận. Lúc nhỏ, chị không nghĩ nhiều về việc anh cứu chị. Sau này chị mới biết là anh suýt chết trong đêm mưa bão ấy, nếu anh ra muộn vài phút thì đã không có chị của ngày hôm nay. Bao năm trôi qua nhưng nỗi sợ kinh hoàng dưới làn nước đen lạnh vẫn hằn vết trong chị, nhưng hạnh phúc có anh chính là một thứ ánh sáng làm nhoà đi ký ức đen tối ấy. Chị yêu anh không phải vì anh là ân nhân của mình mà anh là người bạn thân thiết của tuổi thơ, là hình mẫu của chị về một người con trai và sau này là một người đàn ông trưởng thành. Anh đẹp, thông minh học giỏi, mạnh mẽ kiên định nhưng rất đỗi dịu dàng, chu đáo với mọi người.

Suốt tám năm khi anh ở chiến trận, lúc nào chị cũng hướng về anh với nỗi thương nhớ đau đáu. Nỗi sợ mất anh nhói lên khi có tin người khác hi sinh. Vào ban ngày công việc sẽ lấn át ngay, nhưng nỗi sợ ấy len vào giấc ngủ ban đêm. Sau cơn ác mộng, chị tỉnh dậy, khóc một mình. Tâm trạng căng thẳng bị bóng tối âm u làm trầm trọng hơn. Những lúc như vậy, chị viết thư cho anh hay viết nhật ký để giải toả. Theo dòng chữ, nỗi sợ, nỗi nhớ mong được dịu đi, để rồi chị có thể an lòng quay lại giấc ngủ.

Tất cả đã được đền đáp khi anh về. Niềm vui rạng rỡ chói loà tràn ngập trong chị, khiến con tim chị như muốn nổ tung ngày anh hiện lên trước cửa nhà như một giấc mơ trong ánh sáng ban trưa. Chuỗi ngày hạnh phúc đến với chị từ ngày ấy. Chị đã sung sướng biết bao suốt một năm đầu trước khi sinh con. Tâm hồn chị thăng hoa khi nhìn thấy vẻ lấp lánh hạnh phúc trong mắt anh, trong nụ cười trên khuôn mặt sạm khói súng của anh. Chị ngây ngất được anh vuốt ve, được anh say mê chiêm ngưỡng cơ thể mình. Người ta có một tuần trăng mật nhưng cả năm ấy là thời kỳ trăng mật của anh chị.

Cũng như anh, lần đầu giao hòa giữa hai thực thể yêu thương, chị cũng lúng túng, mặc dù là bác sĩ, nhưng sự thăng hoa của tâm hồn, sự ngỡ ngàng trước điều mới lạ, sự choáng ngợp trước hạnh phúc viên mãn đã khiến chị bối rối chẳng thể suy nghĩ mạch lạc. Mãi về sau, nhớ lại chị vẫn thấy xấu hổ và buồn cười vì sự vụng về, thiếu hiểu biết của hai người.

313

Thời học sinh, sinh viên, chị đã chép trong sổ tay bao bài thơ về tình yêu, tâm hồn chị đã bay bổng mơ màng theo từng câu thơ mà chị cứ ngỡ người ta viết về tình yêu của mình. Và rồi chị cũng viết thơ lúc nào không hay. Đấy là tình cảm da diết nhớ nhung cháy lòng của một người con gái chờ người yêu. Đấy là nỗi sợ, sự lo lắng thẫn thờ khi lâu không nhận được thư của người thương, đấy là trạng thái ngơ ngác choàng tỉnh giữa đêm khi một giấc mơ xấu bóp nghẹt con tim mong ngóng.

Ngày anh về, hạnh phúc cũng ùa về trọn vẹn đủ đầy. Anh là biểu tượng của hạnh phúc, giọng nói của anh, tiếng cười của anh làm căn nhà tràn đầy sức sống và khiến tâm hồn chị ngân lên những giai điệu yêu thương. Suốt tám năm đợi chờ, giờ chị được hưởng hoa thơm trái ngọt của tình yêu. Những lúc đạp xe từ viện về nhà, chị ôn lại ký ức và ngẫm nghĩ về cuộc sống hiện tại. Hơn ai hết, chị biết ơn cuộc đời đã ban tặng chị một gia đình như chị có. Là bác sĩ nhưng chị rất muốn dành thời gian để ghi lại cảm xúc lòng mình. Chị đã háo hức biết bao khi nghĩ rằng mình sẽ sinh cho chồng một đứa con khỏe mạnh, xinh đẹp. Ai cũng nói vợ chồng chị đẹp đôi, tự nơi thầm kín trong lòng, chị cũng biết điều đó.

Nhưng tất cả mong chờ ấy đã sụp đổ vào giây phút đầu tiên chị được gặp con. Chị đau khổ vô cùng. Nỗi đau nhói lên khắp mọi lúc, mọi nơi. Khi chị cho con bú, nhìn vào khuôn mặt không mắt và thân hình vặn vẹo của nó, khi chị nói với nó lời yêu thương mà ngày này qua tháng khác, nó chẳng hề hiểu điều chị nói, khi chị nhìn thấy anh ngồi một mình trước hiên nhà hút thuốc với vẻ mặt đăm chiêu buồn bã hay khi nhìn thấy mẹ nựng nịu thằng bé nhưng nó chẳng hề đáp lại lời bà. Nhìn những đứa trẻ hàng xóm chập chững lon ton, miệng cười đẹp như hoa, bi ba bi bô vô cùng đáng yêu, chị mỉm cười hòa mình vào vẻ đẹp thơ trẻ nhưng lòng chị lại chùng xuống với ý nghĩ nếu con chị khỏe mạnh bình thường thì giờ này nó cũng đáng yêu như thế, cũng sẽ làm cả nhà tràn đầy tiếng cười như những đứa bé kia. Nhiều lần chị khóc mà không dám để mẹ và anh trông thấy. Chẳng phải mẹ và anh đã quá buồn rồi sao, chị không thể để hai người thân yêu ấy của mình buồn hơn nữa.

*

Vi lại mang thai. Lần này chị cẩn thận từ những ngày đầu, chị đeo khẩu trang chỗ đông người và tuân thủ nghiêm ngặt các quy định vệ sinh khi khám chữa bệnh cho bệnh nhân. Chị đọc sách về chăm sóc phụ nữ mang thai và học hỏi đồng nghiệp về lĩnh vực này. Những nỗ lực ấy chỉ giải toả được phần nào sự lo lắng của chị. Tâm lý căng thẳng ảnh hưởng tới mọi mặt của cuộc sống, đến cả những giây phút ân ái vợ chồng. Chị cố gắng để hòa mình với sự say mê của anh nhưng cảm giác thăng hoa đã không thể như xưa. Nhưng đối với chị điều ấy không quan trọng. Chị yêu anh, được thấy anh vui là chị hài lòng. Chị thích được anh xoa lưng mỗi khi gần gũi. Bàn tay ram ráp ấm nóng khiến chị thư giãn phần nào.

Mẹ bảo thích được ngủ với thằng bé và cứ chín giờ tối là mẹ giành lấy việc chăm sóc nó. Vi xúc động lắm, chị làm mọi thứ để thể hiện tình cảm của mình. Chị mua sâm cho mẹ, chị nài mẹ ăn những gì tốt cho sức khỏe. Thuở còn sống trên làng nổi, có lúc chứng kiến mẹ lên cơn nhưng lúc ấy Vi không hiểu hết. Sau này, nghe anh kể lại, chị càng thương mẹ hơn.

Vi hiểu những gì cuộc đời ban tặng chị là vô cùng quý giá. Chị có mẹ, có anh, và làng nổi là gia đình lớn của chị. Ngày giỗ mẹ, cả nhà ra làng Dềnh làm giỗ. Những chiếc thuyền lớn lại buộc sát vào nhau, những tấm ván được bắc qua, các nhà đóng góp người con cá, người cân tôm, người mấy lít rượu nhà ngâm. Cuộc đời đẹp hơn sau những hoạt động chung ấy. Những thân phận trôi nổi như những cánh bèo, nhờ sóng gió cuộc đời mà giạt vào nhau, nương víu, sưởi ấm cho nhau.

Từ ngày học trường y, Vi giống như bác sĩ riêng của người làng nổi. Họ tự hào về chị như tự hào về con, em họ. Ai hắt hơi sổ mũi là tìm đến chị còn cần điều trị bệnh lâu dài thì họ tới nhờ sư bà Thích Lãng Vân bốc thuốc Nam. Mỗi khi có chiến dịch tiêm chủng, các cán bộ y tế địa phương thường nhờ Vi vận động bà con làng Dềnh hưởng ứng.

Sư bà Thích Lãng Vân vẫn bốc thuốc chữa bệnh giúp người, khu vườn thuốc nam được mở rộng, chạy dài sát bờ sông Nhành. Mấy vụ hè thời sinh viên, Vi cũng ra giúp chăm vườn thuốc nam. Vi nhờ một bác người quen ở làng Dềnh đóng những biển gỗ rồi Vi kẻ tên cây thuốc lên. Nào là địa liên, bạch truật, bông mã đề, phong khương... Vườn thuốc gần trăm vị, chỉ đủ biển mấy chục vị chính. Mấy năm qua, lớp sơn bong nham nhở, biển gỗ nứt toác do mưa nắng, không đọc được chữ.

Chương 30

Bà Phú vẫn giữ thói quen mấy ngày một lần ra giúp việc chùa. Giấu các con về nỗi khổ tâm của mình nhưng bà khóc với sư bà về thằng cháu đích tôn. Sư bà nói ai cũng phải trả nghiệp từ những kiếp trước, do vậy chúng ta nên bình tĩnh trước những khổ nạn, nên làm việc thiện để việc trả nghiệp nhẹ nhàng hơn. Nếu vậy thì đau khổ gia đình bà từ trước đến nay là hệ quả tất nhiên sao? Gia đình bà đã sống nhân ái tử tế, lẽ nào luật nhân quả không áp dụng được trong một kiếp hay bởi nghiệp chướng gia đình bà quá lớn?

Càng gần tới ngày sinh đứa cháu thứ hai, bà Phú càng chăm chỉ đi lễ chùa. Đứa cháu đầu của bà đã vậy, bà cầu xin đứa cháu sắp ra đời được lành lặn, khoẻ mạnh. Bà xin một mình gánh chịu nghiệp chướng, cho dù đau khổ thế nào cũng được nhưng hãy cho con cháu bà được sung sướng hạnh phúc.

*

Trước ngày sinh chừng hai tháng, Vi mượn được tài liệu nói về loại chất diệt cỏ quân đội Mỹ đã phun ở Việt nam, chất này có thể là nguyên nhân gây ra dị tật bẩm sinh.

Quý bảo anh cũng nghe nói về chất này khi chuyển quân qua những cánh rừng sát biên giới Việt – Lào. Qua những khu rừng trụi lá xơ xác, thủ trưởng đơn vị giải thích do địch phun chất diệt cây cỏ nhằm bóc đi lớp che chắn màu xanh, tạo khó khăn việc chuyển quân, vũ khí và lương thực bên ta.

Vi lặng người khi nghe anh nói vậy. Nếu đấy là nguyên nhân thì đứa bé sắp sinh cũng có rủi ro. Phải chăng biết sớm hơn, anh chị sẽ chờ có kết luận chính xác về tác hại của chất ấy, hoặc nếu biết trong thời gian đầu mang thai thì vẫn kịp, nhưng giờ đã muộn rồi. Vi im lặng. Nói ra không ích gì mà sẽ khiến anh lo lắng. Chị nói tránh sang việc khác.

Giờ Vi chỉ hy vọng vào sự may mắn. Từ ngày đọc tài liệu ấy, tâm lý chị căng thẳng hơn trước nhiều. Chị thầm cầu mong trời phật phù hộ, một việc chị chưa bao giờ làm. Còn hơn một tháng trước ngày sinh, Vi xin nghỉ. Chị mệt khi đạp xe hơn mười cây số mà để anh đưa đón thì vất vả quá. Vào buổi chiều, Vi đi bộ ra làng Dềnh. Làm thế tốt cho sức khỏe mà chị cũng thích ngắm nơi mình lớn lên. Cuộc sống làng nổi vẫn nghèo. Chỉ có hai gia đình mua được đất làm nhà cho con trai lấy vợ.

Hôm nay Vi vào thăm bác Ân. Bác Lan, vợ bác Ân bị tai biến nằm liệt từ lúc Vi có mấy tuổi. Thế nên Vi quen với hình ảnh người phụ nữ nằm một chỗ của bác. Một mình bác Ân vừa kiếm sống, vừa phục dịch, chăm sóc vợ. May mà bác Ân đã ngoài sáu mươi nhưng sức khoẻ còn khá tốt, vẫn đánh bắt cá hàng ngày. Có điều, Vi cảm thấy niềm vui sống đã nhạt nhoà trong mắt người đàn ông ấy. Vi biết, cả đời bác ước ao một mảnh đất cho con trai lấy vợ, hai bác sẽ được an vui tuổi già trong quây quần con cháu. Anh Bảo đã lấy vợ trong Nam, lâu lâu mới ra thăm bố mẹ một lần. Nhìn cảnh hai vợ chồng già cô quạnh, Vi thương hai bác lắm. Thường những mảnh đời ở làng nổi đều có số phận oái oăm như mẹ con Vi, chỉ có Vi là may mắn được mẹ Phú nuôi nấng, cho ăn học đường hoàng.

"Vi đấy hả cháu, trông thế kia là sắp có tin vui rồi đấy!" Bác Ân đang ngồi đầu mũi thuyền giặt quần áo, thấy Vi, bác vội chạy xuống dắt Vi qua tấm ván. "Cháu chịu khó đi bộ nhỉ."

"Dạ, cháu nghỉ làm rồi nên ở nhà cả ngày cũng chán, cháu muốn đi một chút cho thoải mái, bác có khoẻ không ạ?"

"Bác thì khoẻ, chỉ có điều chăm sóc bác gái khiến bác lấn bấn quá, đi đâu một chút cũng không yên lòng. May mà có mấy đứa trẻ con nhà Tâm, bác đi đâu có chúng nó sang đây chơi, trông giúp bà ấy cho bác."

Mùi người ốm lâu ngày đưa ra từ trong khoang thuyền.

"Bác gái ngủ rồi ạ?"

"Ừ, bà ấy vừa ăn, mới chợp mắt, cháu cứ ngồi ngoài cho thoáng."

Thường Vi cũng vào hỏi chuyện bác gái. Bác Lan không nói chuyện được mà chỉ có Vi kể chuyện này, chuyện kia với bác. Bác chỉ hơi nhếch bên mép, ầm ừ trong cổ họng, ra hiệu là bác đang nghe. Vi kể chuyện công việc, chuyện mẹ Phú, chuyện công việc anh Quý cho bác nghe, nhưng Vi tránh kể chuyện về thằng bé, Vi không muốn bác buồn thêm.

"À, Vi ơi, bác hết thuốc ngủ rồi nhưng mà cháu nghỉ làm rồi nhỉ."

"Vâng, nhưng cháu có thể nhắn bạn cháu mang về cho bác được ạ!"

Bác Ân bảo bác bị mất ngủ thường xuyên nên mấy tháng nay bác nhờ Vi mua thuốc ngủ cho bác.

"Bác ơi nhưng dùng liên tục như thế có thể sinh nghiện và không tốt cho sức khoẻ đâu!"

"Không dùng sẽ không ngủ được, còn hại hơn ấy cháu ạ, mà tuổi này của bác, thì còn sợ gì nghiện hả cháu!" Bác Ân cười, châm điếu thuốc lào rồi rít mạnh khiến nước điếu rít lên òng ọc, xong bác ngậm một vài giây, lim dim đôi mắt như để tận hưởng sự đê mê rồi mới thả khói ra. Cả một chùm khói dày đặc bốc lên. Vi nghĩ, nếu có nghiện Seduxen thì cái hại của nó chắc hẳn chẳng ăn thua gì so với nghiện thuốc lào. Đàn ông và một số phụ nữ làng nổi hút thuốc lào từ lúc trẻ. Cuộc sống nghèo khó, ít thứ giải trí, họ mượn khói thuốc, nhờ chén rượu để thư giãn. Có thời gian việc đánh bắt tôm cá kém, người làng nổi đi bốc vác vật liệu xây dựng, thực phẩm, than từ thuyền lên bờ. Lúc nghỉ họ thi nhau rít thuốc lào rào rào. Vi hiểu như thế rất hại sức khoẻ. Vừa lao động nặng xong, đúng lúc cơ thể cần ô xy thì lại bị tống khói độc. Nhìn dòng khói đen xì họ thở ra, lòng chị xót xa. Đời dân lao động là thế đấy. Đã vắt kiệt sinh lực trong lao động, lúc nghỉ lại dùng thú vui độc hại. Cuộc sống của họ giống như việc đốt nến hai đầu, nhưng biết làm sao. Vi thỉnh thoảng mang gói kẹo, gói bánh cho nhóm lao động nặng. Mấy chị mấy cô thích lắm, điều ấy khiến Vi càng thương họ hơn. Người lớn được một viên kẹo mà hớn hở như con trẻ. Vi ước mình tài giỏi, kiếm được thật nhiều tiền để có thể cho họ nhiều hơn thế. Giờ, Vi chỉ biết khuyên họ cách chăm sóc sức khoẻ thôi.

Khi Vi về, bác Ân bắt Vi xách theo một cân tôm bác. Vi ngại quá nhưng đành nhận. Mỗi lần thăm làng nổi, Vi lại có cảm giác vui buồn lẫn lộn.

Đi qua vườn thuốc của sư bà Thích Lãng Vân, Vi nhác thấy bóng sư bà đang cặm cụi hái lá. Càng ngày, Vi càng quý trọng sư bà. Cả đời sư bà chỉ tụng kinh niệm Phật và cặm cụi bốc thuốc chữa bệnh giúp người. Người dân làng nổi coi sư bà là cứu tinh của họ. Dự định học thuốc Nam của Vi vẫn chưa thực hiện được, nhưng nhất định Vi sẽ học.

Trên đường về, Vi thấy lòng cũng nhẹ nhàng hơn khi cảm thông với người khác. Đành rằng chị đang lo lắng và buồn nhưng nhìn rộng ra thì xã hội ai cũng có những nỗi niềm riêng, chị còn may mắn hơn nhiều người. Nếu có gì không may thì chị cũng nên bình tĩnh đối mặt.

Tự an ủi mình nhưng suốt những ngày tiếp theo, cảm giác bồn chồn cứ bám riết lấy Vi.

Chương 40

Ngày Vi trở dạ thì mẹ lại bị sốt vi rút. Mẹ muốn đi nhưng sốt cao quá nên mẹ đành ở nhà. Quý mượn xích lô về, chất đồ mang theo rồi anh chạy vào bảo mẹ:

"Con đưa Vi ra viện đây, mẹ nằm nghỉ đi nhé, con sẽ nhờ cô Tâm vào chăm mẹ."

"Ừ, cô ấy vào được thì tốt quá, mẹ thì tự lo được nhưng còn thằng bé. " Mẹ nói giọng mệt nhọc, mặt mẹ đỏ gay vì sốt. "Con đưa vợ đi đi, đỡ là mẹ sẽ ra viện ngay."

"Thôi, ở ngoài đấy nhiều đồng nghiệp, bạn bè của Vi, mẹ cứ nghỉ cho khoẻ hẳn đi. Lúc nào sốt cao thì mẹ nhớ uống thuốc hạ sốt."

Khi lên tới đê, Quý bảo Vi chờ mấy phút rồi anh chạy xuống làng nổi tìm cô Tâm. Cô Tâm với mẹ rất thân nhau. Hai người cùng với những phụ nữ khác

325

được sư bà Thích Lãng Vân hướng dẫn tu tập Phật pháp. Cô Tâm chăm chỉ lắm, nhà gần chùa nên chiều nào cô cũng qua tụng kinh cùng với sư bà và giúp chăm nom dọn dẹp chùa. Quý nghĩ nhờ tu tập đều đặn mà mẹ và những người phụ nữ như cô Tâm luôn giữ được vẻ thư thái. Mẹ tỏ ra khá ổn định về sức khoẻ và tâm lý.

Cô Tâm nhận lời ngay, cô bảo sẽ vào sớm sau khi đi chợ về. Vi kêu đau lúc Quý quay lại. Khác với lần trước, lần này cơn chuyển dạ có vẻ gấp gáp hơn. Quý cố đạp nhanh, gió trên đê nhẹ nên đạp dễ hơn nhiều.

"Chịu khó em nhé," Quý an ủi khi thấy Vi nhăn mặt, xoa xoa bụng. Anh biết Vi chịu đau rất giỏi, Biểu hiện như vậy thì chắc Vi đau lắm. Anh bặm môi cố gắng đạp nhanh hơn. Trời giữa đông khá lạnh, thế mà anh phải lần lượt bỏ mấy tầng áo, chỉ mặc sơ mi.

Khác với lần trước, Vi không hỏi anh sẽ đặt tên con là gì. Điều ấy khiến anh hơi ngạc nhiên. Có thể do cuộc sống bận rộn hay sự mệt mỏi khi mang thai khiến Vi quên chăng? Nhưng cả anh và Vi đều không có sự háo hức của lần đầu sinh con. Mấy tháng qua, thẳm sâu trong anh cũng có một nỗi lo mơ hồ. Anh cố gắng gạt cái bóng mây u ám ấy ra khỏi tâm trí mình. Nhẽ nào sự không may lại dồn cả vào vợ chồng anh, chắc chắn đứa con thứ hai sẽ khoẻ mạnh, đẹp đẽ.

Anh đã chuẩn bị tên. Nếu là con gái, anh vẫn giữ tên Hoàng Hạnh Tường, là con trai, anh sẽ đặt là

Hoàng Minh Vọng, anh muốn con sẽ là hiện thân của một niềm mong chờ tươi sáng.

*

Vi được đưa ngay vào buồng sinh. Quý đi lại bên ngoài. Ruột gan anh bồn chồn nóng như lửa đốt, khác hẳn với cảm giác mong ngóng tràn đầy hạnh phúc như lần trước. Khoa sản của bệnh viện huyện lần này cũng đông bệnh nhân hơn trước. Tiếng phụ nữ kêu, tiếng trẻ con khóc từ trong khoa vọng ra ngoài hành lang. Nếu Vi có đẻ rồi thì anh cũng không thể biết được. Vi có đau đến đâu thì cũng chỉ mím môi chịu đau chứ không hét lên như thế. Trong mấy tiếng khóc của trẻ sơ sinh kia, có con của anh không? Có một tiếng chói lên to hơn hẳn những tiếng khóc khác. Đấy chắc hẳn là một đứa bé khoẻ mạnh, với tính cách mạnh mẽ. Liệu có phải là con anh không? Hồi trong lính, anh được đồng đội đánh giá là dạng lì đòn. Bom đạn nổ chát chúa, mặt đất rung chuyển ầm ầm xung quanh mà sắc mặt của anh vẫn vậy, không có vẻ thất thần như nhiều người khác. Vậy sao giờ anh cảm thấy hồi hộp đến vậy? Anh không thể ngồi yên một chỗ được, anh đi lại, hút hết điếu này đến điếu khác. Quý bỗng ho sặc sụa vì lơ đãng khiến khói sộc vào mũi. Anh vội chạy ra góc sân để khỏi làm phiền những người nhà bệnh nhân.

*

Chừng hơn một tiếng sau, cô bác sĩ đỡ cho Vi mới bước ra khỏi phòng đỡ. Cô vẫn đeo khẩu trang. Quý nhớ cô bác sỹ đeo kính trắng này đã tới thăm Vi tháng trước, khi Vi mới nghỉ làm. Cô bác sĩ bước tới phía cửa sắt ngăn giữa khoa sản với hành lang chung. Quý chạy lại. Thấy Quý, cô bỗng dừng lại, ngập ngừng như định quay vào nhưng cô lại đi ra. Cô vừa mở cánh cửa, Quý hỏi ngay:

"Thế nào rồi hả cô, vợ tôi đã đẻ chưa? Trai hay gái?"

Cô không trả lời ngay, mà ngước nhìn Quý. Dưới ánh sáng của ngọn đèn điện treo quá cao trên trần, qua cặp kính trắng loang loáng, Quý không nhìn rõ được mặt của cô.

"Sao hả cô?" Quý sốt sắng hỏi, cố nhìn vào mắt cô.

"Con trai anh ạ, nhưng..." giọng cô nghẹn lại.

"Nhưng sao hả cô, vợ tôi có làm sao không? Thế thằng bé thế nào, tôi có được vào không?"

Cô bác sĩ tháo khẩu trang ra. Lúc ấy Quý mới nhìn được rõ. Cô đang mím môi nén xúc động.

"Lát... nữa anh nhé. Chị khoẻ anh ạ, nhưng cháu... thì..." Cô bác sĩ bỗng lắc đầu, rồi cô đưa tay lên bịt miệng, oà khóc. Có một cái gì đó lạnh buốt xuyên vào tim Quý, rồi cái làn sóng băng giá ấy lan lên cổ, lên mặt anh. Anh chợt hiểu tại sao lúc trước cô nhìn thấy anh rồi lại định quay vào. Anh đứng chết trân, anh không thể an ủi được gì cô vì chính anh mới là người đang lặng đi trong một dự cảm đau xót. Một điều gì bỗng vỡ toang nham nhở trong lòng anh. Như vậy là mọi hy vọng đã tiêu tan. Anh muốn hỏi cô bác sĩ thằng bé làm sao nhưng cổ họng anh cứng đờ, còn cô bác sĩ thì cứ nấc lên.

Quý hít một hơi dài, cố trấn tĩnh. Đợi cô bác sĩ qua cơn xúc động, anh hỏi nhỏ:

"Cô bình tĩnh đi, cháu nó làm sao?"

"Cháu nó cũng giống như cháu đầu anh ạ!"

Quý bất giác đưa tay vịn vào cánh cửa.

"Thế Vi đã biết chưa?"

"Có, chị ấy biết ngay anh ạ!" Cô bác sĩ tháo kính ra để chấm nước mắt, dường như cô đã tự chủ lại được. "Em thương chị quá. Anh cố bình tĩnh để động viên chị nhé. Lát nữa chị được chuyển sang phòng sau sinh một linh hai anh ạ. Còn cháu bé thì để bác sĩ tắm rửa xong, anh có thể vào bế cháu."

Nói rồi cô đi vào trong. Quý đứng đực ra đấy. Một y tá đi qua nhắc:

"Anh ơi, anh làm ơn đứng gọn vào giúp với!"

Quý bước tránh sang một bên. Một người đàn ông ngồi ở đầu chiếc ghế băng ngoài hành lang, là người chứng kiến cuộc nói chuyện vừa rồi, anh ta ngồi dịch vào giữa cái ghế băng rồi bảo Quý:

"Anh ngồi đây anh ơi!"

Quý ngồi xuống. Người đàn ông định hỏi điều gì đấy nhưng nhìn vẻ mặt của Quý lại thôi. Quý nhìn qua song sắt xem Vi đã được đưa ra ngoài chưa. Lời nói của cô bác sĩ khiến người anh như muốn đổ sụp xuống. Hiện giờ anh chưa muốn vào thăm thằng bé, và anh cũng ngại gặp Vi. Anh biết nói gì để an ủi Vi đây? Lòng anh cũng đang trống hoác, âm u đờ đẫn. Ngôn từ dường như bị ngắt khỏi đầu óc anh. Anh nhìn mà như không nhìn vào cái hành lang mờ mờ ánh điện, nơi các bác sĩ và y tá cứ chốc chốc lại mở cửa đi ra, đi vào. Một chiếc băng ca đi ra, được đẩy vào một phòng gần sát với cánh cửa nơi anh ngồi, anh đứng lên nhìn vào nhưng người phụ nữ tóc ngắn kia không phải Vi.

Như vậy là mọi mong chờ, mọi hy vọng được đặt vào cái tên Hoàng Minh Vọng đã sụp đổ hoàn toàn. Anh rút ra một điếu thuốc châm hút nhưng ngón tay đờ đẫn của anh như mất cảm giác nên làm tuột rơi điếu thuốc. Anh cứ mặc kệ, không nhặt điếu thuốc lên. Anh đưa bao thuốc lên miệng để lấy môi ngậm điếu khác rồi lập cập lấy bao diêm ra. Anh đánh gẫy mấy que mà không lên lửa.

"Lửa đây anh ơi!" Người đàn ông ngồi cạnh chìa ra cái bật lửa đã bật sẵn. Anh đưa điếu thuốc vào châm, rít một hơi. Anh mỉm cười với người đàn ông để thay lời cảm ơn. Dường như biết những gì đang diễn ra

330

trong Quý, nên anh ta nhìn với ánh mắt thông cảm, thoáng xót xa. Giờ thì anh biết nói gì với Vi đây? Vi đã biết rồi, và anh sẽ nói gì với mẹ nữa đây? Mẹ sẽ phản ứng với việc này thế nào? Cô bác sĩ lúc nãy ló đầu ra khỏi phòng, vẫy vẫy Quý. Anh vội dụi điếu thuốc xuống sàn rồi ném điếu thuốc vào cái sọt rác đặt gần đấy. Anh mở cánh cửa sắt, vội đi tới chỗ cô bác sĩ.

"Anh vào thăm cháu đi!" Cô nói, chỉ vào cái phòng đối diện. Anh bước vào. Cô bác sĩ đi theo.

"Cháu đây anh nhé!" Cô chỉ vào cái nôi bằng mây trong số bảy, tám cái nôi khác.

Thằng bé đang ọ ẹ khe khẽ trong cổ. Khuôn mặt của nó méo xệch, mắt nó ngước ngược lên trên, chân tay nó co quắp, tuy có mắt nhưng cơ thể nó trông tệ hơn anh nó lúc mới sinh. Quý bế con lên, đúng là thằng bé bị một căn bệnh gì đấy giống anh trai nó. Mọi thứ trong cái diện mạo của nó đều cho thấy một sự méo mó khác xa những đứa trẻ bình thường. Có một lỗi cơ bản nào đấy của tạo hóa đã đóng dấu lên anh, hay lên Vi để rồi cái lỗi ấy được lộ ra ở những đứa con khốn khổ này. Quý ôm sát thằng bé vào ngực. Nó vẫn là con của anh, của Vi và anh là cha của nó. Trong lòng anh bỗng trào lên một sự thương cảm máu thịt với sinh linh bé nhỏ ấy. Và chính trong khoảnh khắc ấy anh bỗng nhận ra rằng anh phải chấp nhận tất cả và những gì xảy ra là định mệnh. Anh sẽ không bị đòn đánh này của số phận ảnh hưởng tới tinh thần của mình. Anh vẫn sẽ sống trọn vẹn với con tim của mình, anh sẽ vẫn yêu vợ, yêu các con tới hơi thở cuối cùng của đời mình. Thằng bé khóc rất nhỏ. Cô bác sĩ đứng yên sau anh từ nãy đến giờ. Cô bảo:

"Chắc cháu muốn bú mẹ rồi, anh bế sang phòng một linh hai đi. Chị Vi đã được đưa sang đấy rồi."

Quý hít một hơi dài. Phải rồi. Anh đâu phải là một kẻ yếu đuối. Số phận đã muốn anh gục chết trong chán chường và đau khổ nhưng anh không bao giờ chiều theo ý muốn quái quỷ ấy của nó. Anh bế con theo cô bác sĩ. Vừa bước vào phòng anh gặp ánh mắt Vi. Ánh mắt đang mở to nhìn anh chăm chú. Trong ánh mắt ấy anh đọc được tất cả. Trong ấy có cả sự ngạc nhiên khi nhìn thấy anh. Chắc hẳn Vi cũng đã lo cho anh và chính diện mạo của anh đã khiến Vi gạt bỏ được lo lắng ấy. Và cũng khác với sự phán đoán của anh, Vi không hề khóc như lần trước. Anh đã nhìn thấy sự chấp nhận, sự quả quyết can đảm của người đã từng đau khổ, đã từng suy ngẫm tới tận cùng của sự đau khổ ấy, và giống anh, Vi cũng đã tìm thấy mình trong hành trình gian nan ấy. Anh mỉm cười, bảo Vi:

"Em cho con bú đi!"

332

Chương 41

Tiếng gà gáy eo óc râm ran khắp đoạn sông làng Dềnh đánh thức ông Ân. Bao giờ cũng vậy, gà làng Dềnh gáy trước, rồi mới tới gà làng Đại An. Có lẽ cư dân làng nổi đi ngủ sớm nên lũ gà cũng theo nếp chủ. Dân làng nổi ngủ sớm để tiết kiệm dầu đốt đèn, phần vì dậy sớm, lao động cả ngày khiến họ mệt lử.

Ở làng nổi, nhiều nhà nuôi gà, nuôi chó và một vài lồng chào mào, cu, gáy. Có lẽ ai cũng muốn bù đắp cuộc sống lênh đênh bằng sự sinh động của những con vật nuôi. Ở làng Dềnh, không gian về đêm rất yên tĩnh. Yên tĩnh tới mức có thể nghe được tiếng nước chảy và tiếng gió rít khe khẽ qua kẽ hở giữa những tấm ván ghép và những liếp tre, tiếng cá đớp... Yên tĩnh thế nên nhà nào nuôi con chim gì, tiếng hót thế nào, các nhà xung quanh biết rất rõ.

Ông Ân nằm rốn lại, lắng nghe những âm thanh ấy thật kỹ một lần nữa. Ông nghe những âm thanh này bao năm rồi, từ ngày ông xuống lập nghiệp ở làng nổi. Ông thích tiếng nước óc ách đập vào mạn thuyền, thứ tiếng no đầy, mềm mại khiến tâm trí lơi ra thư giãn. Lát nữa thôi, cuộc sống làng nổi sẽ cựa mình. Sẽ có tiếng lục cục những con thuyền va vào nhau, tiếng khua nước lách rách của mái chèo, tiếng chó sủa, tiếng vợ chồng, con cái gọi nhau dậy đi làm, đi học và có thể có tiếng hát của thằng cu Lưu nhà Tâm. Lúc nào nó ở nhà là biết ngay. Cái tiếng hát khắc khoải, mộc mạc của một cậu choai mới yêu nghe rất thích.

Tiếng thở của bà Lan vẫn đều đều, nhưng ông biết đã đến lúc phải làm vệ sinh cho bà. Trước đây mấy năm, bà vẫn còn làm chủ được thần kinh, mỗi đêm bà ú ớ gọi ông vài lần. Giờ thì bà hoàn toàn không có cảm giác gì nên việc phục vụ của ông cũng vất vả thêm nhiều. Từ ngày bà bị tai biến hơn hai chục năm trước, nhà lúc nào cũng thiếu đồ cũ để làm khăn, làm tã cho bà. Tiết xuân trời ẩm, ông phải đốt lửa sấy thì mới đủ đồ thay cho bà.

Ông Ân chống tay xuống sàn, lăn khỏi võng rồi cẩn thận khua tay để khỏi đè vào con Mực. Lần theo vách tới chỗ để bao diêm, ông châm ngọn đèn Hoa Kỳ rồi hút một hơi thuốc lào. Không dám rít to vì ngoài trời vẫn tối lắm, ông sợ tiếng rít của điếu cày sẽ đánh thức ai đó. Ở làng nổi, các thuyền về ban đêm thường đỗ sát nhau. Đã thành lệ, đỗ sát để nếu mưa to, gió lớn, có việc gì còn gọi được nhau. Chắc mới bốn giờ. Chiếc đồng hồ hỏng đã lâu nên ông chỉ nhìn trời đoán thời gian. Mà giờ giấc thì quan trọng gì đâu.

Làm vệ sinh cho bà xong thì trời tờ mờ sang. Ông cho tất đồ thay ra vào một bao tải, vứt ở đầu thuyền. Hôm nay ông không cần phải giặt giũ nữa vì đã có đủ đồ cho bà thay cả ngày. Ông nhóm bếp hâm lại nồi cháo và cơm nguội trong nồi, cho vào đấy nốt chỗ mỡ trong lọ. Có mỡ con Mực sẽ dễ ăn hơn. Khổ cho con Mực, sống với ông chủ ăn uống thất thường, nên bữa ăn của nó cũng thất thường theo.

Cho bà ăn xong, ông tìm quyển vở học trò, xé một tờ giấy đôi rồi ông viết thư cho thằng Bảo. Ông viết rất chậm để cố giữ nét chữ ngay ngắn, nhưng bàn tay lao động cứng quèo có vẻ không theo ý ông. Cố đến đâu thì nét chữ vẫn xương xấu vụng về.

Viết thư xong, ông lấy trong hòm bộ quần áo thằng Bảo mới mua cho ông năm ngoái. Cái quần ka ki màu vàng, cái áo trắng ông mới mặc đúng một lần vào Tết vừa rồi. Ông khoác cái áo trấn thủ còn khá mới của thằng Bảo, ông thích cái áo này nhất, ấm mà không quá xù to. Đi bộ nên mặc thế này là đủ ấm rồi. Đây rồi, cái áo dài và chiếc quần trắng bà đã mặc vào đám cưới của hai người vào đúng ba mươi lăm năm trước. Do cố tìm bộ áo dài này và chuỗi hạt ngọc của bà mà hai người đã suýt bị kẹt khi vội chạy khỏi nhà bao năm trước. Nghĩ lại ông thấy thương vợ quá, chuỗi hạt ngọc bà mới sử dụng đúng một lần vào ngày cưới.

335

Đấy là thứ giá trị duy nhất ông mua tặng bà, bà đã đeo nó vào ngày cưới. Khi tới đây, ông bà đã phải bán đi để mua chiếc thuyền này.

Ông treo bộ áo dài lên sợi dây điện chăng trong thuyền, rồi ông ngậm nước phun vào, như vậy chiều nay nó sẽ được phẳng ra.

"Tôi đi ra huyện đây, hôm nay tôi đi lâu, chiều tôi về." Ông nói như một thói quen, không để ý là bà có nghe thấy không, cũng như cách ông vẫn nói thế bao năm qua. Sự cố gắng giao tiếp theo kiểu độc thoại đã mòn đi theo thời gian, đã thành một thói quen cố hữu.

Chiều hôm qua ông đã tặng chiếc thuyền nhỏ và tất cả đồ nghề đánh cá cho mấy nhà hàng xóm. Ai cũng ngạc nhiên hỏi tại sao ông giải nghệ. Ông bảo thằng Bảo làm ăn khá lắm rồi, nó gửi tiền ra hàng tháng, ông không cần phải làm nữa, chỉ lo chăm sóc bà và lang thang uống rượu thôi. Nghe vậy, ai cũng mừng cho ông. Nhà nào cũng nài ông ở lại uống rượu. Tối qua ông ngồi uống ở năm thuyền. Ông phải nhờ cô Tâm sang hâm cháo, cho bà ăn hộ, chứ uống xong, người liêng being dập dềnh như thuyền gặp gió, chỉ muốn nằm.

"Ôi, hôm nay bác Ân đi ăn cỗ ở đâu mà diện thế?" Cô Tâm hỏi khi ông đang xuống thuyền. Cô đang kéo nước lên thuyền giặt quần áo.

336

"Vâng, chào cô, tôi đi ăn cỗ huyện đây! Nhân thể, cô có muốn mua gì trên huyện không, tôi sẽ mua giúp?"

"Thôi, em cảm ơn bác, mai kia em cũng lên huyện. Bác cứ thong dong đi cho thoải mái, lích kích đèo bòng cho nó khổ ra. À, thằng bé nhà em được bác cho cái thuyền, nó thích lắm. Nó bảo sẽ ngâm mấy cân rượu nếp để biếu bác đấy."

"Ha ha," ông Ân cười thành tiếng, ông quý thằng Lưu từ nhỏ. "Cô bảo cháu là lúc ngồi lên thuyền và lúc uống rượu mà nhớ tới bác Ân là được rồi. Mà này, tôi thích giọng hát của nó lắm đấy. Chỉ có điều cô bảo cháu tìm bài nào vui vui mà hát, thanh niên hát nhạc vàng mãi, người nó cũng vàng vọt, yếu ớt đi. À, trưa nay tôi không về. Cô sang cho bà ấy ăn cháo giúp tôi, cô nhé!"

"Vâng, bác không dặn thì em cũng sang, bác khỏi lo!" Cô đáp, luôn tay với đống quần áo. Khuôn mặt tròn trịa rám nắng nở nụ cười rất đẹp. "Lát nữa ngơi việc, em sẽ sang xem bác gái cần giặt giũ gì không!"

"À vâng, cảm ơn cô, cô rảnh thì sang chơi cho vui, chứ hôm nay không phải giặt gì đâu cô nhé." Nói thế, ông mới nhớ ra. Ông quay lại thuyền để xách theo cái bao tải quần áo, tã lót bẩn của vợ theo. Để đấy thì thế nào cô Tâm cũng lấy ra giặt, vất vả cho cô ấy ra, mà hôm nay ông lại không muốn treo quần áo ướt trong nhà.

Con Mực chạy theo rồi vọt lên trước.

"Này Mực, thôi về đi con!" Ông bảo nó, lòng vui vui khi thấy cái lớp lông đen bóng của nó len lỏi trên bờ sông. Qua bãi rác chỗ bãi ngô, ông vứt cái bao tải ở đấy. Người làng Dềnh thống nhất một chỗ đổ rác, để những người lấy rác từ nơi khác qua khai thác. May quá, hôm nay trời không mưa bụi như mấy ngày qua mà có nắng nhẹ, gió hây hẩy trên đường đê.

"Thôi, về đi!" Ông quay lại, dậm chân, quát con Mực, hẩy hẩy tay. Nó chững lại giây lát rồi quay đầu lao xuống bãi ngô. Ông Ấn rẽ xuống đường vào làng Đại An, ông muốn thăm vợ chồng Quý trước khi Quý đi làm. Tháng trước ông cũng đã vào khi nghe tin bà Phú tái phát căn bệnh của nhiều năm trước. Không nói ra nhưng ai cũng hiểu vì suy nghĩ nhiều nên bà mới vậy. Vợ chồng Quý sinh thằng bé thứ hai được gần một tháng thì một ngày bà lại khóc, cười, la hét bất thường. Nhiều lần trong ngày bà cứ cầm con dao chạy khắp nhà, khắp vườn huơ huơ, quắc mắt dọa dẫm một kẻ vô hình nào đấy. Được cái là bà chỉ làm thế chứ không hề làm đau ai.

Chạy mệt rồi, bà ngồi sõng xoài ngoài sân gào khóc, đầu tóc rũ rượi. Con trai, con dâu xúc thức ăn hay đưa thuốc thì bà vẫn ăn, vẫn uống được. Lúc nào sư bà Thích Lãng Vân vào thăm thì bà ngồi yên nghe sư bà tụng kinh. Sư bà về là bà lại lên cơn.

Ông Ân bước vào đầu ngõ thì bỗng có tiếng người í ới hò nhau chạy. Lũ trẻ con và cả người lớn hốt hoảng túa từ ngõ vào nhà Quý. Từ cuối ngõ chạy lại là mụ Đợ, thành phần bần cố nông cốt cán năm xưa, giờ người quắt queo, đầu tóc bù xù bạc trắng xóa như một con ma đang vừa chạy, vừa khóc, sau là bà Phú, đang cầm dao đuổi theo, miệng thét lớn:

"Quân giết ngư… ời, quân khát ma…áu, tao sẽ giết chết ma… à… ày!"

Ông Ân giật mình tự hỏi không biết trong lũ người đang chạy kia có ai hiểu những lời ấy không. Có khi lúc này, bà Phú đang tỉnh. Mà cũng có thể bà vẫn đang mê man nhưng hành động theo những gì đã ăn sâu vào tiềm thức bao năm trước. Mụ Đợ chạy ra đường chính rồi rẽ trái theo lối lên đê. Ông Ân lao tới, định ôm bà Phú từ đằng sau nhưng đúng lúc ấy một chiếc xe bò đi ngang qua khiến ông lỡ nhịp. Kẻ bị truy đuổi lẫn người điên đều chạy rất nhanh. Tít cuối ngõ, Quý mặc bộ quần áo đông xuân, chân đất hớt hải lao ra. Mụ Đợ vừa chạy, vừa ngoái đầu ra sau trông chừng, mồm liên tục gào lên với cái giọng the thé như sắp bị giết đến nơi rồi:

"Ôi, cứu với, cứu với, tôi chết rồi, chết rồi!"

Thế rồi, mụ vấp phải một thằng bé đang chạy đằng trước khiến cả nó và mụ cùng lăn đùng ra đất. Bà Phú nhảy vọt tới, ngồi đè lên lưng mụ Đợ, tay trái giật tóc khiến mụ phải ngửa hẳn mặt lên trời, tay phải khua

khua con dao, lưỡi thép mới mài sáng loáng. Mụ Đợ há hốc mồm, mắt trợn trừng hoảng loạn, đang kêu ời ời là vậy mà mụ bỗng câm bặt, chết lặng đi vì khiếp sợ. Cái cổ uốn cong lên như chờ một nhát kết thúc. Có lẽ bà Phú chỉ dọa chứ không bà đã có đủ thời gian hạ con dao kia xuống mấy lần rồi. Ông Ân lao tới dùng hai tay nắm lấy cổ tay cầm dao của bà Phú, kêu lên:

"Em Ân đây chị ơi, em Ân đây!"

Bà Phú tay trái vẫn co đẩy liên tục, khiến mồm mụ Đợ đập xuống đường làng, máu toe toét đầy miệng. Đúng lúc ấy Quý chạy tới tước con dao khỏi tay bà. Ông Ân kéo bà Phú ra sau, rồi ông và Quý mỗi người một bên đưa bà về nhà. Bà Phú vẫn cười ha hả, vừa đi vừa ngoảnh lại xem kẻ thù đang nằm thở hồng hộc, mặt vẫn gí sát xuống đường, ngay sát một bãi phân bò.

"May quá, có chú," Quý thở phì phò. "Cháu đang ngủ, nghe có đứa gọi thất thanh là biết có chuyện, lao ra ngay… Mà tài ghê, lại đúng lúc chú ở đấy! Ơ, hôm nay chú trông khác thế? Trông đẹp quá cơ!"

"Ừ, chú đang vào nhà cháu, vừa định rẽ vào ngõ. Thôi, thế là may rồi. Con mẹ kia bị một vố như thế cũng đáng."

"Vâng," Quý cười. "Giờ cho kẹo cũng không dám lảng vảng qua nhà cháu nữa. Cháu đã làm cổng rồi đấy chứ. Đêm qua, cháu ngủ quên không khóa cổng nên mới thế."

Vi đang đứng ở cổng, mặt lo lắng nhưng nhìn thấy ông Ân thì Vi vui hẳn lên.

"Ôi, bác Ân, hôm nay bác trông đẹp thế? Thế chuyện gì đấy hả anh? Trời ơi, mẹ lại cầm dao đi à?"

"Ừ, không có gì, chỉ ầm ĩ tí thôi." Quý nói, quay người khóa cổng luôn. "Thế là yên tâm. Chú cháu mình uống với nhau chén trà đã chú nhé."

"Thôi, chú có việc này nhờ vợ chồng cháu rồi chú phải đi ngay." Nói rồi ông Ân lấy trong cái túi bên hông ra một cái bọc nhỏ. "Cô chú hoàn cảnh như thế, giữ tiền ở thuyền nhà không tiện. Chú nhờ hai vợ chồng cháu giữ hộ. Nếu có việc gì... lúc nào cần thì chú sẽ lấy."

"Ơ, sao chú vội thế?" Quý ngạc nhiên. "Chú cháu mình lâu mới gặp nhau. Chúng cháu sẽ giữ cho chú, việc ấy thì chú yên tâm, chú ngồi đây ăn với cháu bắp ngô, uống với cháu chén trà đã chứ!"

"Bác Ân hôm nay có việc gì quan trọng phải không ạ?" Vi cười hỏi. "Bây giờ bác đi chơi đâu, cho anh Quý nhà cháu đi cùng với!"

"Chú lên huyện gửi cái thư cho thằng Bảo và cũng muốn ghé thăm mấy nơi."

"Thế ạ, thế mà trông bác diện như đi ăn cỗ ấy. Mới sớm mà bác. Bác ngồi chơi với nhà cháu một lát, để cháu đi luộc ngô, đun nước bác nhé!"

Biết là khó từ chối nên ông Ân đành nán lại. Thực ra ông đâu có vội gì mà chỉ ngại gia cảnh bề bộn của vợ chồng Quý. Được cái may là bà Phú về đến nhà thì ngồi yên. Ông Ân tự hỏi không biết bà có nhận ra mình không. Giờ này hai đứa bé chắc vẫn còn đương ngủ.

"Bác Phú dạo này có khỏe không ạ?" Ông Ân thử bắt chuyện, nhưng bà Phú chỉ ngồi nhìn lên trời, lẩm bẩm một mình điều gì đó. Quý nhìn ông Ân lắc đầu ra hiệu, rồi anh cúi đầu nói nhỏ:

"Đến cháu đây mà mẹ cháu còn không nhận ra, có lúc mẹ cháu hỏi: anh ơi, anh có biết thằng Chiến, thằng Quý nhà tôi đâu không? Với nhà cháu thì mẹ cháu lại cứ nghĩ đấy là mẹ vợ cháu, cứ nói: Sương à, Sương ơi, sao cô cho tôi ăn nhiều thế, sao cô bắt tôi uống thuốc gì mà lắm thế… Chán lắm chú ạ, không biết bao giờ mẹ cháu mới đỡ."

"Chú cháu mình ngồi ngoài cho thoáng chú nhé," Quý trải chiếu ngoài hiên. "Cháu mời chú ngồi ạ!"

"Ừ, thì phải dần dần," ông Ân nói, ông bỏ dép ngồi khoanh chân trên chiếu. "Lần trước nặng thế mà mẹ cháu còn khỏi được bao nhiêu năm cơ mà! Thế bà ấy có vào chơi với hai đứa bé không?"

"Không ạ, từ lúc bị thế, mẹ cháu hình như sợ hai thằng, cứ tránh xa chúng nó, mà bọn cháu cũng không dám để bà gần các cháu."

"Ừ, thôi thì cuộc sống mỗi nhà mỗi cảnh, ai cũng có nỗi khổ của riêng cháu ạ. Chú thấy vợ chồng cháu khỏe mạnh, yêu thương nhau là chú mừng rồi. Đây, thế cháu cầm giúp chú nhé. Cháu biết đấy, cuộc sống có những điều mình không muốn mà nó cứ tới, thì làm thế nào được."

"Cháu mời bác dùng ạ," Vi bê lên nồi ngô, hơi bốc nghi ngút. "Ngô này từ hợp tác xã của anh Quý đấy ạ."

"Cô nhà chú cũng đã yếu lắm rồi, mà chú cũng có tuổi rồi hai cháu ạ."

"Vâng, nhưng cháu thấy bác còn khỏe mạnh lắm. Mấy năm nữa anh Bảo sẽ mang cháu ra chơi với ông bà," Vi ngoái lại nói, Vi đang cọ bộ ấm chén ở góc sân.

"Ừ… thì biết thế… Chú muốn nói là nhà chú có việc gì thì các cháu giúp một tay, cô chú ở đây chỉ có gia đình cháu là thân thiết nhất…"

"Vâng… có việc gì chú cứ ới một câu là cháu chạy ra ngay. Mấy tháng qua nhà cháu sinh con, mẹ cháu lại thế nên chúng cháu có lấn bấn, ít ra thăm cô chú được, chú về nói cô thông cảm cho chúng cháu."

"Chú biết chứ, ý chú nói là về những việc quan trọng ấy…"

Vi bê khay ấm chén ra rồi ngồi xuống mép chiếu, cô chăm chú nhìn ông Ân:

"Bác Ân dạo này có ngủ được không ạ, bác thấy sức khỏe thế nào?"

"Tốt cháu ạ!"

"Cháu mời bác dùng trà ạ!" Vi mời.

Ông Ân nhấp một ngụm, khen:

"Trà thơm mà được nước lắm!"

"Trà này do hội cựu chiến binh xã bên tặng anh em cựu binh xã mình đấy ạ!" Quý vui vẻ nói. "Mấy hôm trước anh em tới nhà cháu chơi đông lắm, để hôm nào cháu mang xuống biếu chú một ít để chú dùng, cháu cũng thèm được ngồi uống với chú chén rượu ở làng nổi. Lâu không xuống dưới ấy, cháu nhớ đấy. Ngày xưa mẹ Sương cháu còn hay làm gỏi cá mè cho cháu ăn, hồi đó cháu lại chưa biết uống rượu!"

Nghe Quý nói, ông Ân thấy lòng quặn lên. Có những ân tình đi suốt với con người ta cho tới chết. Như vậy là ông chẳng bao giờ tìm được Sương rồi. Sương đi sớm nên trong ký ức của ông, Sương vẫn là một thiếu phụ trẻ, đầy sức sống. Rồi mai đây, khi ông không còn ở làng Dềnh ấy nữa, thì Quý sẽ uống rượu với ai đây? Nhưng mà thôi, cứ suy nghĩ như thế thì lòng ông sẽ vương vấn khổ sở lắm. Cả đời ông đã sống hết sức mình rồi. Ông cũng đã làm trọn nghĩa của một người chồng, người cha, ông đã sống chu đáo với những người xung quanh. Chỉ tiếc một điều là cả cuộc đời ông không làm được điều gì cho ra trò, nhưng thôi, cũng chẳng nên tiếc. Đời là phù du, chẳng thể nắm bắt được, biết thế nào mà tính. Giỏi giang, đức độ hết mực như ông Phúc, cậu Phú, trẻ trung đầy tiềm năng như Chiến mà số phận lại tàn khốc cay đắng thế cơ mà, đến như cháu Quý, cháu Vi đây, được ăn học đầy đủ, đã cống hiến hết mức, mọi điều tưởng chừng như đã sang trang, sẽ được hưởng hạnh phúc sáng láng mà vẫn còn vất vả đến thế, rồi chị Phú nữa, người phụ nữ đẹp người, đẹp nết mà khổ thế kia. Giá như ông có thể làm được điều gì để vơi đi nỗi khổ của họ thì lòng ông sung sướng biết bao. Nhưng thôi, mọi việc đã an bài, đã được định đoạt, chẳng nên suy nghĩ rườm rà làm gì. À, suýt nữa thì ông quên không nói về thằng Bảo.

"À, Quý này!"

"Dạ!"

"Lần trước thằng Bảo về nhưng không gặp cháu nhỉ!"

"Vâng, ngày ấy cháu đang đi tham quan cùng anh em ở hội, nếu Bảo về nữa thì chú nhắn giúp cháu nhé. Cháu thèm được uống rượu với nó quá!"

"Ừ, nếu cháu gặp thằng Bảo thì động viên nó giúp chú. Cháu bảo với nó là đừng suy nghĩ gì nhiều, hãy cố gắng làm ăn thật tốt, nuôi vợ chăm con cho thật tốt. Những gì đã qua, nghĩ nhiều quá cũng không ích gì. Cháu bảo với nó là cô chú bao giờ cũng hướng về nó. Chú đã cố gắng xây dựng cuộc sống cho nó

345

nhưng khả năng chú chỉ có thế, chỉ có tấm lòng làm cha, làm mẹ của cô chú thôi...”

Quý lắng nghe, nhưng dường như Quý không hiểu hết lời ông Ân dặn.

“Chú không muốn nó nặng lòng quá về bố mẹ Quý ạ, cháu hiểu chú nói không?”

“Dạ...” Quý thưa nhỏ.

“Ngoài cô chú ra thì thằng Bảo có gia đình cháu là thân thiết nhất. Chú muốn nó có một điểm tựa tinh thần, có những người bạn ở chốn này, để sau này dù có sống trong kia nhưng nó vẫn hiểu đây là quê hương của nó.”

“Vâng ạ,” Quý quả quyết gật đầu. “Về điểm này thì cháu hiểu chú ạ, chú yên tâm. Cháu lúc nào cũng coi Bảo như người anh, người em của mình. Vả lại, chú cũng biết tất cả những gì xảy ra với gia đình nhà cháu. Gia đình chú, những cô chú, các bác khác ở làng nổi là những người gia đình cháu mang ơn, gia đình cháu không bao giờ quên, cháu lúc nào cũng tâm niệm như vậy chú ạ!”

“Chú cảm ơn cháu, vậy đã nhé, giờ chú đi đây!”

“Thế chú đi bằng gì, chú lấy xe đạp nhà cháu mà đi!”

“Không, chú thích đi bộ, rồi nếu gặp xe ngựa đi qua, chú sẽ đi nhờ.” Rồi ông Ân đứng dậy, đi lại tới trước mặt bà Phú. "Chị Phú ơi, em Ân đây, chị khỏe nhé, em đi đây chị ạ!" Rồi như chợt nhớ ra, ông bảo Quý và Vi: "Cho chú vào thắp nén hương cho ông nội và bố cháu với nhé!"

"Vâng ạ, cháu mời bác!" Vi nhanh nhảu đáp rồi vào trước châm hương. Ông Ân đứng chắp tay lúc lâu, dường như ông đang cố gắng tìm một sóng tâm linh nào đó trong không gian tĩnh lặng ấy. Thấy hai đứa bé nằm ngủ ở góc phòng, ông bước lại. Nét mặt khi chúng ngủ vẫn mang lại cảm giác thanh bình nhưng thân hình co quắp của chúng khiến lòng ông đau nhói.

*

Khi ông Ân từ huyện về thì mặt trời chỉ còn cách đỉnh núi Cóc một đoạn bằng cái đòn gánh. Ông vác trên vai một bao tải hoa tầm xuân, thứ hoa nhỏ bé, đẹp giản dị, ông và vợ thích từ ngày còn trẻ. Ngày xưa, khi bà mới về làm dâu, bà đã trồng quanh mảnh đất ông dùng làm võ đường toàn loại hoa này. Sau một năm dưới bàn tay của người vợ trẻ hàng dậu đã trở nên rực rỡ với những chấm trắng, hồng và đỏ trên nền xanh mướt. Nơi thầy trò ông luyện võ thường phảng phất hương hoa tầm xuân rất dễ chịu. Học trò thích lắm, đứa nào cũng xin về trồng ở vườn nhà. Hàng xóm thấy đẹp cũng trồng, góc xóm ông ở bỗng trông vui mắt hẳn lên. Đẹp nhất là vào độ xuân về, khi tầm xuân nở rộ, những căn nhà của người nghèo dường như ấm áp hơn trong mấy sắc hoa. Vợ ông luôn bận rộn với việc chiết cành, nhân giống hoa cho mọi người. Bà vui lắm, thỉnh thoảng lại khoe với ông về số cây đã nhân được. Bà có vẻ rất tự hào vì đã gây được một phong trào có ý nghĩa. Mọi người lúc đầu gọi đùa vợ ông là cô Tầm Xuân. Cái tên ấy trở nên phổ biến đến mức nhiều người cứ ngỡ là tên thật của bà.

Vác bao tải hoa tầm xuân trên vai, ông thấy lòng phơi phới nhẹ nhàng. Có những ký ức khiến hiện tại dường như cũng được ánh lên bởi một thứ ánh sáng đẹp đẽ mỗi khi nhớ lại. Ông muốn những bông hoa này sẽ gợi lại cho bà những ngày tháng tươi sáng, khi bà còn trẻ và bận rộn bên những khóm tầm xuân, miệng lẩm nhẩm hát khe khẽ một mình. Hình ảnh ấy đã có ý nghĩa biết bao với ông. Nhiều lúc luyện võ cho học trò, nhác thấy hình dáng mềm mại, cân đối tuyệt đẹp của bà trong bộ quần áo lụa nâu, hoà vào màu xanh của lá và những đốm trắng, hồng, đỏ của hoa tầm xuân, lòng ông ngân lên hạnh phúc. Tiếng giảng bài, tiếng hét của ông dường như vang hơn, đòn đánh cũng mạnh mẽ hơn, và tiếng cười cũng hào sảng hơn. Hạnh phúc đã cho người ta niềm cảm hứng, cho người ta sức mạnh. Nghĩ lại, ông mới hiểu tại sao những tháng năm qua chỉ là một sự nối tiếp dài đằng đẵng, cả một chuỗi thời gian vón lại thành một mảng xám xịt buồn bã, rồi mãi biến mất mà chẳng đọng lại chút gì. Sức sống của ông đã bị bào mòn, tâm trí của ông đã chết dần cùng với những tháng năm xám xịt ấy.

Đem về nhiều hoa tầm xuân như thế này đâu phải dễ. Ông đã phải dò tìm hàng tháng trời. Để bó được cả một đống hoa gai góc này ông đã mất hàng tiếng đồng hồ. Phải rất cẩn thận để những cánh hoa khi ép vào nhau, cho vào bao tải mà không bị rụng. Hôm nay, ông đã có một ngày rất vui. Ông đã gặp mấy người bạn ở huyện và đã uống rượu với họ. Ông đã gửi thư cho thằng Bảo. Lòng ông lại nhói lên khi nghĩ tới sự thiệt thòi của vợ. Ông được đi lại, vui với bạn bè còn bà thì phải nằm một chỗ. Những ngày đi thả lưới, cất vó ông không cảm thấy như có lỗi thế này. Nhưng thôi, bà ấy chắc cũng thông cảm cho ông. Mấy khi ông có dịp được diện bộ quần áo thằng Bảo mua cho đâu. Cũng phải có một lần bạn bè được nhìn thấy ông trong bộ quần áo đẹp chứ. Ông về nhà để cất bao tải hoa trước. Bà đang ngủ. Chắc cô Tâm mới cho bà ăn và làm vệ sinh cho bà. Trên dây phơi, nước vẫn nhỏ từ đồ mới giặt. Ông đi lên chùa Linh Vọng Giang thăm sư bà Thích Lãng Vân và ni sư, hai người đang lúi húi bên vườn thuốc nam. Ông đứng yên một chỗ ngắm họ. Hai bộ quần áo nâu ánh lên dưới vệt nắng sắp tắt. Màu nâu nổi lên giữa cả một mảng xanh non. Hai người lặng lẽ làm, dường như mỗi người đang phiêu diêu trong một cảnh giới riêng.

Chào sư bà và ni sư xong, ông mới ngộ được một điều rằng hóa ra những người tu hành là những người nắm bắt được một điều rất đẹp của cuộc đời. Trong cuộc đời vô thường, biến hóa bất lường này thì tinh thần của những người tu hành là bất biến. Họ bình thản trước mọi sự. Họ sống với thiên nhiên, giao đãi cuộc đời bằng những hành động từ bi, họ được bao bọc trong Phật pháp bao dung và cao quý. Họ chứng kiến bao biến cố lịch sử, thông cảm với nỗi đau trần tục nhưng họ không bị sa đà vào trong cái bể khổ ấy. Dường như trí tuệ và tâm pháp của họ đã vượt lên để nhìn nhận mọi thứ được bao quát, rõ ràng. Ngày mai, ngày kia thế giới này có thể xảy ra những biến động lớn nhưng hai bóng hình ấy vẫn có thể thanh thản chăm lo những cây thuốc Nam kia, vẫn nhắm mắt tụng kinh trong tiếng mõ thanh khiết cao thượng.

Bao năm ông sống gần chùa, đã chứng kiến hai người ấy tụng kinh cầu siêu cho bao linh hồn đau khổ mà tới giờ ánh sáng linh diệu ấy mới rọi tới tâm hồn ông. Trước kia, ông không để tâm lắm tới Phật pháp, ông nghĩ đấy chỉ là một nghi lễ để an ủi cõi đời, chứ ông không tin là Phật pháp sẽ giúp được cõi đời nhiều, nhưng giờ thì ông hiểu đấy không phải là điều gì cao xa linh diệu mà chính là một thái độ sống, một sự nhận thức rất trí tuệ, một tinh thần cao khiết có thể giúp con người ta đi qua mọi đau khổ của trần gian. Hóa ra là vậy! Phải chăng đức Phật đã ban cho ông sự giác ngộ khi ngài biết ông sắp chủ động tạo ra một sự chuyển đổi? Dù thế nào ông cũng không đủ trí tuệ để trả lời mọi thắc mắc. Nhận thức ấy khiến ông thanh thản, ông đã vứt bỏ được mọi mắc míu vương vấn còn lại trong tâm mình.

Ông Ân đi ghé thăm một số nhà dọc làng nổi. Già trẻ, gái trai làng Dềnh ai cũng ngạc nhiên khi thấy ông xúng xính trong bộ quần áo mới. Là những người lao động, mọi người tối ngày quen nhìn thấy nhau ăn mặc xềnh xoàng. Đàn ông, mùa hè đánh trần, quần cộc, mùa đông phong phanh áo tơi khi đánh cá, ngồi uống rượu thì xù xù cái áo bông. Thấy ai mặc đẹp là đoán ngay người đó có việc quan trọng. Nhà nào cũng mời rượu, ông uống mỗi nhà chỉ một chén nhưng nhâm nhi từng giọt, khác với kiểu cạn chén đánh ực hàng ngày. Ông ngồi ở nhà cô Tâm lâu nhất. Cô Tâm đoán ông về muộn nên đã mang cháo sang cho bà Lan ăn rồi. Ông kể hôm nay vui lắm. Ngày này ba mươi lăm năm trước là ngày ông bà cưới nhau, ông muốn vợ chồng cô và thằng cu Lưu vui cùng ông. Ông muốn tặng cu Lưu một món để góp vào số tiền nó dành dụm mua xe đạp bao năm qua. Vợ chồng cô Tâm khăng khăng từ chối, nói hôm qua ông đã tặng cu Lưu chiếc thuyền nhỏ rồi. Ông nói đấy là niềm vui của ông khi cháu Lưu có xe đạp đi. Đến ngày ấy, thỉnh thoảng cu Lưu đèo ông ra chợ huyện là ông thích rồi. Nghe nói thế, cô Tâm mới đồng ý nhận. Cô rơm rớm nước mắt cảm ơn ông.

Khi ông lên thuyền của mình thì làng nổi đã yên tĩnh lắm. Bóng tối đã hoàn toàn chế ngự không gian. Con Mực lao vút từ thuyền xuống. Nó rất khôn, biết chân dính bùn nên nó không dám nhảy lên người ông mà chỉ quắng quít vẫy đuôi. Lên tới thuyền nhà rồi, ông Ân đứng lại ngắm những ánh đèn leo lét bé tí, tỏa ánh sáng âm thầm dịu dàng từ những khoang thuyền của hàng xóm. Nhìn thấy những cặp vợ chồng, con cái ngồi quanh mâm cơm, lòng ông ấm áp lây. Dường như tạo hóa cũng công bằng. Người làng nổi không mảnh đất dung thân, sống thiếu thốn vất vả, đến giấc ngủ cũng chập chờn theo dòng nước nhưng họ yêu thương nhau lắm. Cả đời, vợ chồng con cái quấn túm, sáng tối có nhau. Hạnh phúc dung dị thôi. Có nhau trong cuộc đời, có chồng, có vợ, có con cái để chia ngọt sẻ bùi là hạnh phúc rồi.

Ông đánh diêm, châm đèn. Bà vẫn đang ngủ. Ông đổ từ túi ni lông ra cơm và xương gà ông cầm từ huyện về cho con Mực. Con Mực chắc đói lắm, mõm nó sục vào cái mũ sắt khiến cái mũ cứ xoay tít, va vào mạn thuyền lạch cạch.

"Khổ thân con!" Ông Ân vuốt ve con Mực, nói nhỏ, không muốn đánh thức bà. "Từ mai không có bố, con phải sống dựa vào người khác thôi."

Ông cầm cái điếu cày ra đằng mũi, ngồi dựa vào thành thuyền, chân duỗi thẳng. Đi bộ nhiều khiến hai chân ông mỏi rã rời. Ông châm thuốc lào, rít một hơi dài, nhưng không dám rít to. Cả ngày nay ông không được hút thuốc lào, vì ông không có thói quen dùng điếu người khác. Đây có lẽ là hơi thuốc lào ngon nhất bao năm qua. Ông lim dim mắt, thở khói ra thật chậm…

Hút liền mấy điếu rồi ông cứ ngồi như vậy không biết bao lâu. Ông ngủ thiếp đi trong tiếng nước vỗ oàm oạp vào mạn thuyền, tiếng nói chuyện rì rầm của người làng nổi đang lan trên mặt nước, tiếng bát đũa lanh canh chạm vào nhau yên bình, tiếng những con chim chào mào hót lanh lảnh, tiếng gù gù êm dịu của con gáy….

Khi ông tỉnh dậy thì hầu hết những ngọn đèn yếu ớt trên những con thuyền đã tắt. Làng nổi đã bắt đầu chìm trong giấc ngủ êm đềm. Ngọn đèn của ông cũng tắt tự khi nào. Ông mò bao diêm rồi châm đèn. Ông lom khom vào trong khoang thuyền. Bà đã thức. Ông mỉm cười bảo bà:

"Bà…" ông dừng lại hồi lâu rồi tiếp. "Em đã dậy rồi đấy à?" Nghe vậy, dưới ánh sáng lập loè của ngọn đèn Hoa Kỳ, hình như trong ánh mắt bà ánh lên một thứ ánh sáng khác.

"Em có biết hôm nay là ngày gì không? Đúng ba mươi lăm năm trước là ngày cưới của chúng mình đấy." Ông dừng lại nhìn bà chăm chú, hình như bà mỉm cười. Chỉ một thoáng ấy thôi mà khiến lòng ông rộn lên. Hôm nay anh đã mua rất nhiều hoa. À, chờ một chút." Nói rồi ông treo ngọn đèn lên nóc, ông ra mũi thuyền lấy bao tải hoa. Ông cắt bỏ lớp dây buộc, nhẹ nhàng lấy ra từng bó tầm xuân. Cả thảy có chín bó, mỗi bông hoa đều được ông bọc bằng báo, bằng lá và buộc lạt cẩn thận. Ông ôm chừng năm, sáu bó hết vòng tay của mình rồi lại gần bà. Ông giơ cao lên cho bà nhìn thấy.

"Em thấy không? Rất nhiều, còn mấy bó đằng kia nữa. Hôm nay chúng mình kỷ niệm ngày cưới rồi anh có chuyện muốn nói với em!" Ông lấy tay giữ cho cây đèn khỏi lắc lư, để ông có thể nhìn rõ mặt bà. Bà mỉm cười rất nhẹ bằng mắt. Ông sung sướng mỉm cười. Nụ cười của bà ý nghĩa với ông biết bao. Ông sắp xếp mấy cái chăn, cái gối, bọc quần áo thành một chỗ dựa cho bà, rồi ông đỡ bà ngồi dựa vào.

"Thế, để em thấy anh trang hoàng con thuyền của chúng ta thế nào."

Ông ngoái lại nhìn bà. Mắt bà vẫn giữ nụ cười lúc trước. Ông yên tâm rồi. Như vậy là lúc này, bà rất tỉnh táo. Ông đã dừng từ hôm qua, không cho bà uống cái thuốc gì đó mà bệnh viện phát cho. Hình như thuốc ấy khiến bà buồn ngủ.

Ông thu dọn con thuyền. Ông bỏ tất cả những thứ linh tinh ra đuôi thuyền rồi cắm những nhánh tầm xuân lên khe liếp. Từ chân vách tới nóc được ken đầy những nụ tầm xuân đỏ rực, xinh xinh nổi trên nền xanh. Ông đã đặt người bán chỉ lấy màu này thôi. Bà dán mắt nhìn theo. Ông vui lắm, ông cười với bà, vừa làm ông vừa hát nho nhỏ bài "Sơn Nữ Ca", ông không muốn hàng xóm nghe thấy ông hát. Ken hết cả phần mui thuyền cong cong thì mới hết năm bó tầm xuân. Số bó còn lại, ông cho hết vào cái chậu thau nhưng những cành tầm xuân quá ngắn nên ông không thể cắm được. Ông lại đổ nước đi, rồi ông đổ hết gạo vào trong chậu, rồi ông mới cắm hoa vào. Gai tầm xuân cứa cả vào tay chảy máu, ông cũng mặc. Xong thì cả chậu hoa bỗng thành một mảng xanh đỏ rực cả một góc thuyền.

"Đẹp không em?" Bà mỉm cười, mắt chớp chớp, đấy là kiểu gật đầu của bà.

"Em có nhớ bộ quần áo này chứ?" Ông hỏi, tay cầm bộ áo dài của bà. "Anh mặc cho em nhé!"

Thay cho bà xong, ông bỏ hết quần áo cũ ra đuôi thuyền.

"Nào, chịu khó một chút, anh chải đầu cho em!" Nói rồi ông bế bà xa vách một chút để ông có chỗ ngồi phía sau. Ông đặt một cái chăn đằng trước để bà có chỗ dựa rồi ông chải tóc cho bà. Xong ông búi gọn lên cao. Ông đặt bà dựa lưng như cũ rồi ông ra trước bà.

"Nào, anh ngắm cái nào!" Ông mỉm cười. "Đẹp lắm rồi!"

Ông nhúng lược vào nước, rồi tự chải cho mình. Mái tóc bờm xờm vào nếp, trông mặt ông sáng hẳn ra. Ông quay lại cười hỏi:

"Được không em?" Bà vẫn nhìn ông không chớp mắt. Trong ánh mắt ấy vừa vui, vừa có chút ngỡ ngàng.

Ông đổ dầu hỏa từ can vào năm cái bát và nhúng năm sợi bấc ông mới mua hôm nay vào. Ông đặt mỗi chỗ trên thuyền một cái bát rồi châm lửa. Cả khoang thuyền bỗng trở nên lung linh hẳn lên. Ông lấy ở góc thuyền ra chai rượu cùng hai cái chén, đặt trước mặt bà.

"Mình uống một chút rượu rồi anh sẽ nói chuyện."

Ông rót ra hai chén rồi ông tự cụng li. Ông đưa chén rượu lên môi bà.

"Em nhấp môi một chút cũng được. Ngày xưa em uống đâu có kém anh phải không?"

"Rượu ngon không? Anh mua rượu ngon nhất làng Vân, về tự ngâm nếp đấy. Hay em uống cạn?"

Bà mỉm cười. Môi bà chỉ nhếch được lên một bên. Ông hỏi lại cho chắc:

"Cạn nhé?" Ông xích lại bên bà, nâng chén cho bà uống rất chậm. Phải một lúc mới hết.

"Giỏi quá!"

Ông ngồi đối diện với bà rồi cạn chén.

"Ngày xưa hồi gặp em lần đầu ở đám cưới, anh đã rất ngạc nhiên vì em là con gái mà cạn ly liền mấy lần liền mà mặt tỉnh queo." Ông vừa nói, vừa rót đầy hai chén rượu. "Mặt em lúc ấy hơi ửng đỏ, em cười tươi, mắt long lanh." Ông nhắm mắt như cố nhớ lại hình ảnh năm xưa, rồi ông gật gù tâm đắc, cười rất tươi. "Trời ơi, lúc ấy em đẹp ghê, anh mê lắm!"

Rồi nhìn thẳng vào mắt bà, ông tiếp:

"Hôm nay là ngày mùng hai tháng ba năm một nghìn chín trăm bẩy mươi chín. Đúng ba mươi lăm năm trước mình thành vợ thành chồng. Năm ấy em mới có hai mươi tuổi, còn anh thì hai mươi chín. Lễ cưới được tổ chức chỉ sau ba tháng ngày mình gặp nhau lần đầu. Em là một người bạn đời luôn sát cánh cùng anh những lúc hoạn nạn nhất. Anh luôn ghi nhớ điều đó."

Ông dừng lại, uống cạn chén rượu của mình rồi lại rót đầy. Trầm ngâm nhìn ra ngoài bóng đêm một lát, ông lấy đóm khơi sợi bấc ở cái bát trước mặt. Nói ra điều này khó hơn ông tưởng. Ông hít một hơi dài trước khi tiếp tục.

"Chúng ta đã sống trọn đời bên nhau. Hôm nay anh muốn nói với em một việc quan trọng."

Ông ngừng lời, bỗng nhiên thấy sao khó quá. Ông chợt thấy mình vô lý thế nào đó. Nhưng quả thực là ông phải làm như đã định thôi. Sống trong cô đơn triền miên, trong một sự lặp đi lặp lại trăm nghìn ngày như một giống những năm qua thì không được. Ông phải quyết thôi.

"Việc này anh đã nghĩ rất kỹ gần một năm qua và đã chuẩn bị mọi thứ, nhưng anh muốn hỏi ý kiến em. Dù em là bạn đời của anh, anh cũng không có quyền làm điều gì em không muốn."

Ông dừng lại, uống cạn chén rượu của mình. Rượu cả ngày khiến ông thấy đầu mình nặng trịch. Ông phải nhanh lên thôi.

Nhìn chăm chú vào mắt bà, ông nói:

"Anh muốn hỏi ý kiến em, là em có đồng ý kết thúc cuộc sống của hai chúng ta vào ngày hôm nay không?"

Bà nhìn ông có vẻ sửng sốt.

"Em có hiểu anh vừa nói gì không?"

Bà chớp chớp mắt, trong miệng bà có phát ra tiếng ậm ừ rất nhỏ.

"Thế em nghĩ sao, em có muốn chúng ta ra đi cùng nhau không?"

Bà nhìn ông không chớp mắt. Dưới những ngọn đèn, ông thấy mắt bà loáng nước, dưới mi mắt bà hai dòng nước mắt chảy dài.

"Anh đã quyết rồi, anh sẽ đi nhưng anh đi một mình thì ai chăm sóc em? Anh không ngại sống để chăm sóc em nhưng cuộc sống của chúng ta mòn mỏi đơn điệu quá lâu rồi. Trước kia anh sống vì nhiều nghĩa. Anh đã hy vọng em khỏi bệnh, đã hy vọng

được sống cùng con, để anh được chơi với cháu, được
thấy sự chuyển mình của cuộc sống, nhưng những
điều ấy đã hết rồi. Hàng ngày anh cứ phải lặp đi lặp
lại làm những việc mà anh không muốn làm. Đúng là
anh không muốn phải thay đồ cho em, phải giặt giũ,
phải độc thoại. Anh làm không phải vì anh muốn làm
mà vì anh bắt buộc phải làm, anh làm vì em, đi đánh
cá kiếm sống cũng vậy thôi, con người vất vả thế nào
cũng chịu được nhưng người ta cần có một niềm hy
vọng, cần có một điều gì đấy mới mẻ chờ đợi phía
trước, còn cuộc sống của chúng ta thì ngày này qua
tháng khác, qua năm khác vẫn y như thế. Sự mệt nhọc
của anh cứ tăng dần lên, tinh thần của anh cứ mòn
mỏi dần. Nói vậy không phải là anh phàn nàn, vì em
anh có thể làm mọi thứ, bao năm qua, chắc em không
nghi ngờ điều ấy. Chỉ có điều, sức sống tinh thần của
anh sắp cạn hẳn rồi. Anh giờ còn sức khỏe, anh còn
làm chủ được, anh muốn tự kết thúc mọi chuyện.
Anh không muốn chờ đợi tới lúc sức cùng lực kiệt để
rồi anh không còn là anh nữa, anh không muốn mình
sẽ sống lay lắt, phải phụ thuộc vào một người nào
khác. Em hiểu ý anh không?"

Bà chớp chớp mắt.

"Anh biết, anh mà còn như vậy thì em còn khổ sở
thế nhiều? Anh thương em vô cùng. Anh còn có thể
đi gặp người này, người kia, còn uống rượu, cười đùa
chứ còn em… em khổ quá. Lần em tự cắn lưỡi bao
năm trước đã giúp anh hiểu điều ấy rõ lắm. Nhưng

em đã hứa là em sẽ không bao giờ làm thế nữa và em đã giữ lời hứa. Anh ghi nhận điều ấy. Em đã vì anh mà bế con chạy theo anh, em đã can đảm cùng anh bắt đầu cuộc sống sông nước, và em đã sát cánh với anh cho dù em phải nằm một chỗ hơn hai mươi năm qua, cho tới tận ngày hôm nay. Anh nghĩ rằng, anh đã có một người vợ, một người bạn đời vô cùng đáng quý. Em có tấm lòng sắt son, chẳng gì có thể lay chuyển được. Anh không còn gì để tiếc nuối nữa. Anh hy vọng là em cũng thấy điều như vậy từ anh. Anh phải thú thực với em một điều là khi em bị bệnh, đã có lúc anh mơ tưởng tới cô Sương, hàng xóm của chúng ta nhưng sự việc em cắn lưỡi đã thức tỉnh anh. Từ đấy, anh đã sống trọn vẹn cho em từng giờ, từng phút. Nếu có điều gì không phải, em bỏ qua cho anh. Chúng ta đã sống vì nhau từng ngày suốt bao năm qua, anh nghĩ chúng ta không còn điều gì tiếc nuối nữa phải không em?"

Ông nhìn bà. Bà nhắm mắt, hai dòng nước mắt vẫn chảy dài trên má.

"Anh cũng muốn mình ra đi, để cho con nó yên tâm xây dựng cuộc sống ở miền Nam. Nó sống trong ấy mà cứ nghĩ tới hoàn cảnh cha mẹ thế này, anh sợ lòng nó không yên. Chẳng thà con nó đau một lần rồi thôi. Thời gian sẽ khiến nó nguôi ngoai. Hôm nay anh đã viết thư dặn dò con rồi. Anh bảo nó đừng bao giờ băn khoăn, dằn vặt về điều gì, chúng ta rất tự hào về con và sẽ luôn dõi theo nó. Anh chỉ nói chung chung thế thôi, anh không nói việc chúng ta sẽ làm. Cứ kệ nó, một ngày nào đấy nó sẽ quay về và lúc ấy nó biết cũng chẳng sao. Anh đã cố tình không đưa địa chỉ của nó cho bất kỳ ai ở đây. Chúng ta đi rồi, chắc chắn có người lo. Anh đã lo cho bao nhiêu người, giờ sẽ có người khác lo cho chúng ta."

Ông ngồi lui lại để dựa lưng vào mạn thuyền. Ông nhắm mắt lại. Ông thấy mệt quá rồi, mà chắc là say rồi. Nếu không làm nhanh thì không khéo ông sẽ gục xuống ngủ, sẽ hỏng việc mất. Ông nghiến răng, lắc đầu thật mạnh để thoát khỏi cơn buồn ngủ, ông chống tay, vươn người ra trước nhìn sâu vào mắt bà.

"Anh sắp say rồi. Anh muốn hỏi em là em có cho phép anh làm điều đó với anh và em không?"

Bà chớp mắt, mấp máy môi đồng ý. Ông mỉm cười.

"Như vậy là được rồi." Ông lấy hai tay, vỗ vào hai bên đầu của mình. "Anh đã nói nhiều quá rồi. Anh đang cố nghĩ là còn thiếu điều gì nữa không. Chắc không cần nói thì em cũng biết tình cảm của anh với em thế nào rồi. Anh đã mê mệt em ngay từ cái đám cưới của bạn anh." Ông cười, nói tới điều đó dường như khiến ông tỉnh táo ra. "Da trắng nên khi rượu vào, mặt em ửng hồng, mắt em long lanh, nhìn thích lắm!"

Ông nhìn bà chăm chú, như thể chờ đợi phản ứng của bà. Ông thấy bà nheo mắt, môi hơi nhấc lên. Bà mỉm cười! Dưới ánh sáng của những sợi bấc, và có lẽ do rượu, trông mặt bà cũng ửng hồng. Ông bỗng thấy bà vẫn đẹp. Có lẽ ông nên có những buổi nói chuyện như thế này với bà, ông nên cho bà ngồi rồi uống rượu với bà như thế này.

"Giờ đây da mặt em cũng ửng hồng rồi đấy. Để anh cho em xem!" Ông đứng lên xiêu vẹo, ngã dúi dụi vào chậu hoa, khiến những bông hoa xô lệch đi.

"Thôi, hỏng hoa rồi." Ông lầu bầu. "Anh muốn hoa phải đẹp, để mọi người sáng mai tới đây sẽ khen anh biết cắm hoa. Giờ say thế này, làm thế nào đây?"

Nói vậy nhưng ông cũng ngồi dậy để sửa lại chậu hoa. Trên mặt ông có một dòng máu chảy vì gai của cành tầm xuân đâm vào. Ông lấy tay xoa lên chỗ đau, vết máu vẫn đỏ trên má ông.

"Thôi, tạm thế thôi." Ông làu bàu rồi lom khom vịn vào mạn thuyền để ra lấy gương. Mang được gương vào thì một con gió thổi qua khiến mấy cái bấc tắt phụt. Ông chép miệng rồi bật diêm, lần lượt châm mấy cái bấc sáng lên. Kéo tấm liếp sau đuôi thuyền lại cho đỡ gió, ông trở lại chỗ cũ. Ông cầm cái gương giơ lên trước mặt bà.

"Đây, em xem đi. Có phải má em đỏ không?"

Bà ậm ừ trong cổ họng, chớp chớp mắt.

"Anh cứ thấy thiêu thiếu cái gì ấy nhỉ!" Ông lẩm bẩm, cau mày nghĩ ngợi. "Giá như ngày xưa thì em đã nhắc anh rồi phải không? Đầu óc anh mụ mẫm rồi, tại sao anh cứ thấy như quên một điều gì đấy mà chưa nói với em thế nhỉ?"

Ông nhắm mắt vào thở nặng nhọc, dường như ông thiếp đi một thoáng rồi ông choàng tỉnh, ông lắc lắc đầu để cưỡng lại cơn buồn ngủ. Ông nhấc một ngọn bấc lại gần rồi ông hơ lòng bàn tay của mình vào đấy. Ông muốn lấy cái nóng của ngọn lửa để giữ cho mình được tỉnh táo. Ông bỗng giật phắt tay lại. Ngọn lửa tắt phụt. Ông bật diêm châm lại. Ông nhìn bà bằng cặp mắt đỏ, lừ đừ của người say rượu.

"Có lẽ anh nói đủ rồi phải không?"

Bà chớp chớp mắt.

"Vậy chúng ta đi nhé? Anh đã tích góp được đủ thuốc ngủ." Ông vừa nói, vừa lật một tấm ván thuyền lên, rồi lấy ra một cái bọc ni-lông. Ông mở dây buộc rồi dốc ngược cái bọc ra, dễ chừng một trăm viên thuốc ngủ đã được ông dành dụm từ bao giờ.

"Anh uống trước nhé?" Nói rồi ông vơ chừng hơn chục viên trong tay rồi dốc vào miệng. Ông cầm cả chai rượu lên uống ừng ực.

"Thôi chết," ông vội nhớ ra. "Phải cho em uống cùng. Anh mà ngủ trước thì ai giúp em?"

Nói rồi ông lom khom ra ngoài, ông sách hẳn nửa xô nước vào trong, xô nước sánh ra, ướt hết cả sàn thuyền. Ông uống hết chỗ rượu trong chén của bà rồi ông múc nước bằng chén. Ông bốc chừng năm viên thuốc đưa vào miệng bà đưa chén nước cho bà uống. Ông làm hơi nhanh nên nước trào cả ra ngoài. Ông lấy tay vuốt vuốt cổ cho bà. Rồi ông lại tự bốc chục viên nữa cho vào miệng mình. Lần này ông uống bằng nước. Ông sợ mình đổ gục xuống vì rượu trước khi cho bà uống xong thì hỏng việc. Rồi cứ năm viên cho bà, mười viên cho ông như vậy… Khi còn khoảng hơn chục viên thì ông thấy đầu óc choáng váng. Ông vội kéo cái chăn kê sau lưng của bà ra, đỡ bà nằm xuống, xong ông nằm xuống cạnh bà. Ông luồn cánh tay trái của mình vào dưới gáy của bà. Ông nằm nghiêng sang gác cả chân phải và tay phải của mình lên người bà. Chợt nhớ ra, ông nhỏm dậy, gọi:

"Mực, Mực, Mực…"

Con mực đang ngủ, nhỏm dậy, đi tới bên ông. Ông vòng tay ôm lấy nó vỗ về.

"Bố mẹ đi, ở lại ngoan con nhé!"

Quay sang bà ông thầm thì:

"Chúng mình cùng ngủ nhé!"

Ông cố căng mắt ra xem phản ứng của bà. Mắt ông cứ nhoè nhoẹt, khiến ông không thể nhìn rõ được. Nhưng hình như ông thấy bà mỉm cười hạnh phúc. Hay có thể là ông cảm thấy như vậy? Ông xoa xoa tay trên lớp sa tanh của chiếc áo dài. Ông cười, giọng rời rạc:

"Ba mươi lăm năm mà… áo em vẫn… đẹp lắm… em vẫn…đẹp… la… a… ắm…"

Nói xong câu ấy thì ông thấy mình là một chú rể đẹp trai với làn da rám nắng, xúng xính trong áo dài khăn xếp màu xanh lam, ông đang cầm bó hoa tầm xuân đi về phía bà trên một cây cầu màu trắng. Dưới kia là dòng sông xanh ngắt đang chảy êm đềm, mặt nước soi bóng những cụm mây trắng bồng bềnh trên trời… Bà rực rỡ trong chiếc áo dài trắng, khăn xếp cũng màu trắng, trên ngực là chuỗi hạt ngọc mầu xanh lá cây phản chiếu những tia lấp lánh dưới ánh nắng… Hai người cùng sóng đôi trên chiếc cầu dài vô tận ấy… Không uống rượu nhưng gương mặt bà đang ửng hồng hạnh phúc… Chốc chốc bà quay sang ông mỉm cười…Đôi mắt long lanh và nụ cười lấp lóa trong đôi môi hồng khiến ông ngắm nhìn không chán mắt…

Chương 42

Cả ngày hôm ấy tuy đi cùng với nhóm xây dựng của hội cựu chiến binh để thảo hợp đồng xây dựng trường tiểu học ở xã bên nhưng Quý luôn bồn chồn, sốt ruột mà không hiểu vì sao. Những công việc kiểu này anh không thích lắm nhưng đành phải đi. Bàn chuyện cụ thể thì ít mà uống rượu, giao đãi thì nhiều. Mọi việc đang suôn sẻ thì bên đối tác quyết định tạm dừng hợp đồng một thời gian để nghe ngóng thêm về tình hình chiến sự ở biên giới Trung Quốc. Ông hiệu trưởng nói có lẽ Việt Nam sắp có lệnh tổng động viên toàn quốc. Nhưng cảm giác nóng ruột hoàn toàn không phải vì lý do ấy.

"Em có thấy chú Ân hôm nay có vẻ lạ không?" Quý hỏi Vi. "Anh cảm giác chú ấy định nói một điều gì đó nhưng không muốn nói thẳng ra."

"À, em cũng định nói với anh như thế, bác ấy nói như thể đang định đi đâu xa ấy. Hay bác ấy định vào Nam với anh Bảo, mà cũng không hẳn vậy."

"Ừ, thôi để chiều mai anh ra thăm cô chú ấy," Quý ngáp dài. "Trưa rượu, mệt quá mà chẳng được nghỉ rồi lại bàn bạc mấy tiếng, tưởng được việc thì hợp đồng lại bị hoãn, rồi lại rượu chia tay, bã hết người. Mà hôm nay mẹ thế nào? Khiếp, sáng nay mẹ làm anh một phen hết hồn."

"Mẹ ngủ rồi, chiều nay mẹ có vẻ ổn hơn. Mẹ để em tắm rồi cho ăn rất thuận lợi. Thôi anh ngủ đi. Em đi giặt quần áo đây."

"Sao không để sáng mai giặt?"

"Thôi, sáng mai có việc của sáng mai, tranh thủ được là phải làm ngay."

Vi vơ một đống to quần áo bẩn để giặt. Từ ngày sinh đứa thứ hai, mẹ tái phát căn bệnh xưa khiến cả anh và Vi đều bận tối mắt tối mũi cả ngày. Công việc ngoài đồng Quý nhờ vợ con anh em cựu chiến binh. Mọi người thương hoàn cảnh gia đình anh nên hò nhau mỗi người một chân, một tay làm giúp. Vi đi chợ, cơm nước, chăm mẹ và thằng Minh, thằng Vọng đã đủ hết ngày. Anh cũng phải giặt giũ, nấu cơm đỡ Vi một tay lúc rảnh. Vợ chồng anh sẽ xoay xở thế nào lúc Vi phải đi làm đây? Cái sảy nảy cái ung, mẹ nghĩ ngợi về hai thằng cháu mà thành như vậy. Chả lẽ anh phải nghỉ hẳn ở hợp tác xã và ở hội cựu chiến binh để

Vi đi làm? Ý định thành lập xưởng cơ khí của anh cứ xa dần, cứ chìm dần vào trong cái sự luẩn quẩn. Anh mới xuất ngũ được hơn ba năm mà cuộc sống đã như một gọng kìm kẹp anh chết cứng vào một chỗ. Nếu có lệnh tổng động viên thì có lẽ anh vẫn trong diện phải cầm súng. Nếu anh đi một mình Vi ở nhà sẽ xoay xở ra sao? Nhưng anh chẳng nên băn khoăn về cái tin của ông hiệu trưởng ấy. Cuộc sống hiện tại của anh đã là cả một cuộc chiến dài, chưa biết lúc nào kết thúc, chẳng khác mấy thời chiến tranh chống Mỹ.

Chả nhẽ lại có số phận? Anh ghét cay ghét đắng cuộc sống tẻ nhạt, anh đã thề không bao giờ để thời gian lãng phí như giai đoạn mới tốt nghiệp, khi bị phân công về cái xí nghiệp cơ khí ở Hải Phòng. Thế mà mọi thứ cứ đưa anh tới bế tắc. Anh như đang bị lún sâu vào đầm lầy, càng quẫy đạp, càng lún nhanh hơn. Anh đang bị trói buộc vào những việc mà một nông dân, một người không được học hành gì cũng làm được. Giá như không có con, vợ chồng anh sẽ rảnh rang mà phát triển chuyên môn, cuộc sống sẽ nhẹ nhàng biết bao. Nhưng rồi anh hiểu đấy chỉ là một giả định viển vông, ai mà biết được hoàn cảnh này sẽ xảy ra. Người Việt Nam ai chẳng muốn có con. Vậy đây chính là số phận của anh rồi. Nó khiến anh không thể cựa được. Lúc nãy buồn ngủ thế mà giờ mải suy nghĩ, anh lại tỉnh như sáo.

Vi đã giải thích cho anh về chất độc màu da cam. Anh đã đọc tài liệu ấy. Thôi, thế thì đúng rồi, cái chất độc ấy đã ăn sâu vào trong máu anh. Giá như anh biết được điều này sớm hơn thì cuộc sống đâu lấn bấn thế này. Sao trong suy nghĩ của anh có nhiều "giá như" đến thế nhỉ? Mọi chuyện cứ như một hành trình ác nghiệt định sẵn và anh cứ phải lao theo nó. Anh đã quẫy đạp, đã quyết liệt khẳng định mình trong học tập, trong chiến đấu mà kết quả lại thành thế này. Mẹ đang khỏe mạnh, phơi phới hạnh phúc bỗng như vậy. Cứ như thể có một bóng ma ác nghiệt của quá khứ, của số phận đang săn đuổi mẹ, săn đuổi anh và giờ nó cũng hành hạ Vi, hành hạ những đứa con của anh…

Nghĩ tới đấy anh thấy mệt mỏi ghê người. Anh chán ghét công việc vớ vẩn mình đang làm. Những cái bắt tay, những chén rượu khiến anh phờ người. Những lúc uống rượu mà nghĩ tới mẹ, nghĩ tới Vi, nghĩ tới hai thằng con nằm co quắp ở nhà thì lòng anh đổ sập như một tòa nhà mục nát. Có lúc anh muốn tung hê mọi thứ nhưng tung đi đâu, hê đi đâu mới được chứ? Trách nhiệm sờ sờ ở đấy, anh ném cho ai làm hộ? Anh không đi làm, lấy tiền đâu mang về nhà để lo sinh hoạt hàng ngày cho ngần ấy người? Rồi còn thuốc men cho mẹ, cho bọn trẻ nữa.

Cứ nghĩ tới ngày Vi phải đi làm là anh lo phát sốt. Anh có phải ngu dốt gì mà sao cứ như gà mắc tóc, loanh quanh luẩn quẩn trong cái mớ bùng nhùng này? Anh cũng đâu phải thằng hèn không dám làm việc lớn, thời chiến anh có thua kém người nào về lòng can đảm đâu, cần đánh là đánh, cần xả thân là xả thân. Giờ làm thế nào để thoát khỏi sự bế tắc này đây? Anh không thể để Vi ở nhà được. Một bác sĩ giỏi như Vi, ở nhà kiến thức sẽ cùn đi, mấy năm là lạc hậu, mất nghề. Anh chúa ghét hình ảnh Vi quần xắn móng lợn, nấu cám, băm bèo, tất tả cơm nước như bao phụ nữ ở cái làng này. Vậy nên khi mẹ vừa đổ bệnh là anh gọi người bán sạch lợn, gà. Công việc đồng áng nếu không nhờ được, anh sẽ thuê người làm. Anh quyết không thể để hình ảnh một nữ sinh y khoa xinh đẹp sáng láng thành một bà nội trợ lôi thôi được. Cái thân anh đã mang mầm mống của bệnh tật, anh không thể để Vi cũng tàn lụi theo anh được. Hồi sinh viên, anh lúc nào chẳng bước đi trong giảng đường đại học như một biểu tượng của sự thành công. Các bạn thi trượt hết môn này, môn kia, được năm, sáu điểm qua môn mà nhiều thằng còn reo ầm ĩ. Nhiều thằng tăng ca từ khóa trên rớt xuống, nhiều thằng khác thì tụt lại khóa sau. Anh thì môn nào cũng chín, mười, cùng lắm là tám. Năm nào anh chẳng được lên nhận bằng khen. Vào trận mạc anh xông pha như vũ bão, được bao lần tuyên dương trước toàn quân, được trao danh hiệu nọ kia… Con người anh lúc nào chẳng kiêu hãnh ngẩng cao đầu, thế mà giờ anh lóp ngóp với đống tã, với những công việc chán ngắt tầm thường như con bọ hung trong đống phân. Nhìn cảnh Vi lấn bấn với những việc không tên trong nhà, lòng anh vừa xót xa, vừa phẫn uất.

Nhưng càng nghĩ anh lại càng bế tắc đến nỗi nhiều khi có một mình, anh bật luôn ra tiếng chửi bậy. Chửi xong lại nhìn quanh, anh không muốn Vi hay bất cứ ai khác thấy anh trong cái trạng thái xấu xí như vậy. Căng thẳng, chán chường quá khiến anh cũng dần mất đi vẻ nhẹ nhàng, tươi vui vốn có của mình. Thỉnh thoảng anh cáu bẳn với Vi. Điều trước đây chưa bao giờ xảy ra. Cáu xong anh lại thấy mình thật tồi tệ. Vi tốt với anh, Vi hết lòng vì mẹ, vì anh, vì các con. Bản thân Vi cũng chấp nhận tất cả một cách đầy bản lĩnh, nghị lực cơ mà. Không một lời than van, không một lời trách móc, cứ lặng lẽ, môi hơi mím lại để đi qua mọi chuyện, đầy cam chịu, đầy kiên nhẫn và cũng đầy quả cảm.

Mỗi lần như thế, anh lại xin lỗi Vi rất chân thành. Vi cười bảo:

"Thôi mà, khỏi cần xin lỗi. Anh là người, chứ có phải thánh đâu. Mà anh là thánh thì em chẳng thể nào túm được anh."

Một lần như thế, anh xúc động lắm. Anh bỗng muốn vứt bỏ mọi lo toan. Anh cứ để hai thằng khóc i ỉ trên giường, cứ để mẹ lang thang chân đất, đầu tóc rũ rượi trong vườn. Anh kéo Vi vào cái buồng ngang ngày xưa, anh đóng chặt cửa vào rồi anh cởi quần áo Vi. Anh giật tung mấy tấm bìa chặn gió lùa cũ kỹ từ mấy mùa đông trước để lấy ánh sáng. Anh âu yếm, vuốt ve Vi, lại say mê ngắm nhìn đường nét cơ thể Vi.

Anh thích Vi nằm sấp để anh xoa lưng, anh muốn ngắm nét cong của hông, để ngực của Vi được áp xuống giường, hơi tràn sang hai bên, để cho anh có cảm giác no đầy. Đã lâu lắm rồi anh mới được sống lại cảm giác sung sướng thăng hoa ấy. Anh như một con bướm say mê hút mật, hút hết bông hoa này tới bông hoa khác. Anh áp má, áp môi vào lưng Vi, vào mông, vào cặp đùi trắng nõn, êm ái của Vi, vào vùng tối huyền bí của nữ giới... Sau bao ngày nặng nề, hôm ấy anh hiểu rằng lạc thú là cần thiết để anh có thể lấy lại thăng bằng trong cuộc sống. Nếu ngày này sang ngày khác, tháng này sang năm khác con người ta chỉ sống với công việc và trách nhiệm thì cuộc đời sẽ mất hết mọi sự lấp lánh hấp dẫn của nó và người ta sẽ không cảm thấy ý nghĩa của cuộc sống nữa.

Nhưng sau lần đấy mọi việc không thay đổi được là mấy. Anh và Vi rất ít khi có thời gian cho nhau. Cả hai đều mệt mỏi với cuộc sống bận rộn. Thỉnh thoảng lắm hai đứa mới kéo nhau vào cái nhà kho cũ kỹ, nhưng cái cảm giác thăng hoa phơi phới của ngày xưa dường như không bao giờ có nữa.

*

"Anh Quý ơi!" Vi lay anh. "Có lẽ anh chịu khó ra nhà bác Ân xem thế nào. Càng nghĩ, em lại càng thấy nóng ruột."

Quý ậm ừ ngồi dậy. Mới mười hai giờ. Anh mới thiếp đi chưa được một tiếng. Anh còn chưa kịp tắm, còn nguyên bộ quần áo mặc cả ngày. Thôi, cũng được, đi cho Vi yên tâm, mà ra ngoài ban đêm cũng thích.

Anh vừa đi được vài mét thì Vi gọi, chạy theo đưa anh cái đèn pin. Anh mỉm cười một mình khi nhận ra Vi bao giờ cũng nhớ ra những chi tiết kiểu ấy. Khu vực làng nổi, bờ sông mấp mô toàn đá với dây buộc thuyền, không có đèn rất khó đi. Đạp xe ban đêm, gió táp vào mặt mát rượi khiến Quý tỉnh hẳn ngủ. Lên tới đê, anh rẽ phải về phía chùa Linh Vọng Giang. Cả khu vực làng nổi phía dưới chùa đều đen lặng, không một ánh đèn. Anh thấy ngại. Thể nào rồi chó ở làng nổi cũng sẽ ầm ĩ lên cho mà xem. Anh không muốn làm phiền giấc ngủ của những con người lao động. Nhưng chẳng làm thế nào được, phải chấp nhận thôi. Anh dắt xe xuống con đường mòn chạy chéo từ mặt đê xuống bãi ngô rồi anh men theo khu vườn thuốc Nam của sư bà. Ruộng ngô đã cao tới ngang vai người. Hồi nhỏ bọn anh thích chơi trò trốn tìm ở đây, lúc ấy những cây ngô cao gấp đôi bọn anh, chạy giữa những luống ngô anh có cảm giác như đang chạy trong rừng.

Anh dựng xe vào hàng rào của vườn thuốc Nam rồi bật đèn pin đi theo bờ sông. Như anh đoán, thấy ánh đèn, bọn chó trên các thuyền sủa ran cả một khúc sông. Cứ mỗi khi bước xuống làng nổi là anh nhớ tới mẹ vợ anh. Cuộc đời anh có quá nhiều kỷ niệm gắn bó với làng nổi. Thời thằng Bảo còn đi học với anh, số thuyền làng nổi chắc chỉ bằng một nửa bây giờ. Làng nổi ngày càng đông đúc hơn, xuất hiện nhiều khuôn mặt mới. Bọn trẻ lớn lên cũng có và những thân phận trôi nổi từ nơi khác mới đến cũng có. Anh dẫm phải bùn, chiếc dép cao su của anh bầy nhầy trơn tuột, khó đi. Anh đành tụt dép để vào một chỗ để đi chân đất.

"Chú Ân ơi," anh gọi khi đến thuyền nhà chú Ân. "Chú Ân ơi!"

Con chó nhà cô Tâm lao từ trong khoang ra, đứng ở mũi thuyền sủa. Thế này thì cả làng nổi tỉnh giấc mất thôi. Sự lo lắng của anh và Vi có khi lại thành một sự làm phiền cho mọi người. Nhưng sao không thấy chú Ân thưa, mà con Mực đâu rồi? Thường ngày, nghe thấy tiếng anh là nó đã lao vút ra mừng rồi cơ mà. Không có ván, anh đành đu người lên thuyền. Phần ngăn giữa mui thuyền và khoang thường được che lại khi ngủ, giờ được mở toang.

"Chú Ân ơi!" Quý gọi một lần nữa. Chẳng lẽ chú Ân đi vắng? Quý đành soi đèn vào trong và khom người bước vào khoang. Anh giật nảy mình khi thấy khung cảnh lạ lẫm. Những bông hoa tầm xuân tạo thành vòm trên mui thuyền. Mùi hương của hoa lẫn với cả mùi khét của đầu hỏa. Chú Ân nằm ôm cô Lan trong vòng tay. Con Mực ngước mắt nhìn anh uể oải, dường như nó bị ốm. Mọi sự đều bất thường quá thể. Trống ngực Quý đổ dồn, anh lại gần.

"Chú Ân ơi!" Anh gọi to hơn rồi lấy tay lắc vai chú Ân. Cả người anh bỗng lạnh toát khi chạm vào người chú. Anh đưa tay sờ vào mặt chú và cảm thấy rất rõ sự vô hồn, lạnh lẽo toát ra từ đấy, bên cô Lan cũng vậy. Quý lập cập đứng dậy, đầu anh cộc vào chiếc đèn dầu treo trên nóc. Anh lia đèn khắp khoang thuyền. Những bát còn già nửa dầu đốt nhưng những sợi bấc bị tụt xuống chìm trong dầu, những viên thuốc mầu trắng lắc rắc trên sàn. Anh khom người, để ngón tay vào mũi chú Ân, anh đặt bàn tay lên trán chú một lần nữa. Anh hiểu rằng không còn hy vọng gì nữa. Quý ngồi phệt xuống, sao anh ngu ngốc quá vậy, đáng lẽ anh phải đoán ra sớm hơn chứ. Anh vươn tay vỗ vỗ nhẹ vào đầu con Mực. Có lẽ nó hiểu những gì đang diễn ra, nó đứng lên áp sát vào người anh, rên ư ử trong họng như thể nó đang khóc.

*

Cả làng nổi, mỗi người một chân một tay lo làm ma cho vợ chồng chú Ân. Sư bà Thích Lãng Vân và ni sư xuống tụng kinh trên thuyền và ngoài nghĩa địa. Quý kể chuyện lại với mọi người về chuyến viếng thăm bất thường của chú Ân, lúc ấy thì ai cũng bảo là mình đã thấy có điều gì lạ lẫm nhưng không ai đoán là chú lại làm việc ấy. Cô Tâm và mấy cô nữa khóc ghê lắm, khóc mà cứ trách sao anh chị nỡ bỏ chúng em mà đi. Anh em tối lửa tắt đèn có nhau bao nhiêu năm, anh chị ra đi đột ngột thế này, bọn em bơ vơ lắm, làng nổi sẽ trống trải lắm, hay anh giận là chúng em không chăm sóc cho chị chu đáo hả anh... Quý xúc động. Hàng xóm mà nỗi xót xa của họ không khác gì ruột thịt.

Không ai biết địa chỉ của Bảo để mà báo, nhưng Quý biết tính chú Ân, chắc chú ấy không muốn Bảo biết, chú ấy đã gửi thư, nếu muốn, chú đã tự báo cho con trai rồi. Tất cả con cháu làng nổi đeo khăn tang hôm ấy. Quý và Vi cũng vậy. Trên con đê, một đoàn người rất dài đi đưa cô chú ra nghĩa địa. Một cặp vợ chồng đã sống mấy chục năm tình nghĩa, chu đáo ở làng Dềnh đã khiến mọi người ở đây như thấy mất đi những người thân. Vi khóc nhiều, áy náy mãi về chuyện thuốc ngủ. Vi tự trách mình không quan tâm sâu sát tới cuộc sống cô chú. Quý nghĩ khác nhưng anh không thể chia sẻ ý nghĩ ấy với ai. Một người đàn ông chăm vợ mấy chục năm như thế là một con người chứa trong mình một tình cảm lớn lao. Quyết định ấy của chú là đúng. Cuộc sống của chú đã mất hết niềm vui, mất hết hy vọng, nếu có sống thì ngày qua ngày sẽ chỉ là những chuỗi tẻ nhạt, buồn bã. Giá thằng Bảo ở ngoài Bắc thì chuyện này sẽ không bao giờ xảy ra. Trong lòng Quý có ý giận thằng Bảo nhưng rồi anh tự nhủ không nên như thế. Mỗi người một khác, anh không thể đứng ở vị trí của mình để phán xét người khác được. Có lẽ thằng Bảo có những nỗi khổ tâm mà anh không biết, có lẽ người phụ nữ nó gặp trong kia là tất cả ý nghĩa cuộc sống của nó, có lẽ nó muốn làm một thời gian để có tiền, rồi sẽ lo cho bố mẹ... Anh không nên hẹp hòi mà trách móc hồ đồ. Nó đã khổ quá rồi. Nó sẽ mãi là một người anh em, khi nó ra ngoài này, anh nhất định phải thể hiện được tình cảm đối với nó.

Suốt thời gian làm đám, con Mực phủ phục cạnh quan tài của chú Ân, cô Lan. Lúc đưa đám, nó chạy đi chạy lại giữa hai quan tài, lúc ra tới nghĩa địa cũng vậy, con Mực nằm áp sát vào hai quan tài, như thể nó muốn dùng cơ thể mình để sưởi ấm cho linh hồn chủ.

Khi quan tài được hạ xuống huyệt. Hòa với tiếng khóc của con người, con Mực cũng tru lên. Tiếng tru rất giống loài sói. Dường như những gì xảy ra đã đánh thức một bản năng xa xưa của con vật, trước khi giống loài của nó được sống với con người.

Khi mộ được đắp xong mọi người gọi thế nào con Mực cũng không về và nó không bao giờ quay trở lại con thuyền kia nữa. Từ đấy nó thành một con chó hoang sống ngoài nghĩa địa. Mọi người đi qua, cho đồ thì nó ăn, không thì nó nhịn đói. Dần dần cả làng Đại An biết câu chuyện về con Mực, rồi các làng xung quanh cũng biết. Nhiều người tới nghĩa địa làng nổi để được nhìn tận mắt con chó họ đã được nghe kể. Họ cảm động trước con chó tình nghĩa và thỉnh thoảng quay lại cho nó thức ăn. Nhưng cũng có những kẻ chỉ nhìn thấy nó như một cơ hội để cải thiện bữa ăn. Một lần có hai thằng từ nơi khác tới, chúng đang cầm dây, cầm gậy đuổi bắt con Mực thì bị người làng nổi phát hiện. Hai thằng bị mấy dân chài đánh một trận thừa sống thiếu chết, van lạy mãi mới được tha.

Chương 43

Không có cách nào khác nên Vi đành phải xin nghỉ thêm một năm. Giám đốc bệnh viện biết hoàn cảnh gia đình chị nên đồng ý ngay, nói là cứ yên tâm mà nghỉ, bao giờ muốn đi làm thì bệnh viện sẽ tạo điều kiện. Quý suy nghĩ kỹ rồi. Anh sẽ tận dụng thời gian Vi ở nhà để dồn hết công sức cho việc lập một xưởng cơ khí của hội cựu chiến binh, để anh có thể làm đúng chuyên môn của mình. Chỉ sau khi anh làm chủ về kinh tế thì anh mới có thể xoay xở rồi nghĩ tiếp được. Quý vay vốn ngân hàng mua dụng cụ, máy móc như máy tiện, máy phay, máy hàn... Hội cựu chiến binh đồng ý nhượng lại diện tích một lò gạch để anh làm xưởng. Quý mời một số cựu chiến binh từng là lính lái xe, lính sửa chữa máy móc trong thời kỳ chiến tranh làm cùng. Xưởng của anh có việc ngay và rồi người nọ giới thiệu người kia cứ ùn ùn mang việc tới. Xưởng sửa chữa đủ các loại, từ những thứ lớn như máy cày, máy xúc, ô tô tải tới những thứ dân dụng bé tí như cái xe đạp, xe cải tiến. Việc gì anh cũng nhận. Quý lập ra một tủ sách ngay tại xưởng. Anh đi Hà Nội, gặp bạn bè xin đủ các loại sách cũ về cơ khí, máy móc rồi anh đi mua thêm những sách dạy nghề cơ bản. Anh giao nhiệm vụ cho anh em trong xưởng phải tự học, phải tự trau dồi kiến thức của mình. Xưởng cơ khí của Quý như gãi đúng chỗ ngứa nhu cầu về sửa chữa máy móc ở nông thôn, cả những người sống ở trung tâm huyện cũng phải về xưởng của anh để sửa.

Quý tính đây chỉ là giai đoạn tích lũy, mục tiêu tương lai là xưởng của anh phải thiết kế, sản xuất được những nông cụ đơn giản để phục vụ nhu cầu nông thôn. Anh nhờ một người bạn đang là giảng viên trường đại học Bách khoa giới thiệu cho sinh viên năm cuối về thực tập. Ba sinh viên về thực tập thì Sâm, một người đồng ý về làm cho anh sau khi tốt nghiệp. Sâm quê Thanh Hóa, rất giỏi và chịu khó. Cậu ta rất thích cách làm việc của Quý và bản thân cũng muốn được thiết kế, sản xuất thay vì những công việc sửa chữa lặt vặt. Quý mừng như bắt được vàng. Anh cho Sâm ở lại ngay xưởng, hỗ trợ quản lý toàn bộ công việc cùng anh, và tiến hành thiết kế những máy móc đơn giản.

Niềm say mê công việc đã giúp anh thoát khỏi bế tắc tâm lý. Năng lực làm việc, năng lực sáng tạo của anh được thỏa sức bung nở. Anh cảm thấy mình đã tìm lại được ý nghĩa của cuộc sống. Anh chỉ thương

Vi tối ngày lấn bấn việc nhà, mà tình trạng này sẽ không biết đến bao giờ mới thay đổi được. Cứ vui vì công việc đang tiến triển tốt thì anh lại hẫng hụt khi nghĩ về gia cảnh mình. Giống công việc, gia đình anh cũng cần một sự thay đổi tích cực để có một sức sống mới. Nhưng thay đổi thế nào? Mẹ thì vẫn thế, hai thằng còn trai thì cả đời sẽ chỉ ngơ ngẩn như vậy, cứ thế này thì Vi của anh sẽ héo hon mất thôi. Anh buồn quặn lòng khi mỗi tối bước về nhà, thấy Vi đang tay năm, tay mười nấu nướng, giặt giũ, hết chăm cho bà lại chuyển sang cháu. Công việc ở xưởng đã khiến anh mệt phờ người. Về nhà ăn một chút, tắm xong, anh chỉ muốn nằm thẳng cẳng. Nhiều lần, ăn xong, chưa kịp tắm, anh đã ngủ một mạch tới sáng.

Anh cứ phải cố mang chuyện vui, chuyện thành công ngoài xưởng về kể cho Vi vui, nhưng anh không khỏi đau lòng khi nhận thấy cái nét hồn nhiên, tươi sáng của Vi cứ nhạt dần theo ngày tháng. Vi cười, lắng nghe chuyện của anh nhưng Vi không giấu được nét buồn. Anh cố lờ đi để vui, nhưng cả ngày hôm sau, hôm sau nữa hình ảnh ấy cứ đau đáu, bám chặt lấy tâm trí anh. Làm thế nào bây giờ? Nhiều khi cuộc sống khó lắm. Nó cứ như thể cái bàn kẹp siết chặt lấy anh và Vi. Anh vắt óc tìm cách thoát ra mà chẳng ích gì.

Nếu cứ sống thế này, vài năm nữa Vi sẽ mất chuyên môn ngành y. Mà hoàn cảnh cũng chẳng cải thiện được gì. Mẹ có thể không khỏi được bệnh, hai thằng Minh, thằng Vọng thì đã hết hẳn hy vọng rồi. Rồi cứ như thế này, khi vợ chồng anh có tuổi thì biết nương nhờ vào ai. Trẻ cậy cha, già cậy con. Vợ chồng anh sẽ trông vào ai khi tuổi già đến?

Phải rồi, tại sao Vi không cố lên, đi xin con người khác để rồi nhà anh có trẻ con khỏe mạnh. Đứa bé sẽ biết cười, biết nói như bao đứa trẻ khác. Nó sẽ gọi bà, gọi bố, gọi mẹ như những đứa trẻ khác. Nó sẽ lớn lên, học hành, vợ chồng anh sẽ có một chỗ dựa về tinh thần. Nhưng nghĩ sâu hơn một chút thì lòng anh cũng nhói lên bởi hình ảnh Vi của anh có sự chung đụng với một người đàn ông khác. Tất cả những gì bí ẩn nơi Vi sẽ có một người khác được biết, tất cả những gì riêng tư thiêng liêng của vợ chồng sẽ không còn. Không thể thế được. Anh đã là một thằng lính cầm súng, đã suýt tan xác bao lần, mà thực ra thân xác của anh trông lành lặn thế này, nhưng cũng đã mục ruỗng, anh thậm chí không thể sinh một đứa con lành lặn. Là một thằng đàn ông, anh đã quá thiệt thòi rồi, sao lại để anh thiệt thòi hơn nữa được, sao anh lại có cái ý nghĩ quái gở ấy được?

Nhưng rồi cái ý nghĩ ấy cứ quay lại trong đầu anh suốt cả tháng trời. Nhìn những đứa trẻ khỏe mạnh của anh em cựu binh khác, anh vui rồi buồn ghê gớm. Anh yêu trẻ con lắm. Anh thích cải vẻ đẹp ban mai của chúng. Chúng quá đẹp mà con anh thì co quắp khổ sở từ mặt tới chân tay. Anh thừa nhận đấy là số phận nhưng điều đó khiến anh đau quá, đau tới tê liệt cả người. Đến nỗi thích trẻ con là thế, mà anh không dám nhìn mấy đứa là con cháu anh em ngoài xưởng. Nhìn ngắm rồi thì hệ quả tất yếu là sự liên hệ tới những đứa con của mình. Chẳng thà cứ lờ đi, tập trung vào công việc thì đỡ hơn. Quý sợ những sự dằn vặt nội tâm lắm. Chẳng thà cứ ăn đói một chút mà tinh thần thoải mái còn hơn.

Suốt mấy tháng, cái ý nghĩ để Vi đi xin con cứ lởn vởn trong đầu Quý. Đối với người Á đông thì những điều tưởng chừng là mơ hồ lại vô cùng quan trọng. Liệu sau một lần như thế thì tình cảm của anh đối với Vi có khác không? Tình cảm Vi đối với anh có thay đổi không? Những gì là riêng tư, những gì là thiêng liêng có mất hẳn đi không? Và như vậy thì ý nghĩa của cuộc sống vợ chồng sẽ mãi bị mất đi không?

Quý như phát điên. Đầu óc anh đã từng giải quyết hàng ngàn vấn đề khó về kỹ thuật nhưng sao mấy câu hỏi ấy lại mông lung đến thế. Vấn đề liên quan tới tâm lý con người luôn bùng nhùng, rối rắm quá sức đối với anh.

Cuối cùng, Quý hiểu rằng anh không thể cứ băn khoăn mãi được. Có thể sẽ có những thay đổi nhưng anh phải chấp nhận thôi. Hơn nữa, đấy là cách duy nhất để cuộc sống gia đình của vợ chồng anh được cải thiện. Nếu cứ thế này thì mấy năm nữa mọi việc sẽ vẫn y nguyên và Vi thì đã có tuổi. Lúc ấy anh có quyết thì cơ hội chắc gì đã còn. Phải chăng, đây là thử thách mà vợ chồng anh cần vượt qua.

Tối hôm ấy, Quý quyết định nói chuyện ấy khi Vi đang xúc cơm cho bọn trẻ. Vi nghe anh nói. Rồi Vi lặng lẽ khóc. Quý lúng túng ngồi đực ra, không biết an ủi Vi thế nào. Sau cùng, anh bảo:

"Thôi, em cứ suy nghĩ thêm rồi cho anh biết. Anh cũng nghĩ về việc này mấy tháng rồi. Thời gian thì cứ trôi vù vù. Đằng nào thì em cũng đang ở nhà, nếu được thì lo việc ấy càng sớm càng tốt. Anh sẽ cố gắng hết sức để gây dựng công việc và sẽ tính làm sao em có thể đi làm lại được."

Vi lau nước mắt rồi lại xúc cơm cho trẻ con. Quý ra ngoài hiên hút thuốc.

*

Đêm hôm ấy Vi nghĩ mãi về việc anh nói với chị. Lúc ấy Vi khóc vì thương anh quá. Có ai khổ hơn anh không? Ai đời lại có người đàn ông bảo vợ đi làm việc ấy để có con bao giờ. Nếu có thì đứa con không phải là dòng máu của anh, là một người đàn ông, sao anh lại có thể quyết định như thế được? Lúc đầu chị đã tưởng mình nghe nhầm, nhưng không phải. Đối với Vi thì anh là tất cả. Chị có thể hy sinh tất cả để vì anh. Vi biết anh ghét lắm việc chị phải ở nhà làm nội trợ như hiện nay, nhưng đấy là thực tế cuộc sống mà chị phải chấp nhận. Ai chẳng có mơ ước, ai chẳng có khát vọng về sự nghiệp nhưng đối với Vi thì những việc cần làm thì phải làm. Chị chỉ mong anh đừng quá bận như thế để tối về vợ chồng có thời gian riêng cho nhau, để chị có thể được chăm sóc, gần gũi anh một chút. Có những ngày chị háo hức sắp xếp công việc từ chiều để có thể có thời gian cho riêng cho anh nhưng khi chị vừa xong xuôi mọi việc, anh đã ngủ rất say rồi. Những lúc ấy chị thương anh lắm. Anh lăn lộn vất vả từ sáng tới tối. Công việc đúng là đang rất tốt. Việc chi tiêu trong nhà chị không phải chi li như trước kia nữa nhưng thời gian cho nhau lại eo hẹp hơn trước. Đã bao lần chị có cảm giác hụt hẫng. Chị có thể chịu đựng được mọi chuyện nhưng chị cũng hy vọng một ngày nào đó hoàn cảnh sống của vợ chồng chị sẽ khá hơn, vợ chồng sẽ có thời gian bên nhau nhiều hơn. Đối với chị thì điều ấy còn quan trọng hơn là chị có tiếp tục đi làm ở viện hay không.

Anh mãi là thần tượng của chị, hơn nữa không có anh cứu thì chị cũng chẳng có ở cuộc đời này. Chị không nói lại với anh về điều ấy vì chị sợ anh sẽ hiểu sai chị. Chị không muốn anh thấy trong tình yêu của chị với anh, có một chút tình của một người chịu ơn với ân nhân của mình. Đúng là trong tình cảm của chị có điều đó nhưng giả sử anh không cứu chị thì chị vẫn yêu anh trọn vẹn bằng cả trái tim, và chị sẵn sàng làm mọi chuyện vì tình yêu ấy. Đây chính là điều khiến chị đau khổ nhất. Cả con người chị là của anh. Chị muốn dành cho anh một tình yêu thánh thiện nhất, trọn vẹn nhất. Mong ước của chị là sinh cho anh những đứa con đẹp đẽ nhưng mong ước ấy mãi mãi không thành. Chị muốn chúng đẹp nhưng phải là những giọt máu của anh, như vậy thì bản thân chị mới có thể yêu chúng đắm đuối như chị yêu anh.

Chị hiểu là anh đã phải cân nhắc nhiều mới dám nói ra điều ấy, nhưng chị vẫn choáng váng khi nghe. Đối với chị, những gì riêng tư vợ chồng là vô cùng thiêng liêng. Nếu chị làm như anh gợi ý thì cái tình yêu tinh khiết đẹp đẽ chị dành cho anh chẳng sẽ bị hoen ố sao? Mà sau đấy thì anh còn có thể yêu chị như bây giờ nữa không? Vi tự hào là tình yêu đầu và cũng là tình yêu duy nhất của anh. Chị thấy mình rất may mắn khi có anh, còn những gì xảy ra với anh, với những đứa con là phần gai góc, là thử thách mà ai cũng có trong cuộc sống.

Vi suy nghĩ nhiều và thấy anh nói đúng. Ngôi nhà này cần tiếng cười con trẻ, vợ chồng chị cần một đứa con.

*

Một sáng, Quý tỉnh giấc thì thấy Vi đang ngồi ghé ở mép giường nhìn anh. Vi hỏi, giọng nghiêm nghị:

"Nếu em làm thế thì anh phải hứa với em một điều!"

"Điều gì hả em?"

"Tình cảm của anh đối với em sẽ không thay đổi!"

Quý ngồi hẳn dậy. Nắm tay và nhìn vào mắt Vi, anh nói chậm rãi:

"Chắc chắn rồi! Sẽ không có gì thay đổi giữa chúng mình!"

Vi nhìn anh hồi lâu, siết nhẹ tay anh rồi Vi đứng dậy, xách làn đi chợ.

Chương 43

Vi đã quyết nhưng làm được việc ấy thì quá khó. Vi cần tới một nơi rất xa nhà, gặp một người đàn ông hoàn toàn xa lạ, nhưng lại phải là một người thông minh, khỏe mạnh và đẹp đẽ, vì Vi muốn sẽ sinh cho anh một đứa bé khỏe mạnh và xinh đẹp. Như vậy thì Vi cần phải biết gia đình người đàn ông ấy ở đâu, con cái thế nào. Tìm hiểu được điều ấy sẽ mất thời gian, mà ai sẽ trông coi việc nhà trong lúc Vi đi vắng? Việc này Vi phải tự lo một mình bởi Vi không thể nói với bất kỳ ai, kể cả những người bạn thân thiết nhất.

Suốt một năm qua Vi chỉ ở nhà, quan hệ xã hội của Vi gần như không còn, giá còn làm ở bệnh viện thì Vi có thể xin đi công tác ngắn ngày, đi tập huấn chuyên môn ở Hà Nội, hay tình nguyện trong một chương trình y tế thôn bản ở miền núi chẳng hạn. Vi bảo Quý hay anh là đàn ông, anh có điều kiện đi nhiều nơi, tiếp xúc nhiều, anh có thể tìm được đối tượng chứ Vi nghĩ mãi mà không có cách gì.

Quý ậm ừ, nghĩ vào rồi thì anh mới thấy việc ấy khó thật. Đối tác làm ăn, dù mới quen nhưng biết tên, biết mặt nhau, anh làm thế nào mà nhờ vả được cái việc kì quặc ấy kia chứ. Bạn bè lại càng không được. Cái bí mật sâu kín ấy không thể lộ ra với bất kì ai. Càng nghĩ Quý càng thấy khó. Hơn nữa, việc ở xưởng cơ khí khiến anh tối mắt, tối mũ đến nỗi anh phải bỏ tất cả những trách nhiệm ở hợp tác xã và hội cựu chiến binh. Đầu óc anh chẳng còn chỗ để nghĩ tới việc khác.

Một tuần sau Vi hỏi lại việc ấy khi Quý dắt xe ra cổng đi làm, anh lắc đầu bảo không biết làm thế nào, rồi anh lên xe đạp đi. Nhìn cái dáng xương xương, dài ngoẵng của anh đang cúi đầu đạp xe trên con đường làng vắng lặng, Vi thấy lòng thắt lại, nước mắt trào lên mi. Người đàn ông của chị sao khổ đến thế. Anh xứng đáng được hưởng hạnh phúc hơn ai hết. Mà đấy đâu phải là điều gì cao sang ghê gớm đâu, đấy là thứ hạnh phúc giản dị đời thường hầu như ai cũng có.

Khi bóng anh vừa khuất sau con ngõ dài, Vi bỗng ước bằng tất cả những gì thuộc về bản thể mình, chị có thể mang lại hạnh phúc cho anh, để chị có thể nghe thấy tiếng anh cười, để được nhìn thấy nụ cười rạng rỡ trên khuôn mặt sạm nắng của anh.

Ngày hôm ấy rất căng thẳng với Vi. Trong lúc Vi đi chợ thì mẹ mở cổng đi đâu mất. Mẹ tìm được chìa khóa Quý quên ở nhà. Vi về thấy cổng mở toang, tìm trong nhà, ngoài vườn không thấy mẹ đâu. Vi hoảng quá, chạy khắp làng tìm mẹ. Chị tới xưởng thì anh đã đạp xe lên huyện mua phụ tùng. Vi ra khu mộ của gia đình ở làng Đại An, rồi làng nổi cũng không thấy. Chạy bộ không mũ nón giữa trời tháng Sáu nắng chang chang khiến Vi choáng váng, cả người đầm đìa mồ hôi. Đã gần mười một giờ mà vẫn không thấy mẹ đâu. Mệt quá, chị ngồi nép vào tường lô cốt của Pháp nghỉ một lát. Bọn trẻ còn chưa được ăn sáng, nhưng đói một chút cũng không sao. Vi lo quá, mẹ đi đâu, liệu có điều gì xảy ra với mẹ không? Đời Vi đã mất một người mẹ nên sự ám ảnh về tai nạn đã hằn vết trong chị. Mẹ là mẹ chồng nhưng hai mẹ con gắn bó với nhau chẳng khác gì mẹ con ruột. Vi lại chạy về nhà nhưng mẹ vẫn chưa về. Hai thằng đang khóc ngằn ngặt trên giường. Lúc ấy Vi bỗng thấy mình bất lực quá, chị không biết là nên cho con ăn hay đi tìm mẹ tiếp. Vi đành để hai con khóc rồi lại chạy đi tìm mẹ. Bỗng nhiên, Vi nghĩ có thể mẹ ra nghĩa trang làng nổi. Mặc dù mộ của ông, của bố và anh Chiến đã được bốc và chuyển về nghĩa trang của làng Đại An, nhưng biết đâu…

Khi Vi tới nghĩa địa, con Mực chạy tới, vẫy đuôi rối rít. Vi cúi xuống xoa lưng xoa đầu nó, chị tiếc là mình không có gì trong tay để cho nó. Đúng như linh cảm của Vi, mẹ đang nằm sấp trên ngôi mộ mới đắp của ai đó. Có lẽ mẹ nghĩ đấy là mộ của người thân. Vi đứng nhìn mẹ mà hai hàng nước mắt chảy dài. Mẹ xoã tóc nằm nhắm mắt, hai tay giang rộng ôm lấy phần mộ. Mẹ không khóc thành tiếng nhưng nước mắt của mẹ cứ chảy mãi, khiến cả một mảng đất sẫm lại, ướt đầm, trong khi cả phần đất còn lại của ngôi mộ thì khô cong, trắng nhởn dưới cái nắng gay gắt.

Vi đứng một lúc lâu để trấn tĩnh. Cảnh tượng ấy bóp nghẹt tim Vi, khiến chị khó thở. Vi thương mẹ quá. Mãi sau, Vi mới tới bên mẹ gọi:

"Mẹ ơi, con Vi đây, mẹ con mình về nhà thôi mẹ nhé!"

Bất ngờ với cả Vi, lúc ấy dường như mẹ tỉnh lại. Mẹ không phản đối mà đứng lên ngay, chịu để Vi dìu về. Chị nhường nón, nhường dép cho mẹ rồi cứ thủ thỉ đi bên cạnh, kể hết chuyện này tới chuyện kia với mẹ, cứ như thể ngày xưa, khi mẹ còn khoẻ mạnh.

"Xưởng cơ khí của anh Quý làm ăn tốt lắm mẹ ạ, anh Quý phấn khởi lắm, chỉ mỗi tội là anh ấy bận quá. Giờ nhà mình có thể chi tiêu thoải mái rồi mẹ ạ. Mẹ cố gắng ăn uống tốt, nghỉ ngơi, bao giờ mẹ khỏe, mẹ trông các cháu giúp vợ chồng con, để con lại đi làm bác sĩ ở bệnh viện huyện mẹ nhé."

Lúc ấy, Vi không biết là mẹ có hiểu không, mẹ chỉ lặng lẽ nhìn người hai bên đường. Những ánh mắt tò mò nhìn hai mẹ con, nhưng gặp ánh mắt của mẹ thì họ lại lảng đi.

Tắm rửa và thay quần áo cho mẹ xong thì đã quá trưa, lúc ấy Vi mới cho trẻ con ăn.

Chiều hôm ấy, Quý về nhà sớm. Mọi người ở xưởng kể lại với anh. Vi bảo muốn ra chùa và qua thăm làng nổi một lát. Vi muốn có chút thời gian cho riêng mình. Đạp xe trên con đường làng, Vi thấy lòng thư thái hơn. Đã lâu rồi chị không qua thăm sư bà và ni sư. Cái ước muốn học về thuốc Nam vẫn để đấy, lại càng trở nên xa vời hơn. Khi Vi đến thì sư bà Thích Lãng Vân và ni sư đang tụng kinh. Vi ngồi nhắm mắt, lắng nghe tiếng mõ và tiếng tụng kinh. Từ trước đến nay, Vi chưa từng tìm sự an ủi trong tôn giáo, nhưng hôm nay Vi bất giác xin đức phật phù hộ độ trì để cho vợ chồng Vi có một đứa con khoẻ mạnh, thông minh và xinh đẹp. Mẹ Phú, anh Quý, hai người thân yêu nhất của Vi đã khổ quá rồi, xin ngài hãy động lòng thương mà ban cho họ một chút niềm vui, ban cho Vi một cơ hội để tặng hai con người ấy một hạnh phúc giản dị. Tiếng mõ, tiếng tụng kinh ru Vi vào một cõi xa xôi an bình, khiến tâm hồn chị lơi ra mềm mại, đâu đấy trong chị ánh lên một sắc sáng của hi vọng.

*

Bệnh viện huyện tổ chức cho cán bộ công nhân viên đi nghỉ mát ở Sầm Sơn, mấy chị đồng nghiệp qua nhà, nhất định thuyết phục Vi đi cùng. Ở viện, ai cũng biết hoàn cảnh của Vi và muốn chị có chút thời gian thư giãn. Cô Châu, một bác sĩ cùng khoa sắp về hưu, đã tình nguyện không đi nghỉ mát mà tới giúp việc nhà mấy ngày để Vi có thể yên tâm đi chơi. Vi thích đi lắm nhưng lưỡng lự, ở nhà toàn việc không tên, lặt vặt bao thứ, cô Châu lạ lẫm xoay xở thế nào được. Quý bảo cứ đi đi, anh sẽ về sớm trong mấy ngày ấy và sẽ nhờ cả cô Tâm vào giúp một tay, lúc ấy Vi mới đồng ý đi.

Xe xuất phát từ bệnh viện từ tờ mờ sáng, gần bốn giờ chiều mới tới khách sạn. Cả đoàn lấy phòng rồi rủ nhau ra tắm biển ngay. Hầu hết mọi người trong đoàn lần đầu được biết tới biển Sầm Sơn nên háo hức lắm. Vi không có đồ bơi mà chỉ mặc áo sơ mi và quần lụa đen xuống tắm. Vi không hề nghĩ tới chuyện chuẩn bị đồ tắm, mà có thì Vi cũng chưa chắc dám mặc. Lần đầu nhìn thấy biển, chị bị ngợp trước cái không gian mênh mông của nó. Cảm giác khoáng đạt xâm chiếm tâm hồn Vi. Lớn lên với sông nước nhưng biển là một thứ mới mẻ và rộng lớn quá sức tưởng tượng với chị. Chỉ cần nhìn những làn sóng thi nhau lùa vào bờ từng lớp bọt biển trắng xoá và nghe tiếng rì rào Vi đã thích mê rồi. Gió biển cũng đặc biệt, nó liên tục thổi vào mặt Vi hương vị mằn mặn mà sông không bao giờ có. Vi có thể ngồi cả đêm để nhấm nháp những điều ấy về biển.

Ăn tối xong, mọi người rủ nhau ngồi hóng gió biển tới muộn mới về phòng. Giống Vi, có vài đồng nghiệp cũng mới ra biển lần đầu. Có lẽ vậy mà bao mệt mỏi suốt một chặng đường dài dường như tan biến đâu mất. Mấy chị bị say xe vật vã là thế, giờ tíu ta tíu tít cười nói như con trẻ. Vi vui lắm, lâu ngày mới được gặp lại anh chị em ở viện, chị say mê nghe mọi người kể chuyện công việc, chuyện gia đình của họ, nhưng một góc nào đấy trong Vi vẫn không ngừng nghĩ về mẹ, về anh và các con. Giá như các con khoẻ mạnh thì có phải cũng được đi như các gia đình ở đây không. Nhìn vợ chồng, con cái mọi người cười đùa, những chị em nựng nịu con nhỏ lòng Vi bỗng nhói lên tủi thân.

Sau đấy, đoàn về khách sạn hát hò, chơi bài. Vi cũng hát một bài góp vui. Hồi sinh viên chị hay hát lắm, nhưng những ngày ấy đã xa rồi. Đêm ấy, khi mọi người trong phòng đã ngủ say thì Vi vẫn tỉnh như sáo, chị nhớ những người thân. Mới rời nhà sáng nay chứ đã lâu gì đâu. Khi ở xa thế này, nhìn các gia đình đồng nghiệp, Vi mới hiểu người thân mình thiệt thòi quá. Chị ước có ngày cả nhà chị được hưởng sự mênh mang thanh sạch của biển như thế này. Giờ đây, Vi bỗng thương anh vô cùng. Người đàn ông thông minh, tốt bụng, chịu khó và rất đỗi dịu dàng mà sao nhọc nhằn, thiệt thòi trong cuộc sống đến thế. Giờ này anh thường đã ngủ mê mệt sau một ngày dài lao động. Liệu đêm nay anh có khó ngủ giống Vi, có nhớ tới Vi không? Người ta bảo vợ chồng lấy nhau thì tình cảm sẽ thay đổi như từ thơ ca thành văn xuôi, nhưng với chị thì không phải. Càng thấy anh vất vả, thiệt thòi, Vi càng yêu anh hơn. Chị tiếc mình không đủ sức để gánh vác đỡ anh, cho anh bớt vất vả. Cả cái ước mong về con cái của anh nữa, Vi cũng không thể nghĩ ra cách gì để làm như anh muốn. Sau bao trăn trở thì Vi biết anh sẽ vẫn yêu chị, cho dù chị phải làm việc kia. Anh sẽ nâng niu, sẽ chơi đùa với con say sưa lắm. Đã nhiều lần chị thấy anh chơi với trẻ con hàng xóm. Mỗi lần như vậy lòng Vi lại quặn đau. Dứt khoát chị sẽ làm được điều anh muốn, nhất định chị sẽ đẻ cho anh một đứa con thật xinh, thật khoẻ mạnh. Vi muốn được nhìn thấy anh bế trên tay một đứa bé và một ngày nó sẽ gọi anh là bố. Phải rồi, Vi có thể sẽ đi đâu xa như vào tận miền Trung, lấy một cái tên khác, ở một nơi hoàn toàn không ai biết chị, rồi chị sẽ tìm được người phù hợp để giúp chuyện ấy.

Cố mãi chẳng ngủ được, Vi nhẹ nhàng ra cửa để khỏi phiền mọi người trong phòng, chị muốn tận hưởng cảm giác dào dạt mặn mòi của gió biển. Đến bao giờ chị mới được quay lại nơi đây?

Vi ngồi trên kè đá. Gió biển lồng lộng. Đêm rất đẹp, thật hiếm khi trăng sáng mà trên trời lại đầy sao thế này. Đã lâu lắm rồi Vi và anh không ngắm sao. Anh nói sẽ chỉ cho Vi biết dải ngân hà, có những lời hứa giản dị mà có khi cả đời chẳng làm được. Cuộc sống ngồn ngộn với nghĩa vụ và công việc, cứ kéo con người ta vào những lấn bấn bộn bề vô tận. Thế mà Vi đã ba mươi tuổi rồi đấy. Chị thèm biết bao được quay trở lại quãng thời gian mà Vi thầm đặt tên là thời kỳ trăng mật. Cái năm khi anh mới từ chiến trận trở về, cái năm trước khi có con. Thời gian ấy sao ngọt ngào say mê đến thế. Cả anh và Vi đều ngỡ ngàng nghẹn thở trước hạnh phúc tinh khôi. Mọi thứ đẹp như mơ. Anh là chiến binh vừa bước ra từ khói súng còn Vi là bác sĩ trẻ đầy triển vọng. Mọi cánh cửa cuộc đời như đều rộng mở với hai người. Anh là kỹ sư giỏi, là một người lính cống hiến tám năm chiến đấu cho đất nước, với nhiều danh hiệu, có điều gì mà anh không làm được đâu. Lúc ấy hai người như những đứa trẻ trong khu vườn tình yêu, chập chững, tò mò, háo hức từng chút một. Cả tâm hồn và cơ thể đều rung lên trong mỗi khám phá nho nhỏ về nhau. Đêm tân hôn, anh đã cuống quít hoảng sợ khi làm Vi đau, khiến chị phì cười an ủi anh là không sao, đấy là bình thường, anh có làm gì sai đâu. Rồi ngày ngày, cả hai mong chờ lúc đêm xuống, khi chỉ có hai người bên nhau. Những non nớt khờ khạo dần thành cuồng nhiệt, đắm say. Cả hai tưởng như có thể ngất đi được trong thăng hoa ân ái…

Vi bỗng sửng sốt nhận ra rằng thời kỳ ấy có đâu xa, mới chỉ có bốn năm trước. Trời ơi, vậy mà chị cảm thấy như đã chục năm rồi. Mới mấy năm mà Vi thấy mình già đi nhiều, mà anh cũng trầm tư hơn hẳn. Những đứa con không ra hình hài con người đã tác động tới họ nhiều quá. Tất cả những gì tươi mát của thuở ban đầu, tất cả những hy vọng sáng láng đều đổ sập tan tành. Phía trước họ bỗng là một khoảng không xám xịt, mù mịt vô vọng. Chất độc chiến tranh đã ăn sâu vào máu của anh, đã tước đi của anh quyền cơ bản nhất của một con người. Kẻ nào nghĩ ra chất độc ấy là một loại ác quỷ mang mặt người ghê tởm nhất, đáng sợ nhất.

Một thanh niên còn rất trẻ, chỉ chừng ngoài hai mươi vác phao đi ra biển. Vi ngạc nhiên có người tắm muộn thế, chắc phải mười một giờ rồi. Sóng giờ này rất to. Vi lớn lên với sông nước, chị yêu nước nhưng nước cũng là kẻ thù của chị. Người thanh niên cứ một mình đi ra mãi. Cảm giác bất an gợn lên trong Vi. Cậu thanh niên đang đi trong dải sáng trăng soi trên mặt nước. Cái dáng cao cao của cậu ta nổi trên dải bạc lấp lánh. Tắm biển dưới ánh trăng chắc thích lắm nhưng giá như cậu ta đừng đi xa thế.

Cậu thanh niên vẫn băng băng ra xa, những con sóng trùm đầu khiến cậu ẩn hiện trong làn nước. Rồi cậu ta lao mình nằm sấp trên phao, nhưng hình như cậu vẫn đạp chân ra xa hơn. Một con sóng ào tới khiến phao lật ngửa, cậu ta lại chồm lên, lại đạp chân... cứ thế cậu ta chơi đùa với sóng biển không biết chán. Vi thích ngắm cảnh ấy. Đấy là hình ảnh của tuổi trẻ, của sự tận hưởng sức khoẻ, tận hưởng thiên nhiên. Cậu thanh niên ấy chắc hẳn phải là một người biết thưởng thức cuộc sống. Mà cậu ta rõ là rất khoẻ. Buổi chiều, chỉ đứng nhảy sóng chừng mười lăm phút mà Vi đã thấy mệt, còn cậu ta thì đã quần nhau với sóng to suốt nửa tiếng mà còn có vẻ sung sức lắm.

Bỗng nhiên cậu thanh niên mất hút. Cả cái phao cũng biến mất. Rồi cái mảng trắng ngực cậu ấy xuất hiện, tay cậu vung lên chấp chới. Một cơn sóng to ào tới, cậu lại biến mất. Vi bắt đầu lo thật. Hình như cậu ấy đã mất phao rồi. Mà không thấy cậu ấy xuất hiện nữa. Vi đã từng tập bơi, đã từng suýt chết đuối trên sông nên Vi biết sự nguy hiểm của nước. Bất giác chị đứng dậy. Vẫn không thấy cậu ấy đâu cả. Kia rồi, dưới ánh trăng, cánh tay cậu ấy tạo thành một đường mảnh dẻ đang vung lên yếu đuối, đầu cậu ấy vừa nhô lên thì một con sóng khác lại trào tới. Chắc chắn là cậu ấy đuối sức rồi. Vi chạy ra đường. Có mấy người đàn ông đang ngồi uống nước bên đường.

"Có người đang nguy hiểm các anh ơi, cứu với!" Vi chỉ ra biển.

Bốn, năm người đồng loạt lao ra. Vi tung cả dép ra để chạy theo họ, mồm hét lớn:

"Hướng này!"

Mấy người vừa chạy, vừa cởi áo ra vứt trên cát, rồi lao theo hướng tay Vi chỉ. Chị căng mắt nhìn, không thấy cậu thanh niên đâu nữa. Người Vi run lên. Chị đã suýt chết vì nước và đã mất mẹ vì nước. Người thanh niên trẻ trung, đầy sức sống kia không thể biến khỏi cuộc đời này trước mắt chị như thế được. Chẳng lẽ Vi lại ra ngăn cậu ấy từ đầu. Làm thế cũng không được, người dưng, có khi cậu ấy lại tưởng Vi không bình thường.

Năm cái đầu ngụp lên, ngụp xuống một lát. Những con sóng trùm lên đầu họ. Vi lo cho mấy người kia. Nhưng rồi, một người kêu to, mấy người kia nhoài về phía ấy. Kia rồi, vùng ngực trắng của cậu thanh niên nổi bật giữa làn da sẫm mầu của năm người kia. Tim chị như muốn nhảy ra ngoài vì mừng rỡ. Mấy người xúm vào thay nhau dìu cậu thanh niên vào bờ. Vi lội ra. Mấy người thở hổn hển cầm tay cậu thanh niên kéo vào.

"Trời ơi, các anh giỏi quá đi!" Vi hét to. Cậu thanh niên bất tỉnh. Người mềm oặt.

"Anh để cậu ấy đây!" Chị kêu lên, ghé sát mặt cậu thanh niên xem có còn hơi thở không. Không có gì! Vi nâng cổ cậu lên, cho nghiêng đầu sang một bên, chị lùa ngón tay vào miệng cậu để kiểm tra dị vật. Vi lấy hai ngón tay bịt mũi, rồi chị hít một hơi dài, áp môi, thổi mạnh vào miệng cậu ta.

"Đưa nó đi viện thôi!" Một người đàn ông kêu lên.

"Đừng, phải sơ cứu đã, không kịp đâu," Vi bảo. "Tôi là bác sĩ!"

Chị áp tai vào ngực cậu ta, không có mạch.

"Anh ấn vào đây, như thế này này! Một, hai, ba…"

Vi lấy hai tay ấn theo nhịp đếm.

"Đấy, anh làm đi! Đừng quá mạnh, gãy xương sườn!"

Vi để người đàn ông ấn ngực còn chị tiếp tục thổi ngạt. Nước trào ra khỏi miệng cậu thanh niên. Chừng sáu, bảy phút thì cậu ta bật ho, nước trào ra rất mạnh, rồi cậu tự thở được.

"Dừng lại anh ơi, được rồi!" Vi kêu to, giơ tay ngăn người đàn ông. "Các anh tìm giúp cho cái xích lô với!"

Vi nhờ mấy người đàn ông dìu cậu thanh niên lên xe, rồi chị đưa cậu ta tới viện.

*

Đến viện thì cậu thanh niên đã khá tỉnh. Bác sĩ bảo chờ theo dõi một lúc là có thể về được. Cậu ta xúc động lắm, bảo chị là ân nhân của em, cậu muốn về ngay để tìm mấy người đàn ông lúc trước. Cậu tên Nhân, họa sĩ mới tốt nghiệp trường Mỹ Thuật Hà Nội. Nhân đang đi dọc Việt Nam trước khi quay về trường làm giảng viên. Cậu đang vẽ tranh cho nhà khách tỉnh. Công việc thoải mái, được cấp phòng ở và chi tiêu hàng ngày, thích làm lúc nào thì làm. Giám đốc nhà khách thích lắm vì được họa sĩ giỏi từ Hà Nội vào vẽ tranh cho. Ngoài việc vẽ tranh cho nhà khách, Nhân cũng tranh thủ hàng ngày lang thang, vẽ kí hoạ lấy tư liệu cho mình. Khi về tới khách sạn, Nhân hẹn sáng mai sẽ qua đón Vi tới xem tranh cậu ấy đang vẽ. Lúc ấy đã ba giờ sáng.

403

Từ lúc ở viện, nghe Nhân nói chuyện, Vi đã thoáng nghĩ đây có thể là dịp tốt. Nhân cao, khỏe mạnh, nét mặt thanh tú, có nét giống Quý. Nhưng Vi thấy ngại quá. Nhân mới hai mươi ba tuổi, có khi chưa yêu lần nào. Mang chuyện kia ra, không chừng Nhân sẽ coi chị không bình thường, thậm chí sẽ chạy mất. Nhưng bỏ qua thì còn có dịp nào tốt hơn không? Vi nói chị tên Hương, cô giáo dạy cấp một ở Lạng Sơn. Nói xong, Vi nóng bừng mặt, cảm giác mình đang có âm mưu gì ghê gớm lắm.

Sáng hôm sau, Vi bỏ tắm biển để đến nhà khách tỉnh uỷ. Nhân hẹn sẽ tới khách sạn, đưa chị đi chơi nhưng Vi không muốn thế. Vi gõ cửa. Nhân hé cửa, thò cái đầu bù xù ra, mắt nheo tít lại vì chói. Thấy chị, cậu toét miệng cười rất tươi:

"Ôi, chị! Chị đợi em một phút!" Nhân thụt đầu vào, lục cục trong phòng một thoáng rồi mở cửa, đã đầy đủ quần dài, áo sơ mi.

"Em mời chị vào đây!" Nhân luýnh quýnh, tay khua vào phòng, rồi hai tay cào cào lên mái tóc dài. Đúng là tuổi trẻ, ai có thể đoán mới đêm qua cậu đã uống no nước biển.

Phòng toàn mùi sơn dầu. Một loạt bức phong cảnh vẽ dở dựng quanh tường: biển, núi non, đồng cỏ, ngựa, chim bay…. rất khác với những bức phong cảnh nông thôn Vi hay xem ở những triển lãm tranh Hà Nội.

"Theo yêu cầu giám đốc ở đây đấy, dễ lắm. Kiểu này em có thể bịa ra hàng trăm bức được. Còn đây là ký họa của em."

Nhân lấy ra một tập bìa cứng, trong có nhiều ký hoạ chân dung: dân quân vác súng trường, lão nông hút thuốc lào, mẹ cho con bú, nông dân tát nước, gặt hái, người đạp xích lô...

"Chị thấy thế nào?"

"Ôi, chị không biết về hội họa đâu, chỉ thấy những bức này rất gần với cuộc sống của chị!"

"Ha ha ha, thì những cảnh ấy đâu chẳng có. Chị ngồi đây, để em kí hoạ một bức tặng chị, mà em sẽ lên Lạng Sơn thăm nhà chị đấy, em cũng thích xem cuộc sống trên ấy thế nào, biết đâu có nhiều tư liệu hay, lát chị cho em địa chỉ nhà nhé!"

Vi ậm ừ, giả vờ đang chăm chú xem tranh.

"Chị cứ cúi như thế nhé, để em vẽ, thôi, chị ngồi chỗ này ánh sáng đẹp hơn này. Đêm qua em về, em cứ nghĩ mãi. Thực ra thì em cũng run vì suýt chết nhưng lại được gặp chị, gặp ân nhân của mình. Cuộc đời quả là kỳ lạ đúng không chị? Mà lát nữa chị em mình ra chỗ tối qua, biết đâu sẽ gặp lại mấy anh cứu em. Mấy ông ấy tốt và cũng bạo ghê đấy nhỉ. Em chủ quan có phao nhưng phao lại bị xịt..." Cứ thế Nhân vừa nheo mắt, đưa bút lên bấm bấm đo bằng mắt, vừa nói chuyện luôn mồm. Dường như những ý nghĩ của cậu ấy cứ nối tiếp nhau tuôn ra như một dòng suối. Vi cố lắng nghe nhưng rồi chị bị cuốn theo suy nghĩ của mình. Lúc nào nên đặt vấn đề kia? Sáng mai đoàn đi rồi. Cái dở là Nhân đã biết khách sạn của chị, do chị không nghĩ thấu đáo từ đầu. Vi không muốn ai trong đoàn nhìn thấy chị đi cùng Nhân. Dù chị đã nói sai tên nhưng Nhân mà nhìn thấy chị cùng mọi người trong đoàn thì không hay. Làm thế nào đây? Chỉ có ngày hôm nay thôi, có nên nói thẳng, nói thật mọi chuyện không? Không, không được nói tên thật và chỗ ở, phiền phức lắm. Chị không muốn nói dối con người trẻ tuổi kia nhưng đây là cuộc sống, là hạnh phúc của chị, không thể khác được. Chị nên nói ngay sáng nay hay chờ đến tối? Giờ thì không được rồi. Ánh sáng từ cửa sổ và từ ô thoáng rọi vào nhiều thế này. Chờ đến tối thôi, nhưng liệu tối nay Nhân có ở đây không, chị có cớ gì để quay lại lần nữa? Có cách gì để mọi chuyện được tự nhiên? Nếu nói bây giờ, để Nhân có thời gian suy nghĩ, thì liệu Nhân có sợ mà trốn đi không? Mặt Vi bỗng nóng bừng lên.

"Ơ, chị nóng quá hả? Em vô ý quá, để em lấy nước cho chị"

Nhân kêu lên rồi đứng lên với bình nước. Cậu rót nhanh quá, sánh cả ra ngoài, xong lại hí hoáy vẽ. Vi thấy thích cái vẻ hồn nhiên của cậu ấy. Nhân khiến người khác cảm thấy tự nhiên, dễ chịu ngay. Nhưng Vi lại hoang mang. Nhân kém chị bảy tuổi, trẻ trung, phơi phới như một học sinh. Có lố bịch khi đặt vấn đề ấy không? Liệu Nhân có choáng không? Có coi chị là một kẻ hư hỏng, kiếm cớ để thực hiện dục vọng không? Đành liều thôi. Không có cách nào khác là phải nói thật điều chị muốn. Cứ nói, nếu cậu ấy không thoải mái thì thôi vậy. Không nói tên và nơi ở nhưng chị nên chân thành về những điều còn lại. Vi hít một hơi dài để lấy can đảm.

"Nhân này!"

"Dạ?"

"Chị có chuyện này, xem em có giúp được không?"

"Vâng, chuyện gì thế hả chị, giúp được là em giúp ngay. Chị là ân nhân của em cơ mà, không có chị tối qua thì giờ em đã trương xác rồi ấy chứ! Thú thực là em không dám nghĩ sâu về việc ấy, sợ lắm. Đêm qua mãi em mới ngủ được, ngủ thì mê mình bị chết, sợ phết chị ạ."

Nhân cười hì hì. Vi thấy khá hơn.

"Sức khoẻ em tốt chứ?"

"Bây giờ ấy ạ? Tốt chứ chị. Đêm qua em hơi mệt nhưng sáng nay thì ổn rồi. Hơi buồn ngủ chút thôi, nhưng không sao!"

"Ôi, xin lỗi, chị đánh thức em sớm quá!"

"Không sao chị ơi, bọn em thích lên là ngồi tán chuyện tào lao, vật vạ ngoài đường cả mấy đêm liền luôn ấy chứ!"

"Chị muốn hỏi về khía cạnh… di truyền ấy, bố mẹ em có bệnh gì không? Liệu khi lấy vợ thì em có thể sinh con được khoẻ mạnh không?"

Nhân buông bút, nhìn chị, có vẻ cậu không hiểu chị nói gì.

"Sinh con? Chưa có con thì làm sao em biết được. Bố mẹ em khỏe mạnh mà em thì từ trước đến nay không có bệnh tật gì. Sao thế chị? Sao tự nhiên chị lại hỏi em về điều ấy, chị thấy em có vấn đề gì à?"

Vi bật cười trước cái vẻ ngơ ngác của cậu ta.

"Không, em không có vấn đề gì, chị có việc này muốn hỏi em, nhưng em hứa là không được cười chị."

"Vâng, chị cứ nói đi, có gì mà phải cười ạ?"

"Chị và chồng chị có vấn đề về con cái. Chị muốn em giúp… chị."

"Giúp gì ạ? Chị muốn em làm gì?"

"Chị muốn em giúp chị có em bé!"

"Tức là…" Nhân có vẻ vẫn chưa hiểu.

"Chị muốn có… hạt giống của em để chị có con."

"Bằng cách nào ạ!" Vẻ ngơ ngác của cậu khiến Vi buồn cười.

"Em đã có bạn gái chưa?"

"Em từng có thôi chị ạ, một bạn cùng đại học với em. Chúng em chia tay rồi."

"Thế các em đã làm gì với nhau chưa?"

"À, bọn em chỉ cầm tay, rồi hôn, ôm ấp ấy mà!" Nhân nói, mặt cậu ửng đỏ. Vi cũng đỏ ran mặt, thấy mình lố bịch ghê gớm, nhưng kệ thôi, đến mức này, chị không thể bỏ cuộc được.

"Chồng chị có vấn đề, anh ấy không có con được. Chị muốn em giúp..."

"Ôi, thế ạ!" Mặt Nhân đỏ bừng, có vẻ giờ cậu mới thực sự hiểu.

"Em chưa biết gì chuyện ấy đâu, nhưng chị thực sự muốn thế ạ?"

Cái vẻ hồn nhiên học trò ấy bỗng khiến Vi tự tin hẳn lên.

"Đúng rồi, nhưng chị em mình không bao giờ được gặp lại nhau nữa, chị muốn đây là một bí mật không ai được biết!"

"Vâng, nhưng không được gặp chị nữa ạ?"

"Phải rồi, bởi vì điều đó có thể sẽ ảnh hưởng tới cuộc sống của chị, tới hạnh phúc gia đình chị!"

Nhân quay sang nhìn vào một bức tranh, tránh ánh mắt Vi.

"Mọi chuyện cứ kỳ lạ thế nào ấy nhỉ, em vừa suýt chết đuối, được chị cứu, rồi lại tới chuyện này, hay do em suýt chết nên em mới cảm thấy thế, em cứ như đang mơ ấy!"

Vi bật cười thành tiếng. Nhân quả là một chàng trai rất đáng mến. Trên đường đến đây, Vi đã tính ngày. Chị mừng lắm khi biết hôm nay là một ngày rất tốt cho việc ấy. Mọi việc có vẻ suôn sẻ, đây đúng là một cơ hội hiếm có đối với chị. Mà đúng như Nhân nói, mọi việc có một cái gì kỳ lạ và khó tin thế nào ấy. Căn phòng này, những bức tranh, một thanh niên rất dễ mến kia. Mọi thứ đều khác lạ, mới mẻ và lại dễ chịu đối với chị.

"Thế chị muốn… em giúp chị… lúc nào ạ?"

"Tối nay, nếu em rảnh."

"Ôi, em thì lúc nào chẳng rảnh, thế chị còn ở đây mấy ngày ạ?"

"Sáng mai chị về."

"Thế sao không là… bây giờ được ạ?"

Vi sững lại một thoáng. Ánh sáng hắt vào cửa sổ đang mở rộng, nhưng bên trong có lớp chớp. Bên ngoài cửa sổ chỉ là bức tường ngăn nhà nghỉ với bên ngoài. Tim Vi bỗng đập thình thình. Trong căn phòng yên tĩnh này chị cảm thấy mạch đập của chính mình, nhưng rõ rang đây là cơ hội quý. Vi quả quyết đứng dậy.

"Thế bây giờ nhé!" Rồi Vi ra đóng hai cánh cửa chớp. Căn phòng có tối hơn trước. Vi đi ra, chốt cửa lại.

*

Ra khỏi căn phòng ấy, Vi thấy lòng nhẹ nhàng, chị linh cảm đã có thứ mình muốn. Quả là may mắn khi gặp được người dễ chịu. Nhân rất chân thành, trong sáng. Vi dặn cậu không được đến khách sạn tìm chị. Nhân hỏi liệu tối nay Vi có thể quay lại chỗ cậu ấy không. Vi gật đầu nhưng giờ chị thấy mình đã nhận lời vội vàng. Có lẽ do chị áy náy, chị có cảm giác mình lợi dụng người khác.

Cả ngày hôm ấy Vi không tắm biển. Ai hỏi, Vi cười bảo chỉ thích được ngắm nhìn mọi người tắm. Vi nghĩ mình có thể xuống tắm được nhưng chị vẫn lo. Chị muốn giữ rịt thứ đã có.

Tối hôm ấy, Vi lấy cớ đau bụng để ở trong phòng. Muộn rồi mà Vi vẫn không ngủ được. Thích được ra ngoài, được ngồi hóng gió biển lắm nhưng chị không dám. Chẳng phải là chị đã không giữ lời hứa đấy thôi. Trong một thoáng mơ hồ, chị thích quay trở lại căn phòng ấy nhưng đấy là điều nhất định chị không được làm, kể cả chưa có thứ chị muốn thì chị vẫn không được phép, bởi đấy là hai vấn đề khác nhau. Tình yêu của chị luôn tinh khiết toàn mĩ, không thể hoen ố được. Chị hiểu rằng những giá trị vô hình mới là những giá trị cao nhất, đẹp nhất. Con người ta sống

411

cho những điều thiêng liêng ấy và có thể chết để bảo vệ chúng.

*

Sáng hôm sau khi đoàn lên xe về. Vi sững người. Nhân ở góc sân khách sạn nhìn lại. Dáng cao, mái tóc dài hơi quăn, đôi mắt u buồn khiến lòng Vi nhói lên nhưng chị quay mặt đi ngay. Lên xe rồi, nhác thấy bóng Nhân bước tới nhưng Vi không nhìn lại.

Chương 44

Bảo về khi thu đang độ đẹp nhất. Trẻ con không được lên thuyền nhà anh, người làng nổi muốn giữ nguyên mọi thứ để chờ anh về. Những cành tầm xuân vẫn được giắt trên mui thuyền. Cả chậu tầm xuân cũng vẫn còn. Tất cả đã khô cong queo. Bảo ngồi lặng hàng giờ ngắm những cành tầm xuân héo úa. Gió thu thổi qua con thuyền, khiến những cánh tầm xuân cựa mình. Dường như cảm nhận bổn phận đã hoàn thành, chúng buông mình lắc rắc xuống sàn. Những cánh hoa một thời đỏ thắm, giờ chỉ còn một màu nâu nhạt nhoà…

Bảo ra thăm mộ bố mẹ, con Mực từ đâu chạy tới, nhảy vọt lên người anh. Nó rên ư ử, nghe như khóc. Anh bày ra ba chén rượu. Tưới hai chén lên mộ bố mẹ rồi anh lặng lẽ uống. Anh vuốt ve con Mực. Cả đời Bảo chưa bao giờ thấy yêu con vật đến thế. Khi ánh sáng đã nhạt, Bảo bế con Mực về nhưng đi được một quãng thì nó oằn người thoát khỏi tay anh. Bảo đứng lặng hồi lâu, định gọi con Mực nhưng cổ họng anh nghẹn cứng lại. Mặt trời sắp khuất hẳn sau núi Cóc nhưng rồi cả vầng trời bỗng bừng lên ráng vàng rực rỡ. Vạn vật bỗng được phủ lớp mầu lộng lẫy và huyền ảo. Bảo nhắm mắt, hít một hơi dài, rồi anh đi lên đê.

Bảo làm cơm, mời cả làng Dềnh. Cả làng nổi lại ghép thuyền lại, những tấm ván lại được bắc sang nhau. Sư bà Thích Lãng Vân và ni sư cũng tới. Cuộc rượu không ầm ĩ nhưng ấm cúng. Bảo trầm tư, đi khắp các thuyền cụng li. Rồi bỗng dưng anh khóc. Anh nói anh xúc động vì mọi thứ ở làng nổi đã ăn sâu vào anh. Xa làng nổi, anh như mất một phần đời, nhưng anh cũng không thể sống ở đây được. Tóm lại một phần người của anh đã chết rồi.

Đêm hôm ấy, Bảo chống thuyền ra tận giữa sông rồi anh đổ dầu đốt. Cả khúc sông sáng rực giữa trời đêm. Cả làng nổi đứng nhìn ngọn lửa. Khi mọi người quay lại thì chẳng thấy anh đâu. Quý chỉ tay lên đê. Tít xa, dưới ánh trăng bàng bạc, bóng Bảo lầm lũi in trên nền trời. Từ đấy không ai gặp lại anh nữa. Quý cũng không bao giờ có dịp ngồi uống rượu riêng với bạn như dự định.

Vài năm sau, con Mực chết. Nó nằm giữa hai ngôi mộ của chủ nó, mắt nhắm lại như ngủ. Người làng nổi đào cho nó một cái huyệt đúng chỗ nó nằm, ai đó còn đóng cho nó một cái quan tài nhỏ. Sau này, người ta gọi nghĩa địa của người làng nổi là bãi Con Mực.

Chương 45

Vi lại sắp đến ngày sinh. Lần này, linh cảm của chị khác hẳn. Đây sẽ là một bé gái rất xinh đẹp. Từ khi Vi có thai, mẹ cũng có những dấu hiệu hồi phục. Ăn đúng bữa, ngủ giấc dài hơn, mẹ cũng bắt đầu biết chăm sóc bản thân, tự đi tắm hàng ngày. Mẹ thỉnh thoảng lại đặt tay vào bụng Vi và mẹ cười. Vi ngạc nhiên lắm, hình như mẹ cảm nhận được điều chị cảm nhận. Rồi mẹ bắt đầu nói chuyện trở lại.

Cuộc sống dường như được khoác một cái áo mới. Xưởng cơ khí của Quý có thêm hai kĩ sư vào làm. Uỷ ban xã cho xưởng mượn thêm mảnh đất bên cạnh để mở rộng hoạt động.

Khi mùa xuân tới, Vi sinh được một bé gái bụ bẫm, nặng tới ba cân rưỡi. Con bé đẻ ra đã có tóc đen nhánh, đôi mắt to long lanh, ai cũng bảo là giống bố. Mẹ gần như hồi phục hẳn, hôm sinh bé Hoàng Hạnh Tường, Quý lại đạp xích lô đưa mẹ và Vi ra viện

417

huyện. Hôm ấy, Quý đạp không biết mệt. Một sức sống mới đang cuộn chảy trong anh.

Lúc về, anh chỉ Vi nhìn về tay phải. Đúng nơi này, làng Đại An trông giống như một quả bóng bay xanh rờn như ngày nào, chỉ khác là sợi chỉ nối quả bóng với thanh ngang giờ chuyển thành màu đỏ gạch chứ không có màu vàng của đất năm xưa. Phía xa xa bên trái, núi Cóc mờ mờ huyền ảo trong nắng xuân. Nhất định có ngày anh sẽ đưa cả nhà tới chân núi Cóc. Vài năm nữa, khi công việc ổn định, anh sẽ mua cho bé Hạnh Tường một con ngựa trắng thật đẹp. Tưởng tượng nàng công chúa bé nhỏ của anh trong bộ váy hồng, tóc đen dài, cưỡi con ngựa trắng trên con đê này khiến anh mỉm cười.

Gần ngày đầy tháng bé Hạnh Tường, Quý nhờ anh em ở xưởng xúm vào làm một con diều rất to, sải cánh tới bảy mét. Anh làm sạch lớp bồ hóng trên cái sáo diều thầy mang về năm xưa. Vào ngày đầy tháng bé Hạnh Tường, tất cả lên đê để xem các anh cho diều bay. Hôm ấy gió không mạnh nên mấy anh em phải chạy toát mồ hôi thì con diều mới ổn định được. Từ trên cao, tiếng sáo diều vi vu trầm bổng theo gió. Trên nền trời xanh, cánh diều trắng trông như một vầng trăng khuyết chao đi chao lại nhẹ nhàng như đang say mê múa. Quý chốc chốc lại ngắm nhìn Vi và những đứa con của mình. Thằng Minh, thằng Vọng được các chú trong xưởng đưa ra chơi bằng xích lô.

Lâu ngày mới được ra ngoài, bọn chúng có vẻ thích thú lắm.

Quý đón bé Hạnh Tường. Con bé mở to đôi mắt tròn xoe nhìn anh. Chỉ hỏi mấy câu là nó đã toét miệng cười, chân đạp thình thịch vào ngực bố. Cái mũ trắng tinh có diềm đăng ten bao quanh khuôn mặt tròn trĩnh, bộ váy hồng xinh xắn được một cô ở viện mua tặng vừa như in. Anh cúi xuống hít hà cái mùi thơm trong lành và ngọt ngào của con trẻ, cẩn thận không để chân râu chạm vào da thịt mềm mại của nó. Lòng anh ngân lên êm đềm khi ngắm nhìn con bé. Bất giác Quý ngước lên. Sâu thẳm trên cao kia, anh như nhìn thấy ông nội, thầy và anh Chiến, rồi cả mẹ Sương, chú Ân và cô Lan, mọi người đang mỉm cười nhìn xuống.

Sau đấy tất cả kéo về xưởng liên hoan. Quý xác định sẽ uống say, lâu lắm rồi anh mới có một ngày vui như thế. Rồi thì say thật, anh phải nằm lại ở xưởng tới tám giờ tối. Khi anh về, mẹ và Vi đang nói cười khúc khích. Anh nhẹ nhàng dựng xe đạp, rồi ngồi dựa lưng vào cái cột ngoài hiên. Anh muốn được nghe tiếng cười của hai người. Ngôi nhà, mảnh sân và mảnh vườn này vẫn y nguyên như hồi anh còn bé. Chỗ này cũng là chỗ anh hay ngồi chơi, cũng là chỗ anh hay lăn ra ngủ trưa. Cảnh vật thì y chang, nhưng người xưa đã xa lắm rồi, mà bản thân anh cũng khác nhiều lắm. Anh nhắm mắt, cố tưởng tượng lại... Ông nội hay đứng góc sân, ngắm mấy con chim nhà nuôi, gật gù thưởng thức tiếng hót, tiếng gù của chúng… thầy bước vào cổng, quần áo xúng xính, nụ cười yên hoà trên môi, nụ cười tưởng chừng như mọi sự trên đời sẽ mãi đẹp, sẽ mãi tươi vui êm đềm… anh Chiến đăm chiêu đọc sách góc đằng kia, mặc độc quần đùi, da rám nắng, người dài ngoằng… Quý ngồi đấy không biết bao lâu. Mấy năm qua, cuộc sống có biết bao cung bậc hạnh phúc và đau khổ. Anh thấy mình người hơn trong những lo toan, bươn chải đời thường, và anh hiểu rằng hạnh phúc là một cái cây cần chăm chút hàng ngày. Con người ta nên chấp nhận những gì không may, đừng ngã lòng bỏ buông, mà hãy lầm lũi nhặt nhạnh hành trang để đi tiếp. Anh thiệt thòi nhưng biết bao đồng đội mãi chẳng về. Những trải nghiệm này, những người trẻ ấy không bao giờ được biết. Anh phải sống bằng tất cả sức lực, nhiệt huyết, bởi vì anh phải sống thay cho cả những con người ấy nữa.

Quý vào nhà, nhìn thấy anh hai người ồ lên ngạc nhiên. Vi bảo tưởng anh ngủ luôn ngoài xưởng đêm nay rồi, lúc Vi và mẹ về thì anh đang chân nam đá chân chiêu đi cụng li hết bàn này tới bàn khác.

Anh nhờ mẹ bế bé Hạnh Tường rồi anh bảo Vi đi đạp xe.

"Trời ơi, anh say rồi, ngã thì khổ ra!"

Anh gật đầu cương quyết:

"Không sao, đảm bảo không ngã."

Không ngã nhưng anh thở hổn hển như sắp đứt hơi. Lên tới đê, anh bảo:

"Thôi, nghỉ một lát."

Anh đỡ Vi lên nóc lô cốt. Hai người im lặng hồi lâu, cảm thấy mình như những đứa trẻ. Lâu lắm rồi cả hai mới có được những giây phút thanh thản bên nhau thế này. Ánh đèn nhấp nháy phát ra từ những khoang thuyền ở làng nổi. Trên mặt nước đen sẫm, những mảng sáng mờ mờ huyền ảo như đang trôi đi êm đềm. Cuộc sống có những quy luật huyền bí, những thân phận trôi nổi được dạt vào một góc như những cọng bèo, để họ tìm lại được sự đồng cảm và hơi ấm con người.

Đỡ mệt rồi, anh lại đèo Vi trên con đê. Tháng Hai âm lịch, trời không sao như những đêm hè ngày xưa nhưng trong lòng họ đang lấp lánh ánh sáng của hạnh phúc. Khi về tới cổng, Quý ra hiệu im lặng rồi anh dắt Vi rón rén mở cửa nhà kho. Ở đấy Quý đã chuẩn bị từ sáng một bó tầm xuân rất to. Mấy cái đèn dầu mới tinh được thắp lên. Những kẽ hở của cánh cửa gỗ đã được dán giấy cho kín gió. Quý chậm rãi cởi quần áo Vi. Dưới ánh đèn dầu bập bùng mờ tỏ. Quý lại run lên khi chiêm ngưỡng vẻ đẹp nữ giới. Gần như không có tiếng động, Quý đỡ Vi lên giường, những ngón tay của anh lướt nhẹ trên những đường cong của vợ. Một dòng nhựa sống náo nức cuộn chảy trong người. Quý lại thấy mình là một chàng trai trẻ.

Trong anh trào lên một khát khao mạnh mẽ. Đêm ấy, hai người không sống trong cảm xúc ồ ạt mà từng chút một nhấm nháp niềm đam mê trong nhau, từng chút một khơi niềm đam mê ấy thành một dòng chảy êm đềm, rất dài, rất lâu…

Hà nội, thu 2014...